മലയാള സിനിമയുടെ
കീഴാള വായന

AF741403

INSIGHT PUBLICA®

INSIGHT PUBLICA

Nadakkavu, Kozhikode, Kerala
Tel:0495 4020666
www.insightpublica.com
e-mail: insightpublica@gmail.com
Malayala Cinemayude Keezhala Vayana
(Malayalam-Study)
Biju P. Nadumuttam
Book Design: kjvj@insight
First Edition: September 2020
This Edition: August 2022

ISBN 978-93-90404-06-3
Printed and Published by
Insightinpublica Printers & Publishers Pvt. Ltd.

മലയാള സിനിമയുടെ കീഴാള വായന

ബിജു പി. നടുമുറ്റം

INSIGHT PUBLICA®

ഒരു ജനസമൂഹത്തിനുമേൽ പിടിമുറുക്കാനായാൽ

ആശയങ്ങൾ സ്വയം ഭൗതികശക്തികളായിത്തീരും

– കാറൽ മാർക്സ്

എറണാകുളം ജില്ലയിലെ മലയാറ്റൂരിനടുത്തുള്ള നവോദയപുരത്ത്, ശ്രീ. ടി. കെ. പത്മനാഭന്റെയും ശ്രീമതി. എൻ. എ തങ്കമ്മയുടേയും മകനായി ജനനം. നീലീശ്വരം ഗവ. എൽ. പി. സ്കൂൾ, എസ്. എൻ. ഡി. പി. ഹൈസ്കൂൾ, കാലടി ശ്രീശങ്കരാ കോളേജ്, തിരുവനന്തപുരം യൂണിവേഴ്സിറ്റി കോളേജ്, എറണാകുളം ഡയറ്റ് എന്നിവിടങ്ങളിലായി പഠനം. സ്കൂൾ അധ്യാപകൻ.

വറുത്തു തിന്നാം (കവിതകൾ) *പാഠപുസ്തക പഴഞ്ചൊല്ലുകൾ, പഠിക്കാത്ത കുട്ടി പഠിക്കുന്ന കുട്ടി, മലയാള വ്യാകരണവും ഉപന്യാസങ്ങളും, ഓ. എൻ. വി* (ജീവചരിത്രം) എന്നീ പുസ്തകങ്ങൾ പ്രസിദ്ധീകരിച്ചിട്ടുണ്ട്.

ഭാര്യ : അമ്പിളി പി. എ, മക്കൾ: പ്രകൃതി, പ്രണയ

വിലാസം : ബിജു പി. നടുമുറ്റം. നീലീശ്വരം പി. ഓ.
എറണാകുളം ജില്ല 683574

ഇമെയിൽ : bijupnadumuttam@gmail. com

ബിജു പി. നടുമുറ്റം

ഉള്ളടക്കം

ആമുഖം

സാമ്പ്രദായിക ചരിത്രരചനക്കപ്പുറം, സിനിമ എന്ന കലയേയും അതിന്റെ കാഴ്ചക്കാരേയും മുൻനിർത്തിയുള്ള അന്വേഷണമാണിത്. ഒരു സമൂഹത്തിന്റെ സാമ്പത്തിക സാംസ്കാരിക മുദ്രകളെ അടയാളപ്പെടുത്തുന്നതിൽ സിനിമ വഹിക്കുന്ന പങ്ക് അന്വേഷിച്ചുകൊണ്ടാണ് മലയാളസിനിമാ ചരിത്രത്തെ വായിക്കേണ്ടത്. ഒരു വിനോദോപാധി എന്ന നിലയിൽ സമൂഹത്തിന്റെ കാഴ്ചകളിലേക്ക് സിനിമ സ്വാഭാവികമായി വന്നുചേർന്നതല്ല. മറിച്ച് കൃത്യമായി നിർണ്ണയിക്കപ്പെട്ടതും പൊതുസമൂഹത്തിൽ ഉൾച്ചേർന്നിരിക്കുന്നതുമായ നിരവധിഘടകങ്ങൾ സിനിമാക്കാഴ്ചകളെ നിർണയിക്കുന്നുണ്ട്. അതാതു സമൂഹത്തിന്റെ ഭാഷയും മൂല്യങ്ങളും നിയമങ്ങളും വിശ്വാസങ്ങളും സാമ്പത്തിക-സാംസ്കാരിക പരിപാടികളുമൊക്കെ കൂടിച്ചേർന്ന സജീവമായ ഇടപെടലുകളുടെ ദൃശ്യഭാഷയാണ് ഓരോ സിനിമയുമെന്നു പറയാം. സാമൂഹ്യ/രാഷ്ട്രീയ/സാമ്പത്തിക തലങ്ങളിൽ വ്യക്തിക്കുണ്ടാവുന്ന പ്രത്യാഘാതങ്ങൾ ആഖ്യാനം ചെയ്തുകൊണ്ട് സിനിമ ചരിത്രത്തെ വ്യാഖ്യാനിക്കുകയും പുനരെഴുതുകയും ചെയ്യുന്നുണ്ട്. ഈ തിരിച്ചറിവിൽ നിന്നുകൊണ്ടുമാത്രമേ സിനിമകളെ സമീപിക്കാനാവൂ.

സിനിമയുടെ ലാവണ്യവിമർശനം സാമൂഹിക യാഥാർത്ഥ്യങ്ങളെ ചരിത്രാധിഷ്ഠിതമല്ലാതെ വിശദീകരിക്കാനുള്ള ശ്രമങ്ങൾ മാത്രമാണ്. സിനിമയിലെ സാമൂഹികത പ്രമേയങ്ങളിൽ മാത്രമായി ഒതുങ്ങിനിൽക്കുന്നില്ല. പ്രമേയത്തിൽ സാമൂഹിക യാഥാർഥ്യങ്ങൾ പലപ്പോഴും ഇടംപിടിക്കും. പക്ഷേ ഇതുമാത്രമാണ് സാമൂഹികത എന്ന് കരുതിക്കൂടാ. സിനിമയുടെ സൗന്ദര്യശാസ്ത്രവിശകലനത്തിനപ്പുറത്ത് സാമൂഹ്യപശ്ചാത്തല പഠനങ്ങൾക്ക് പ്രാധാന്യമുണ്ട്. അപ്പോൾ

സിനിമ കേവലമായ കാഴ്ച എന്നതിൽ നിന്നുമാറി വലിയൊരു സാമൂഹ്യാനുഭവത്തിന്റെ നിർമ്മിതികൂടിയായിത്തീരും. സിനിമയെ താത്വികമായി രൂപപ്പെടുത്തുന്നതിൽ ചലച്ചിത്ര - സാംസ്കാരിക സിദ്ധാന്തങ്ങൾ സ്വാധീനിച്ചിട്ടുണ്ട്. അവ നവീനമായ ചലച്ചിത്ര പരീക്ഷണങ്ങൾക്ക് പ്രചോദനമായിത്തീർന്നിട്ടുമുണ്ടാവാം. മുൻകാല ചലച്ചിത്രങ്ങളെ രാഷ്ട്രീയമായി പുനർവായിക്കുന്നത് പുതിയ വെളിപ്പെടലുകൾക്കുള്ള സാധ്യത തുറന്നിടലാണ്. മലയാള സിനിമയിൽ ഉണ്ടെന്നു പറയുന്ന വാണിജ്യ/സമാന്തര വിഭജനത്തിന്റെ അർത്ഥശൂന്യത തിരിച്ചറിയുന്നതിൽ ഈ നവീന പാരായണരീതികൾ വഴിതെളിച്ചിട്ടുണ്ട്. കലാമൂല്യസിനിമയായി വ്യാഖ്യാനിക്കപ്പെടുന്ന ചിത്രങ്ങളിൽ പോലും കുലീനവും വരേണ്യവുമായ സാംസ്കാരിക സങ്കൽപ്പങ്ങൾ മുഴച്ചുനിൽക്കുന്നുണ്ടെന്ന് അവ വെളിപ്പെടുത്തുന്നു. രാഷ്ട്രീയമായ ഈ തിരിച്ചറിവാണ് 'മലയാള സിനിമയുടെ കീഴാള വായന'യെ സാധ്യമാക്കിയത്.

ആസ്വാദന/സൗന്ദര്യാനുഭവത്തിന്റെ അപനിർമാണം തന്നെയാണ് കീഴാള വിമർശനത്തിന്റെ അടിസ്ഥാനം. കലയിലുള്ള അനുഭൂതിലോകങ്ങൾ ഏതെല്ലാം നിലകളിലാണ് ബ്രാഹ്മണ്യത്തിന്റെയും ജാതിമേധാവിത്വത്തിന്റെയും വീക്ഷണങ്ങളെ അതിൽ ഉൾച്ചേർക്കുന്നത് എന്നു കണ്ടെത്തി, ആ സവർണസ്വരൂപത്തെ തുറന്നു കാണിക്കുക എന്നതാണ് കീഴാളവിമർശനത്തിന്റെ പ്രധാന ദൗത്യങ്ങളിലൊന്ന്. ഇന്ത്യൻ സമൂഹത്തെ സംബന്ധിച്ചിടത്തോളം അസമത്വത്തിന്റെ സർവതലസ്പർശിയായ ആവിഷ്കാരരൂപമാണ് ജാതി. അതുകൊണ്ട് അത് പ്രത്യക്ഷമായോ പരോക്ഷമായോ സമൂഹത്തിന്റെ അനുഭവലോകങ്ങളിൽ ചേർത്തുവയ്ക്കുന്ന അസമത്വത്തെ പരിഗണിക്കാത്ത വിശകലനം ജനാധിപത്യപരമോ നീതിനിഷ്ഠമോ അല്ലെന്നു പറയാം. പല രീതികളിൽ മറച്ചുവയ്ക്കുകയോ ന്യായീകരിക്കുകയോ ചെയ്യുന്ന സവർണാധികാരത്തെ അപനിർമിക്കുകയെന്നത് അതുകൊണ്ടുതന്നെ കീഴാളവിമർശനത്തിന്റെ പരമപ്രധാനമായ ദൗത്യമാണ്. മനുഷ്യൻ എന്ന പൊതുകാഴ്ചപ്പാടിനുള്ളിലും പലനിലകളിൽ നിലകൊള്ളുന്ന ബ്രാഹ്മണ്യത്തിന്റെ മൂല്യവ്യവസ്ഥയെയാണ് കീഴാള വിമർശനം ചോദ്യം ചെയ്യുന്നത്.

സിനിമ ഒരു സമൂഹിക ഉൽപ്പന്നമാണെന്ന ബോധ്യത്തിൽ മാത്രമേ അത് സമൂഹത്തിൽ ചെലുത്തുന്ന സ്വാധീനത്തെപറ്റി നമുക്ക് ചർച്ച ചെയ്യാനാവൂ. മലയാള സിനിമ സൃഷ്ടിച്ച സാമൂഹ്യബോധങ്ങൾ ചരിത്രത്തിൽ നിന്നും രൂപപ്പെട്ടതാണെന്നിരിക്കെ സിനിമയുടെ ഭാവുകത്വരൂപീകരണവും അതുത്പാദിപ്പിക്കുന്ന സാംസ്കാരിക യുക്തികളും

കേരളീയ സമൂഹത്തിന്റെ പരിണാമ ചരിത്രത്തിൽനിന്നും വ്യതിരിക്തമായിരിക്കില്ല.

സവർണതയെന്ന പൊതുബോധത്തിൽ നിന്ന് മോചിതമാവാൻ സിനിമക്കു മാത്രമായി കഴിയില്ല. സാമൂഹിക/സാമ്പത്തിക/സാംസ്കാരിക മേഖലകളിൽ മുന്നിൽ നിൽക്കുന്ന വിഭാഗങ്ങളിൽപെട്ടവരിൽ നിന്നുണ്ടാവുന്ന സിനിമകളിൽ ആ ശൈലി ഉണ്ടാവും. സിനിമയുടെ ജനാധിപത്യവൽക്കരണത്തിന് മാത്രമേ ഇത് മാറ്റാനാവൂ. ഇതാകട്ടെ ജാതി നിരാസവുമായി ബന്ധപ്പെട്ടാണ് കിടക്കുന്നത്. മലയാള സിനിമയുടെ ഈ കീഴാള വായന ഇത്തരം ചില ഇടപെടലുകളാണെന്നു പറയാം.

സിനിമ കണ്ട കാലം മുതൽ അതൊരത്ഭുതവും കൗതുകവുമായി കൂടെയുണ്ട്. ആദ്യമായി കണ്ട സിനിമ തുറക്കാത്ത വാതിൽ ആയിരുന്നു. കളമശ്ശേരി എച്ച്. എം. ടി. യിൽ ജീവനക്കാരായിരുന്ന എന്റെ ചാച്ചനും (അച്ഛന്റെ അനിയൻ) അമ്മാവനും. അവിടെ ഒരുനാൾ പോയപ്പോഴാണ് രാത്രിയിൽ, വലിച്ചുകെട്ടിയ തുണിത്തിരശീലയിൽ ആ സിനിമ കാണുന്നത്. നാളികേരത്തിന്റെ നാട്ടിലെനിക്കൊരു എന്ന് തുടങ്ങുന്ന ഗാനത്തിന്റെ ചില ദൃശ്യങ്ങളേ ഇന്ന് മനസ്സിലുള്ളൂ.

വല്ലപ്പോഴും ഒരു സിനിമ കാണാനുള്ള അവസരമേ ബാല്യകാലം മുതൽ ഉണ്ടായിരുന്നുള്ളൂ. അധ്യാപകനായിരുന്ന അച്ഛന്റെ താല്പര്യങ്ങളും വളരെ പ്രധാനമായിരുന്നു. ഏതെങ്കിലും തരത്തിൽ അംഗീകരിക്കപ്പെട്ടതോ പുരസ്കാരങ്ങൾ നേടിയതോ ആയ സിനിമകൾ തിരഞ്ഞെടുത്ത്, അത് കാണിക്കാൻ കൊണ്ടുപോകുന്ന ശീലമായിരുന്നു അച്ഛന്. നാട്ടിലെ പ്രധാന ആഘോഷമായിരുന്ന ശിവരാത്രികൾക്ക് (ആലുവ /കാലടി) പോകുമ്പോഴും സിനിമ കാണിക്കുമായിരുന്നു. നെല്ല്, ഓപ്പോൾ, ശങ്കരാഭരണം, ലൗ ഇൻ സിംഗപ്പൂർ തുടങ്ങിയ സിനിമകൾ അങ്ങനെയെല്ലാം അച്ഛനൊപ്പം പോയി കണ്ടത് ഓർമ്മയുണ്ട്.

പിൽക്കാലത്ത് സ്വന്തം ഗ്രാമത്തിൽ ഒരു സിനിമാകൊട്ടക വന്നുവെങ്കിലും (നീലീശ്വരം ലിസ) സ്വതന്ത്രമായി സിനിമ കാണാൻപോകാനുള്ള അവസരം കൈവരുന്നത് പത്തു വയസ്സിനു ശേഷമാണ്. ഒരു വർഷമെങ്കിലും പഴക്കം ചെന്ന സിനിമകളായിരുന്നു ലിസയിൽ 'റിലീസാ'യിരുന്നത്. ഇളയചാച്ചൻ ആലുവയിലേക്കു താമസം മാറ്റിയതും വല്ലപ്പോഴും ഒക്കെ അവിടെ വിരുന്നുപോകുന്നതും 'പുത്തൻ' സിനിമകൾ കാണാനുള്ള അവസരങ്ങളൊരുക്കി.

കാലടി ശ്രീ ശങ്കരാ കോളേജിലെ പ്രീ-ഡിഗ്രി പഠനകാലം നൽകിയ 'സ്വാതന്ത്ര്യം' ക്ളാസ്സുകൾ കട്ട് ചെയ്ത് സിനിമകൾ

കാണാനുള്ള സ്വാതന്ത്ര്യവും നൽകി. എല്ലാത്തരം സിനിമകളും കണ്ടുതുടങ്ങുന്നത് അങ്ങനെയാണ്. നൂൺഷോ പ്രധാന ആകർഷണമായിരുന്നു. സെക്സ് സിനിമകൾ കാണാനുള്ള ആ പ്രായത്തിന്റെ അഭിവാഞ്ജയാണ് ഇതര ഭാഷാസിനിമകളും വിദേശസിനിമകളും കാണാനും പരിചയപ്പെടാനുമുള്ള അവസരങ്ങൾ നൽകിയത്. ചീത്ത സിനിമൾക്കൊപ്പം നല്ല സിനിമകളും ധാരാളം ഇതുമൂലം കാണാനായി.

ബിരുദപഠന സമയത്താണ് സിനിമയെ ഗൗരവപൂർവം സമീപിക്കുന്നത്. തിരുവനന്തപുരം യൂണിവേഴ്സിറ്റി കോളേജിലെ പഠനകാലവും ഹോസ്റ്റൽ ജീവിതവും സിനിമാമേളകളും ചർച്ചകളുമെല്ലാം സിനിമയുടെ കാഴ്ചകളെ കൂടുതൽ സജീവമാക്കി. സിനിമയുമായി ബന്ധപ്പെട്ട വർഷോപ്പുകൾ, സിനിമാപ്രവർത്തകരുമായുള്ള സൗഹൃദം, ഫിലിം സൊസൈറ്റി പ്രവർത്തനങ്ങൾ, ചെറുതും വലുതുമായ വളരെക്കുറച്ച് സിനിമകളുടെ അണിയറ പ്രവർത്തനങ്ങൾ, പലതലങ്ങളിൽ നടന്നിട്ടുള്ള സംവാദങ്ങൾ തുടങ്ങിയവയെല്ലാം പകർന്നു തന്നിട്ടുള്ള സിനിമയുടെ സൗന്ദര്യ / സാമൂഹികശാസ്ത്ര വിചാരങ്ങളിൽ നിന്നുമാണ് ഇത്തരമൊരു മറുവായന ഉടലെടുക്കുന്നത്. അതാകട്ടെ പല നിലകളിൽ പൂരിപ്പിക്കപ്പെടാൻ കിടക്കുന്ന കീഴാള വായനകളുടെ ഒരു തുടക്കമോ അംശമോയൊക്കെയായിമാത്രം പരിമിതപ്പെട്ടതുമാണെന്ന ബോധം എനിക്കുണ്ട്.

ഈ പുസ്തകത്തിന് പിന്നിൽ ഉണ്ടായിരുന്ന സുഹൃത്തുക്കളായ പി. എസ്. ഉദയനേയും ഇ. കെ. സുകുമാരനേയും നന്ദിയോടെ സ്മരിക്കുന്നു. കാലടി ഫിലിം സൊസൈറ്റി, തോട്ടുവ സാംസ്കാരിക കേന്ദ്രം, കാലടി എസ്. എൻ. ഡി. പി വായനശാല, ഒക്കൽ കർത്തവ്യ ലൈബ്രറി, കേരള ശാസ്ത്ര സാഹിത്യ പരിഷത്ത് കാലടി യൂണിറ്റ്, തുടങ്ങിയ സംഘടനകൾ സംഘടിപ്പിച്ചിരുന്ന സിനിമാസംവാദ/ ചർച്ചാ വേദികളിൽ സിനിമയുമായി ബന്ധപ്പെട്ട പല വിഷയങ്ങളും അവതരിപ്പിക്കാൻ അവസരമുണ്ടായതും സിനിമകളെ പറ്റിയുള്ള പഠനങ്ങൾക്ക് കൂടുതൽ സാധ്യതയേകി. ഈ സംഘടനകളുടെ പ്രവർത്തകരോടും ഇതിന്റെ പ്രസിദ്ധീകരണം ഏറ്റെടുത്ത ഇൻസൈറ്റ് പബ്ലിക്കേഷനോടുമുള്ള നന്ദിയും ഈ അവസരത്തിൽ രേഖപ്പെടുത്തുകയാണ്.

ബിജു പി. നടുമുറ്റം

ലോകസിനിമയിലെ കറുപ്പ്

ചലിക്കുന്ന ചിത്രങ്ങൾ സൃഷ്ടിക്കുന്ന കലാരൂപമാണ് ചലച്ചിത്രം എന്ന് ലളിതമായി പറയാം. ഓരോ ചലച്ചിത്രങ്ങളും അവ നിർമ്മിക്കപ്പെടുന്ന സമൂഹങ്ങളുടെ സാംസ്കാരിക പ്രതിഫലനമാണ്. അതുപോലെ തന്നെ അവ തിരിച്ചും സമൂഹത്തിൽ സ്വാധീനം ചെലുത്തുന്നു. ചരിത്രത്തിന്റെ ആരംഭം വ്യക്തമായി നിർവചിക്കപ്പെട്ടിട്ടില്ലെങ്കിലും, 1895 ഡിസംബർ 28 ന് പാരീസിൽ നടന്ന ലൂമിയർ സഹോദരന്മാരുടെ ഹ്രസ്വചിത്രങ്ങളുടെ പ്രദർശനം ചലച്ചിത്രങ്ങളുടെ സമാരംഭം കുറിച്ചതായി കണക്കാക്കാം. താമസിയാതെ ലോകമെമ്പാടും ചലച്ചിത്ര നിർമ്മാണ കമ്പനികളും സ്റ്റുഡിയോകളും സ്ഥാപിതമായി. ചലച്ചിത്രത്തിന്റെ ആദ്യ ദശകത്തിൽ സിനിമകൾ കറുപ്പും വെളുപ്പുമായി ശബ്ദമില്ലാതെ, സ്ഥിരമായ ക്യാമറയിൽ നിന്നുള്ള ഒരൊറ്റ ഷോട്ട് ആയിരുന്നു. സാങ്കേതികവും സർഗാത്മകവുമായിട്ടുണ്ടായ വികാസം വ്യത്യസ്തമായ സിനിമകൾക്ക് ജന്മമേകി.

ലോകത്തിന്റെ എല്ലാ ഭാഗങ്ങളിലും സിനിമ നിർമ്മിക്കപ്പെടുവാനും തുടങ്ങി. ഓരോ ദേശത്തിന്റെയും ജീവിത രീതികൾ സംസ്കാരം എന്നിവയെല്ലാം സിനിമ പ്രതിഫലിപ്പിച്ചു. ഇതൊക്കെ യഥാർത്ഥമോ സത്യസന്ധമോ ആയ ചിത്രീകരണങ്ങളായിരുന്നുമില്ല. തികച്ചും ഭാവനാത്മകവും അയഥാർത്ഥവുമായ ധാരാളം സിനിമകൾ ഉണ്ടായി. എന്നാൽ അവയിൽ അതാതു കാലത്തെ സമൂഹം കടന്നിവരാതിരുന്നതുമില്ല. സിനിമാസൃഷ്ടാക്കളുടെ മനോഭാവങ്ങളും ആശയഗതികളും അവയെ സ്വാധിനിച്ചു. ഇത് പൊതുവായ ചില ധാരണകൾ പടുത്തുയർത്തുന്നതിന് കാരണമാവുകയും ചെയ്തു. അതാകട്ടെ പലപ്പോഴും അധികാര വർഗത്തിന്റേയും പൊതു സമൂഹത്തിൽ അധീശത്വം

പുലർത്തുന്നവരുടെയും കാഴ്ചപ്പാടുകളുടെ പ്രതിഫലനമായി മാറി. കാലക്രമേണ പലസ്ഥലങ്ങളിലും പലരൂപങ്ങളിൽ ഉയർന്നുവന്ന വിമോചന പ്രസ്ഥാനങ്ങളുടെ സ്വാധീനം മൂലം സമൂഹത്തിൽ മാത്ര മല്ല കലയിലും സാഹിത്യത്തിലും തങ്ങളുടെ സ്ഥാനമെന്തെന്ന് ചൂഷിത വിഭാഗങ്ങൾ അന്വേഷിക്കാൻ തുടങ്ങി. അതിന്റെ ഭാഗമായി സിനിമയിലേക്കും ഇത് വ്യാപിച്ചു. ഇതിനു തുടക്കം കുറിച്ചത് കറുത്ത വർഗക്കാരെന്നു ചരിത്രം അടയാളപ്പെടുത്തിയ നീഗ്രോ വംശക്കാരാ യിരുന്നു. അത് ആദ്യം ആരംഭിച്ചത് അമേരിക്കയിലായിരുന്നുവെന്നു പറയാം. അവിടെ സിനിമയും ഒരു പ്രതിരോധമായി മാറുകയായി രുന്നു. ഇതിന്റെ ഭാഗമായി ബ്ലാക്ക് ഫിലിം എന്ന് വിളിക്കപ്പെടുന്ന സിനിമകൾ ഉടലെടുത്തു.

കറുത്ത ആളുകളുടെ പങ്കാളിത്തമോ പ്രാതിനിധ്യമോ ഉൾപ്പെടുന്ന സിനിമകളെയാണ് ബ്ലാക്ക് ഫിലിം എന്ന് വിളിക്കാറുള്ളതെങ്കിലും വിശാലമായ അർത്ഥത്തിൽ അവരുടെ വംശീയതയുമായി ബന്ധ മില്ലാത്ത സിനിമകളെ കറുത്ത സിനിമകൾ എന്ന് പറയുക വയ്യ. കാരണം പലപ്പോഴും കറുത്ത ആളുകൾ പങ്കാളിത്തം വഹിക്കുന്ന സിനിമകൾ വെള്ളക്കാരുടെ മനോഭാവത്തെ പ്രതിഫലിപ്പിക്കുന്നുണ്ട് എന്നതുകൊണ്ട് തന്നെ. പത്തൊൻപതാം നൂറ്റാണ്ടിലും ഇരുപതാം നൂറ്റാണ്ടിന്റെ തുടക്കത്തിലും വംശീയ വിവേചനം നിലനിന്നിരുന്നതു കാരണം ഹോളിവുഡ് സിനിമകൾ ആഫ്രിക്കൻ-അമേരിക്കൻ കറുത്ത വംശജരെ ഒഴിവാക്കിയിരുന്നു. മിക്ക അമേരിക്കൻ നിശബ്ദ സിനിമകളിലും ന്യൂനപക്ഷങ്ങളെ വെളുത്തവർ മേക്കപ്പിനാൽ കറു ത്തവരായി അഭിനയിച്ചു പോരുകയാണുണ്ടായത്. ഈ കറുത്ത കഥാ പാത്രങ്ങളുടെ ആദ്യകാല ചലച്ചിത്രങ്ങൾ വളരെ നിന്ദ്യമായിരുന്നു, നീഗ്രോ ജീവിതത്തിന്റെ യാഥാർത്ഥ്യം ചിത്രീകരിക്കാതെ അവരെ വെളുത്തവരെ സേവിക്കുന്ന ഒരാളായോ, കോമാളി അല്ലെങ്കിൽ സ്വവർഗാനുരാഗിയായോ മാത്രം ചിത്രീകരിക്കുന്ന സ്റ്റീരിയോടൈ പ്പുകളായിരുന്നു അത്തരം സിനിമകൾ. ഇതിനെതിരെ കറുത്തവർ ബദൽ സിനിമാശാലകളും സിനിമകളും ആരംഭിച്ചുകൊണ്ടാണ് പ്രതികരിച്ചത്. ഇതോടെ ഏഷ്യൻ-അമേരിക്കൻ സൈലന്റ് സിനിമ പെട്ടെന്നുതന്നെ തകർന്നടിയുകയും കറുത്ത സിനിമ അഭിവൃദ്ധി പ്രാ പിക്കുകയും ചെയ്തു. ഇവ റേസ് സിനിമകളെന്നാണ് അറിയപ്പെട്ടത്.

താമസിയാതെ നിരവധി റേസ് സിനിമകൾ ഉണ്ടായി. അവ ഹോളിവുഡ് സ്റ്റുഡിയോ സംവിധാനത്തിന് പുറത്ത് നിർ മ്മിച്ചതിനാൽ മറ്റുള്ളവരാൽ അവഗണിക്കപ്പെടുകയുണ്ടായി. ഇങ്ങനെ ഏകദേശം അഞ്ഞൂറോളം റേസ് ചിത്രങ്ങൾ നിർമ്മിക്കപ്പെട്ടു.

ഇതിൽ നൂറിൽ താഴെ മാത്രമേ ഇപ്പോൾ അവശേഷിക്കുന്നുള്ളൂ. ഈ ഉദ്ദേശം നിറവേറ്റുന്നതിനായി ഫോട്ടോപ്ലേ കമ്പനി (1910) ലിങ്കൺ മോഷൻ പിക്ചർ കമ്പനി(1916) മൈക്കോക്സ് ഫിലിം ആൻഡ് ബുക്ക് കമ്പനി(1918) എന്നിങ്ങനെ വിവിധങ്ങളായ സിനിമാ കമ്പനികൾ രൂപീകരിക്കപ്പെട്ടു. 1930 കളുടെ പകുതി വരെ യു. എസിലുടനീളം ധാരാളം ബ്ലാക്ക് ഉടമസ്ഥതയിലുള്ള ഫിലിം സ്റ്റുഡിയോകൾ പ്രവർത്തിച്ചിരുന്നു. പരിമിതമായ ബജറ്റിലും ഒട്ടേറെ എതിർപ്പുകൾക്കിടയിലും കൂടിയാണ് ഇവ സിനിമകൾ നിർമ്മിച്ചതെങ്കിലും ചെറിയ തിയേറ്ററുകൾ കറുത്തവരുടെ വീടുകൾ, , പള്ളികൾ, സ്കൂളുകൾ, അർദ്ധരാത്രിയിലും വൈറ്റ് തിയേറ്ററുകളിലെ മാറ്റിനി ഷോകൾ എന്നിവയിലൂടെ ജനകീയമായിത്തന്നെ ഇത്തരം ചിത്രങ്ങൾ പ്രദർശിപ്പിക്കപ്പെട്ടു. The Homesteader (1919), The Green Eyed Monster (1919) Within Our Gates (1920) The Symbol of the Unconquered (1920) Body and Soul (1924), The Emperor Jones (1933) The Green Pastures (1936) Harlem on the Prairie (1937), The Betrayal (1948) Carib Gold (1956) തുടങ്ങിയവയെല്ലാം ഇങ്ങനെ ഉടലെടുത്ത സിനിമകളാണ്.

●

ഇന്ത്യൻ സിനിമയുടെ ജാതി

ഒരു രാഷ്ട്രമെന്ന നിലയിൽ ഇന്ത്യയുടെ സാമൂഹിക വ്യവസ്ഥ, സിദ്ധാന്തത്തിലും പ്രയോഗത്തിലും ജാതി അടിസ്ഥാനമാക്കിയുള്ളതാണ്. ലോകചരിത്രത്തിലെവിടെയും ഇല്ലാത്ത വിധം അടിച്ചമർത്തപ്പെട്ട കീഴാളർ ഇന്നും ജാതീയതയുടെ നികൃഷ്ടമായ ശൃംഖലകൾക്കിടയിലാണ്. വിവാഹം, സാമൂഹിക പദവി, തൊഴിൽ തുടങ്ങിയവയിലെല്ലാം ഇപ്പോഴും ജാതി ഉള്ളടക്കം ചെയ്യപ്പെട്ടിരിക്കുന്നുവെന്നു കാണാം. തൊട്ടുകൂടായ്മയും മറ്റും ഇന്ത്യയിൽ നിരോധിച്ചിട്ടുണ്ടെങ്കിലും, വിവേചനം വ്യാപകമായി നിലനിൽക്കുന്നു. ലോകത്തിലെ ഏറ്റവും പഴയ ഫ്യൂഡൽ സമ്പ്രദായമാണ് ജാതി സമ്പ്രദായം.

ബയോസ്കോപ്പ്, കിനെമാ, കിനെമാസ്കോപ്പ് എന്നീ പേരുകളിൽ 1890 കളുടെ അവസാന വർഷങ്ങളിൽതന്നെ ഇന്ത്യയിൽ സിനിമാപ്രദർശനങ്ങളാരംഭിച്ചിരുന്നു. ഇന്ത്യയിൽ പലേടങ്ങളിലും ജാതിവിവേചനം മറികടന്ന് പൊതുസമൂഹം ഒത്തുകൂടുന്ന സ്ഥലങ്ങളായി സിനിമാപ്രദർശനയിടങ്ങൾ മാറിയിരുന്നു. കീഴാള ജനവിഭാഗങ്ങളുടെ പ്രിയപ്പെട്ട ഇടമായി ഈ പ്രദർശനസ്ഥലങ്ങൾ. ജാതീയമായ വേർതിരിവുകൾ ഉണ്ടായിരുന്നുവെങ്കിലും കുറച്ചു സമയത്തേക്ക് ഉച്ചനീചത്വങ്ങളെ മായ്ച്ചുകളയുന്ന ഇടമായി അവ നിലനിന്നു. ഇതിനോട് സന്ധിചെയ്താണ് സിനിമയും വളർന്നത്. എന്നാൽ വൈകാതെ തന്നെ വരേണ്യതക്ക് പ്രാധാന്യമുള്ള ആഖ്യാനങ്ങളിലൂടെ കീഴാള ജീവിതങ്ങളെ കീഴ്പ്പെടുത്തുന്നതിന് ഇന്ത്യൻ സിനിമയ്ക്ക് സാധിച്ചു.

ഇന്ത്യയിലെ ജാതിവ്യവസ്ഥ സമൂഹത്തിലെ ഒരു വലിയ വിഭാഗത്തിന് അടിസ്ഥാന മനുഷ്യാവകാശങ്ങൾ നിഷേധിക്കുന്നു.

സംവരണത്തിലൂടെ വിദ്യാഭ്യാസ-തൊഴിൽ മേഖലകളിൽ ശാക്തീകരണം ഉണ്ടായെങ്കിലും ചരിത്രപരമായി പാർശ്വവൽക്കരിക്കപ്പെട്ട ഈ വിഭാഗത്തിന് കലാ - സാംസ്കാരിക-സിനിമാ മേഖലയിൽ സമാനമായ ഒരു സ്വാധീനവും ഉണ്ടായില്ല. ഇന്ത്യൻ സിനിമാ വ്യവസായം ഇപ്പോൾ നൂറ് വർഷം പൂർത്തിയാക്കി. എന്നാൽ ഈ ചരിത്രത്തിൽ കീഴാള പ്രമേയങ്ങൾ സിനിമയിൽ കടന്നുവന്ന സന്ദർഭങ്ങൾ തീരെ കുറവാണ്. ഇന്ത്യൻ സിനിമകൾ ഏറെയും അവയുടെ കേന്ദ്രഭാഗത്ത് നഗര, സവർണ്ണ സംവേദനക്ഷമതകളെയാണ് ചിത്രീകരിക്കുന്നത്. അതാകട്ടെ ബ്രാഹ്മണ സംസ്കാരത്തെയും മൂല്യങ്ങളെയും മഹത്വവൽക്കരിക്കുകയാണ്. ബോളിവുഡ് പോലെ തന്നെ ഇതര ഭാഷ സിനിമകളുടെയും രീതി ഇത് തന്നെയാണ്.

ചില പ്രത്യയശാസ്ത്രങ്ങളും ചിന്തകളും ജനങ്ങൾക്കിടയിൽ പ്രചരിപ്പിക്കുന്നതിനുള്ള മാധ്യമങ്ങളുടെ ഏറ്റവും പ്രധാനപ്പെട്ട ഉപകരണങ്ങളിലൊന്നാണ് സിനിമ. സമാന്തര സിനിമാ പ്രസ്ഥാനം കീഴാള പ്രാതിനിധ്യത്തിന്റെ അടിസ്ഥാനത്തിൽ കുറച്ച് സിനിമകൾ സൃഷ്ടിച്ചിട്ടുണ്ടെങ്കിലും അവ കിഴാളതയെ കൃത്യമായി അടയാളപ്പെടുത്തുന്നതിൽ വിജയിക്കുകയുണ്ടായില്ല. ശാരീരികമായി വൃത്തികെട്ടതും വൈകാരികമായി ദുർബലവും ബുദ്ധിപരമായി പൊള്ളയായതുമായ ഒരു കീഴാളനേയോ, ലൈംഗിക ആകർഷകവും അനഭിലഷണീയുമുള്ള ചില കീഴാള സ്ത്രീ ശരീരങ്ങളേയോ മാത്രമാണ് അവയും മുഖ്യധാരാ സിനിമകളെപ്പോലെ കിഴാളരെ അവതരിപ്പിച്ചത്.

ഇന്ത്യൻ സ്വാതന്ത്ര്യത്തിന് മുമ്പ് പുറത്തിറങ്ങിയ ദാദാസാഹിബ് ഫാൽക്കെ സംവിധാനം നിർവ്വഹിച്ച, ഇന്ത്യയിലെ ആദ്യസിനിമയായ രാജാ ഹരിശ്ചന്ദ്ര (1913) എന്ന നിശ്ശബ്ദചലച്ചിത്രം മുതൽ തുടർന്നുണ്ടായ കാളിയമർദ്ദൻ (1921), ഭക്തപ്രഹ്ലാദ് (1929) തുടങ്ങിയ സിനിമകളിലേറെയും ലിഖിതമോ അലിഖിതമോ ആയ മിത്തുകളാണെന്നുകാണാം. അവയിലാകട്ടെ പൊതുവായ ഒരു ഹിന്ദു സമൂഹം ദൃശ്യമാകുന്നുമുണ്ട്. ഇത്തരം പുരാണ കഥാഖ്യാനങ്ങൾ ആത്മീയ ആവിഷ്കാരങ്ങൾ എന്നതിനപ്പുറം ദേശീയതയുടെ സ്വത്വ നിർമ്മിതിയുമായി ബന്ധപ്പെട്ടാണ് നിൽക്കുന്നത്. ചെറുസമൂഹങ്ങൾ, വിവിധ സംസ്കാരങ്ങൾ, കീഴാളർ, സ്ത്രീകൾ തുടങ്ങിയവയെല്ലാം ഈ ദേശീയ സ്വത്വത്തിന് പുറത്താണ്.

ദേശീയപ്രസ്ഥാനം, അയിത്തോച്ചാടനം, മിശ്രഭോജനം തുടങ്ങിയ പുരോഗമന പ്രവർത്തനങ്ങൾ ഉണ്ടായിട്ടും ഇന്ത്യൻ സമൂഹം ജാതിചര്യകളിൽ മുങ്ങിക്കിടക്കുകയാണ്. തികച്ചും സാധാരണവും ഒഴിച്ചു നിർത്താൻ കഴിയാത്തതുമായ ഒന്നായിട്ടാണ് ജാതീയത

കണക്കാക്കപ്പെട്ടിരിക്കുന്നത്. ഇന്ത്യൻ സമൂഹത്തിൽ നൂറ്റാണ്ടുകളായി ആഴത്തിലുള്ള സ്വാധീനവും അധികാരവുമുള്ള ജാതിക്ക് മറ്റേതൊരു സാംസ്കാരികവിനിമയ രൂപത്തിലുമെന്ന പോലെ സിനിമയിലും സ്വാധീനം ചെലുത്താൻ കഴിഞ്ഞിട്ടുണ്ട്. ഇതാകട്ടെ ജാതീയതയെ ജനമനസ്സുകളിൽ ഊട്ടിയുറപ്പിക്കാൻ തന്നെയാണ് പലപ്പോഴും ശ്രമിച്ചിട്ടുള്ളത്. എങ്കിലും ജാതീയതയെ പ്രതിരോധിച്ച സിനിമകളും ഉണ്ടായിട്ടുണ്ട്. എന്നാൽ ഈ സിനിമകൾക്ക് ഏറെയൊന്നും ജാതി യാഥാർഥ്യത്തെക്കുറിച്ചുള്ള അവബോധം പ്രേക്ഷകനിൽ സൃഷ്ടിക്കാൻ വലിയ തോതിൽ സാധിച്ചിട്ടുമില്ല. സമൂഹത്തിന്റെ ദൈനംദിന ജീവിതങ്ങളെന്നവണ്ണം സിനിമ പകർത്തിയത് ജാതി, മത, ലിംഗ ബന്ധങ്ങളിലധിഷ്ഠിതമായ വ്യവഹാരങ്ങളെയാണ്. ജാതീയത നന്നായി പരിപാലിക്കപ്പെടുന്ന ഇന്ത്യൻ സിനിമാവ്യവസായത്തിന്റെ ഉത്പന്നങ്ങൾ എന്ന നിലയിൽ, ഇന്ത്യൻ സിനിമകൾ ജാതിമുദ്രകൾ പേറുന്നില്ലെങ്കിലേ അത്ഭുതമുള്ളൂ.

ജാതി ചോദ്യം ചെയ്യപ്പെടേണ്ട ഒന്നായല്ല സിനിമകളിൽ അവതരിപ്പിക്കപ്പെടുന്നത്. മറിച്ച് ഇന്ത്യൻ സാമൂഹ്യജീവിതത്തിന്റെ അടിസ്ഥാനശിലയാണതെന്ന സനാതന കാഴ്ച്ചപ്പാടാണ് സിനിമകൾ പുലർത്തുന്നത്. ജാതി തികച്ചും സാധാരണമായ ഒന്നായി കണക്കാക്കപ്പെട്ടു. ഇരുപതാം നൂറ്റാണ്ടിന്റെ ആദ്യദശകങ്ങളിൽ ഇന്ത്യൻ സമൂഹത്തിലെ ജാതിചര്യകളെ ചോദ്യം ചെയ്യാനുള്ള ചില ശ്രമങ്ങൾ ആദ്യകാലസിനിമ നടത്തിയിരുന്നു. ജാതിയെക്കുറിച്ചുള്ള വ്യത്യസ്ത ചിന്തയുമായി പിറന്ന ആദ്യത്തെ സിനിമ ഫ്രാൻസ് ഓസ്റ്റൻ സംവിധാനം ചെയ്ത അച്യുത് കന്യ (1936) യായിരുന്നു. റെയിൽവേ ഗാർഡിന്റെ മകളും അയിത്തക്കാരിയുമായ കസ്തൂരിയും (ദേവികാറാണി) ബ്രാഹ്മണനായ മോഹനനും(അശോക് കുമാർ) തമ്മിലുള്ള പ്രണയമാണ് സിനിമയുടെ പ്രമേയം. ജാത്യാതീതമായ ഈ പ്രണയത്തെ സമൂഹം പരാജയപ്പെടുത്തുന്നിടത്ത് സിനിമ അവസാനിക്കുന്നു.

പാൻഘട്ടം (മഹേഷ് ചന്ദ്ര, കെ. ജെ. പാമർ /1943) ചർച്ച ചെയ്തതും ജാതി പ്രശ്നം തന്നെയായിരുന്നു. പല ജാതികളിൽപെട്ട അയൽവാസികൾക്ക് വെള്ളമെടുക്കുന്നതിനായി സ്വന്തം ചെലവിൽ കിണർ കുഴിക്കുന്ന ദുർഗാപ്രസാദ് ചതുർ വേദിയുടെ മരണശേഷം മകനായ ജമുനാപ്രസാദ് താഴ്ന്ന ജാതിയിൽ പെട്ടവർ കിണറിൽ നിന്ന് വെള്ളമെടുക്കുന്നത് തടയുന്നു. രണ്ടു തലമുറയുടെ വ്യത്യസ്തമായ സാമൂഹിക സമീപനം ഈ സിനിമ കാഴ്ചവയ്ക്കുന്നു.

സുജാത (ബിമൽ റോയ് 1959) അദീർ (സുനിൽ ദത്ത്) എന്ന ബ്രാഹ്മണ യുവാവും കീഴാള വിഭാഗത്തിൽപ്പെടുന്ന സുജാതയും

(നൂതൻ) തമ്മിലുള്ള പ്രണയത്തിലൂടെ ഇന്ത്യയിലെ ജാതിവ്യവസ്ഥകളിലേക്ക് കടന്നു ചെന്നു. ബ്രാഹ്മണ ദമ്പതികളായ ഉപനും ചാരുവും അനാഥരായ സുജാതയെ വളർത്തുന്നു. ദത്തെടുത്ത കുട്ടിയോട് ഉപേന് ഇഷ്ടമാണെങ്കിലും, ഭാര്യ ചാരുവിനും അമ്മയ്ക്കും ഒരിക്കലും സുജാതയെ പൂർണ്ണമായി ഉൾക്കൊള്ളാൻ കഴിയുന്നില്ല. കാരണം സുജാത തൊട്ടുകൂടാത്ത ആളാണ്. സുജാത ബ്രാഹ്മണയല്ലെന്ന് അവർ എപ്പോഴും ഓർമ്മിപ്പിക്കുന്നു. ഒരു ദിവസം ഉപന്റെ ഭാര്യ ചാരുവിന് അപകടം സംഭവിക്കുകയും അവരെ ആശുപത്രിയിൽ എത്തിക്കുകയും ചെയ്യുന്നു. ചാരുവിനെ രക്ഷിക്കാൻ അപൂർവ രക്തം ആവശ്യമായി വരുമ്പോൾ സുജാതയുടെ രക്തം മാത്രമേ പൊരുത്തപ്പെടുന്നുള്ളൂ, അവൾ രക്തം ദാനം ചെയ്യുന്നു. തന്റെ ജീവൻ രക്ഷിച്ചത് സുജാതയാണെന്ന് ഉപന്റെ ഭാര്യ അറിയുമ്പോൾ, സ്വന്തം തെറ്റുകൾ മനസിലാക്കി അവളെ മകളായി സ്വീകരിക്കുന്നു.

നിതിൻ ബോസിന്റെ ചണ്ഡിദാസ് (1934) കവി ചണ്ഡിദാസിന്റെ ജീവിതപ്രശ്നങ്ങളെ അടിസ്ഥാനമാക്കിയതാണ്. പതിനഞ്ചാം നൂറ്റാണ്ടിലെ കവിയായ ചണ്ഡിദാസ്, ജാതി, തൊട്ടുകൂടായ്മ, സമൂഹത്തിലെ കാപട്യം എന്നിവയ്ക്കെതിരായ പോരാട്ടത്തിന്റേയും അയാളുടെ പ്രണയത്തിന്റേയും കഥയാണ്. മറാത്തിയിലും ഹിന്ദിയിലും നിർമ്മിച്ച വി. ശാന്താറാമിന്റെ ധർമ്മമ്മ (1935) തൊട്ടുകൂടായ്മ, സമത്വം, മാനവികത എന്നിവയുമായി ബന്ധപ്പെട്ട സാമൂഹിക അനീതികളെക്കുറിച്ച് പരാമർശിക്കുന്നുണ്ട്. പുരോഗമനകാഴ്ചപ്പാടുകളും അംബേദ്കറിനെ പോലെയുള്ള നേതാക്കളുടെ ആശയങ്ങളും അമ്പതുകളിലെ ഇന്ത്യൻ സിനിമയിൽ ജാതിക്കെതിരെയുള്ള പ്രമേയങ്ങൾ ആവിഷ്കരിക്കപ്പെടാൻ കാരണമായിരുന്നു. എന്നാൽ പിന്നീടുള്ള ഇന്ത്യൻ സിനിമ ജാതിപ്രശ്നത്തെ കൈയ്യൊഴിഞ്ഞു.

നായകരുൾപ്പെടെ സിനിമയിൽ അധീശത്വം പുലർത്തുന്ന പ്രധാനകഥാപാത്രങ്ങളെല്ലാം ഉയർന്ന ജാതിയിൽ നിന്നുള്ളവരായിമാറിയതടക്കം ജീവിതരീതി, ഭാഷ, ഭക്ഷണം, വസ്ത്രധാരണം എന്നിവയിലൊക്കെ ഇന്ത്യൻ സിനിമയുടെ നടപ്പുരീതികളിൽ ജാതിമുദ്രകൾ കണ്ടെത്താം. സിനിമയുടെ സൃഷ്ടാക്കളായ നിർമ്മാതാക്കൾ, തിരക്കഥാകൃത്തുക്കൾ, സംവിധായകർ, താരങ്ങൾ തുടങ്ങിയവരിൽ ഭൂരിപക്ഷവും ഉന്നതജാതിശ്രേണിയിൽ നിന്നുള്ളവരാണ് ഇന്നും ഇന്ത്യൻ സിനിമാരംഗത്ത്. ഇതുകൊണ്ട് കൂടിയാവാം ജാതിയുടെ സ്വാധീനത്തെ അപഗ്രഥിക്കുന്ന സിനിമകൾ ഇന്നും ഉണ്ടാകാത്തത് എന്ന തരത്തിലുള്ള നിരീക്ഷണങ്ങൾക്കും പ്രസക്തിയുണ്ട്. തങ്ങൾക്കുണ്ടായ അനുഭവങ്ങളെ മുൻനിർത്തി, ജാതിവിവേചനം നിലനിൽക്കുന്നുണ്ടെന്ന്

പ്രശസ്തരായ ഇന്ത്യൻ ചലച്ചിത്രപ്രവർത്തകർ പറയുന്നതിനേയും അവഗണിച്ചുകൂടാ.

കേരളത്തെ സംബന്ധിച്ചിടത്തോളം ജന്മി/നാട്ടുവാഴിത്ത സമൂഹത്തിൽ കലകളും ജാത്യാധിഷ്ഠിതമായിരുന്നു. സവർണതക്കിടയിൽ കൂത്തമ്പലങ്ങളും കൊട്ടാരങ്ങളും ഉണ്ടായപ്പോൾ കീഴാളരുടെ കലാവേദികൾ വയലുകളും പറമ്പുകളുമായിരുന്നു. പൊതു എന്ന് വ്യവഹരിക്കാവുന്ന ഇടങ്ങളോ, വേദികളോ ഉണ്ടായിരുന്നില്ല. ക്രമേണ ക്ലാസിക്ക് (സവർണ്ണം) ഫോക് (കീഴാളം) എന്നിങ്ങനെ കലകളിൽ വിഭജനം സൃഷ്ടിച്ചു. അതായത് ഉടമകളുടെയും അടിമകളുടെയും വിഭിന്ന കലകൾ! കീഴാള കലകൾക്ക് ശാസ്ത്രീയതയും കലാസൗന്ദര്യവും കല്പിക്കപ്പെടാതെ പോയി.

പിൽക്കാലത്ത് നാടകം ഉടലെടുത്തപ്പോൾ പൊതുവേദികൾ ആവശ്യമായിവന്നു. അടിസ്ഥാന, വിഭാഗങ്ങളെയാണ് നാടകവേദി ലക്ഷ്യമിട്ടത്. ഇപ്രകാരമുള്ള കലാസംസ്കാരമാണ് ആദ്യപൊതുമണ്ഡലം ആവിഷ്കരിച്ചതെന്നു പറയാം. നാടകം സിനിമക്ക് വഴിമാറിയപ്പോൾ നിരക്ഷരർക്കും പ്രാപ്യമായ കല എന്ന നിലയിൽ കൂടുതൽ ജനാധിപത്യപരമായിത്തീർന്നു. സിനിമ മാത്രമല്ല അതിന്റെ പ്രദർശന വേദികളും പൊതുമണ്ഡലത്തിന്റെ ഘടകമായി മാറി. മലയാളത്തിലെ ആദ്യ സിനിമയായ വിഗതകുമാരൻ ഇന്ത്യയിലെ ആദ്യ ചിത്രത്തിൽ നിന്നും വ്യത്യസ്ഥമായി ഒരു സാമൂഹിക സിനിമ എന്നു പറയാമെങ്കിലും അതിന് ജാതീയതയുടെ നീരാളിപ്പിടുത്തത്തിൽ നിന്നും വിമോചിതമാവാൻ കഴിഞ്ഞില്ല.

കീഴാള ജനതക്കുമേൽ ലൈംഗികവും അല്ലാത്തതുമായ പീഡനങ്ങളും അയിത്തവും ജാതിമതിലുകളും നിലനിൽക്കുന്ന ഒരു രാജ്യത്ത് കീഴാള പ്രശ്നങ്ങളെക്കുറിച്ച് സിനിമകളുണ്ടായില്ല എന്നത് ഇന്ത്യൻ സിനിമയുടെ ജാതീയ മേധാവിത്വത്തെത്തന്നെയാണ് കാണിക്കുന്നത്. ചരിത്രത്തിന്റേയും സമൂഹത്തിന്റേയും ഇരുൾ വഴികളിൽ മനപ്പൂർവ്വം തള്ളപ്പെട്ട ഒരു ജനതയെ ഇനിയെന്നാണ്, അവരെ ഏറ്റവും സ്വാധീനിക്കുന്ന സിനിമയെന്ന കലാരൂപത്തിൽ ഫലപ്രദമായി ആവിഷ്കരിക്കുക എന്ന ചോദ്യത്തിനുള്ള ഉത്തരം ഇനിയും വിദൂരതയിലാണ്.

●

നവോത്ഥാനം അലകളുയർത്തിയിട്ടും (1928-39)

അരനൂറ്റാണ്ടുകാലം കേരളീയ സമൂഹത്തെ വിചാര വിപ്ലവത്താൽ മാറ്റിമറിച്ചുകൊണ്ടിരുന്ന നവോത്ഥാനപ്രവർത്തനങ്ങളുടെ അവസാന പാദത്തിലാണ് (1928) കേരളത്തിൽ ആദ്യത്തെ സിനിമയായ വിഗതകുമാരൻ പ്രദർശിപ്പിക്കപ്പെടുന്നത്. ലോകസിനിമ ജനിച്ചിട്ട് അപ്പോഴേക്കും മുപ്പത്തിയെട്ട് വർഷങ്ങൾ പൂർത്തീകരിച്ചിരുന്നു. ലോകത്താകമാനം സിനിമ, കൗതുകവും വിസ്മയവുമായി വളർന്നുകൊണ്ടിരുന്ന ആ കാലഘട്ടത്തിൽ, മലയാളിയെ സംബന്ധിച്ചിടത്തോളം ആദ്യസിനിമ എതിർപ്പുകൾ മൂലം പ്രദർശിപ്പിക്കപ്പെടാതെപോയ ചരിത്ര ശേഷിപ്പായി മാറി.

കേരളത്തിൽ നവോത്ഥാനം പ്രചരിപ്പിച്ചിരുന്ന ആശയങ്ങളും കാഴ്ചവച്ചിരുന്ന പ്രവർത്തനങ്ങളും അതുവരെ സമൂഹത്തിൽ നിലനിന്നിരുന്ന ആചാരാനുഷ്ഠാനങ്ങളുടെയും ജാതീയവിചാരങ്ങളുടെയും നിരാസത്തിലൂന്നുന്നവയായിരുന്നു. എല്ലാ ജാതിമതപരിസരത്തെയും അവയുടെ ഉള്ളടരുകളെയും നവോത്ഥാനപ്രസ്ഥാനങ്ങൾ അത്യന്തം ക്ഷോഭജനകമായിത്തന്നെ ചോദ്യം ചെയ്തു. ചാന്നാർസ്ത്രീകൾ തങ്ങളുടെ മാറ് മറച്ചുകൊണ്ട്, മാനം കാക്കാൻ നടത്തിയ നീണ്ട സമരങ്ങളും ആരാധനാവകാശത്തിനായി കാഹളമൂതിക്കൊണ്ടു കേരളത്തിന്റെ സമസ്ത സാമൂഹിക മണ്ഡലങ്ങളെയും അടിമുടിപരിഷ്ക്കരിക്കുന്നതിനു ആഹ്വാനം നടത്തുകയും ചെയ്തുകൊണ്ടു പിൽക്കാലത്തു പടർന്നു പന്തലിച്ച ശ്രീനാരായണ ചിന്തയും , തങ്ങൾക്കുകൂടി അവകാശപ്പെട്ടതാണെന്ന പൊതുവാക്കു എന്ന പൊതുബോധം

സൃഷ്ടിച്ചുകൊണ്ട് മുന്നേറിയ അയ്യൻകാളിയുടെ നേതൃത്വത്തിൽ നടന്ന കീഴാളസമരങ്ങളുടെയും നമ്പൂതിരിസമുദായങ്ങളിലെ നവോദയങ്ങളുടെയും ആകെത്തുക, ജാതീയതയെ മറികടന്നുകൊണ്ടുള്ള മാനവികതാ ദർശനമായിരുന്നു. 1924ലെ വൈക്കം സത്യാഗ്രഹത്തിലെത്തുമ്പോഴേക്കും അത് ജാതീയതയുടെ പൊള്ളത്തരത്തെ നഖശിഖാന്തം എതിർക്കാൻ പര്യാപ്തമായതായി കാണാം.

സാമുദായിക സംഘാടനം വഴി ജനകീയമായിത്തീർന്ന നവോത്ഥാന പ്രസ്ഥാനങ്ങൾ സ്വന്തം സമുദായ പരിഷ്കരണത്തോടൊപ്പം തന്നെ, അതിന്റെ അതിർവരമ്പുകൾ ഭേദിക്കുന്നതിനും അത് ശ്രദ്ധിച്ചിരുന്നു. ഇന്ത്യൻ പരമ്പര്യത്തിന്റെ ഉത്കൃഷ്ടതകളും ആധ്യാത്മിക ചിന്തകളും ഉയർത്തിപ്പിടിച്ചുകൊണ്ട് വികസിച്ച നവോത്ഥാന പ്രസ്ഥാനങ്ങൾ1930 കളിൽ എത്തുമ്പോഴേക്കും ശാസ്ത്രചിന്തയും സ്വാതന്ത്ര്യബോധവും ഉൾച്ചേർക്കാൻ യത്നിക്കുന്നതായി കാണാം. മുപ്പതുകളിൽ അടിവേരുകളാഴ്ത്തിത്തുടങ്ങിയ യുക്തിവിചാരവും കമ്യൂണിസ്റ്റ് ചിന്തകളും കേരളീയ നവോത്ഥാനത്തിന്റെ ആദ്യപാദങ്ങൾ ഉടച്ചുവാർത്തുതുടങ്ങിയിരുന്നു. ആധുനിക വിദ്യാഭ്യാസത്തെ അംഗീകരിക്കുന്ന ഒരു വിഭാഗവും ഇക്കാലയളവിൽ ഉയർന്നു വന്നു. അതിന്റെ ചില സൂചനകൾ അക്കാലത്തെ സാഹിത്യത്തിൽ കാണാം. (ഇന്ദുലേഖ)

നവോത്ഥാനത്തിന്റെ അടിസ്ഥാനധാരയായി ജാതി-മതാതീതമായ മാനവികതാ ദർശനങ്ങൾ ഉയർന്നിരുന്നുവെങ്കിലും ആ മാറ്റങ്ങളെ മനുഷ്യത്വപരമായി ഉൾക്കൊള്ളാനും അംഗീകരിക്കാനും തയ്യാറാകാത്ത വലിയൊരു ജനവിഭാഗം ഉണ്ടായിരുന്നു. അത് കീഴാളരിലും മേലാളരിലും ഒരുപോലെ പ്രവർത്തിച്ചു വന്നു. ഒരുകൂട്ടർ വിധിഹിതമെന്നോ ദൈവ ഹിതമെന്നോ എണ്ണി തങ്ങൾ തുടർന്ന് വന്നിരുന്ന അടിയാള ജീവിതത്തെ അതേപടി മുന്നോട്ടു കൊണ്ടുപോകാൻ ശ്രമിച്ചപ്പോൾ, മറ്റേക്കൂട്ടരാകട്ടെ മാറ്റങ്ങളെ അടിച്ചമർത്താൻ ശ്രമിച്ചു. അധികാരം നഷ്ടപ്പെട്ടുമെന്ന് ഭയന്ന് നവോത്ഥാനത്തിന്റെ ശത്രുക്കളായി. ഇത് രണ്ടും നവോത്ഥാന മൂല്യങ്ങളെ മുന്നോട്ടു കൊണ്ടുപോകുന്നതിന് തടസ്സം സൃഷ്ട്ടിച്ചു.

ഈ വൈരുധ്യങ്ങൾ സാമൂഹിക പരിഷ്കരണത്തിന്റെ മേഖലകളിൽ മാത്രമല്ല ഇതര കലാ സംസ്കാര ജീവിതത്തിലേക്കും പടർന്നു. നവോത്ഥാന സന്ദേശങ്ങൾ ഉയർത്തിയ നാടകങ്ങൾ പോലുള്ള കലാരൂപങ്ങൾ തടയപ്പെട്ടുക സ്വാഭാവികമാണെങ്കിലും അത്തരം ചിന്തകൾ പങ്കുവയ്ക്കാത്ത കലകൾകൂടി പ്രതിരോധിക്കപ്പെട്ടു എന്നതാണ് വാസ്തവം. പാരമ്പര്യത്തിൽ നിന്നും ഒഴിഞ്ഞു മാറാൻ തയ്യാറല്ലാതിരുന്ന ഒരു വിഭാഗത്തിന് തന്നെയായിരുന്നു അപ്പോഴും

കേരളീയ സമൂഹത്തിൽ ആധിപത്യവും അധികാരവും ഉണ്ടായിരുന്ന തെന്നാണ് മലയാളത്തിലെ ആദ്യ സിനിമയായ വിഗതകുമാരന്റെ ദുരനുഭവങ്ങൾ വെളിവാകുന്നത്.

വിഗതകുമാരൻ, ജെ.സി. ഡാനിയേൽ (1928)

മലയാളത്തിലെ ആദ്യചിത്രമായ വിഗതകുമാരന്റെ ജനയിതാവ് ശ്രീ ജെ. സി. ഡാനിയലാണ്. സിനിമയുടെ സംവിധാനവും നിർമ്മാണവും ഛായാഗ്രഹണവും നായകവേഷവും അദ്ദേഹം തന്നെ നിർവഹിച്ചു. 1893 ഏപ്രിൽ 19-ന് അഗസ്തീശ്വരത്ത് ജനിച്ച ജെ. സി ഡാനിയേൽ, നന്നേ ചെറുപ്പത്തിലെ സിനിമയോടും ആയോധന കലകളോടും ആഭിമുഖ്യം പുലർത്തിയിരുന്നു. അദ്ദേഹം, സ്കൂൾ ഫുട്ബോൾ ടീമിന്റെ ക്യാപ്റ്റനും, അത്ലറ്റിക്, ആയോധനകലകളിൽ എന്നിവയിൽ അതീവ താല്പര്യം ഉള്ള ആളുമായിരുന്നു. 1915 ൽ തന്റെ ഇരുപത്തിരണ്ടാം വയസ്സിൽ ഇന്ത്യൻ ആർട്ട് ഓഫ് ഫെൻസിംഗ് ആന്റ് വാൾ പ്ലേ (Indian Art of Fencing and Sword Play) എന്ന പേരിൽ ഒരു പുസ്തകം പ്രസിദ്ധീകരിച്ചു. ആ ആയോധനകലയെ ക്കുറിച്ച് ഒരു മണിക്കൂർ ദൈർഘ്യമുള്ള സിനിമ നിർമ്മിക്കാനാണ് അദ്ദേഹം ആദ്യം പദ്ധതിയിട്ടത്.

വിദ്യാഭ്യാസത്തിനുശേഷം ചലച്ചിത്ര സാങ്കേതികവിദ്യ പഠിക്കാൻ മദ്രാസിലേക്ക് പോയ അദ്ദേഹത്തിന് അവിടുത്തെ സ്റ്റുഡിയോകളിൽ പ്രവേശിക്കാൻ പോലും അനുമതി ലഭിച്ചില്ല. തുടർന്ന് മുംബയിൽ എത്തിയാണ് അദ്ദേഹം ചലച്ചിത്രസംവിധാനം പഠിച്ചത്. അദ്ദേഹം മടങ്ങിയെത്തിയപ്പോൾ നെയ്യാറ്റിൻകരയിൽ കുടുംബാവകാശമായി ലഭിച്ച108 ഏക്കർ വിഹിതം 30, 000 രൂപയ്ക്ക് വിറ്റ് മുംബൈയിലേക്ക് പോയി സ്റ്റുഡിയോ ഉപകരണങ്ങൾ വാങ്ങി. പിന്നീട് കൂടുതൽ ഭൂമിവിറ്റ് 40, 000 രൂപകൂടി സംഘടിപ്പിച്ച് കൊൽക്കത്തെയിൽ പോയി ഛായാഗ്രഹണ ഉപകരണങ്ങളും വാങ്ങി. ട്രാവൻകൂർ നാഷണൽ പിക്ചേഴ്സ് തിരുവനന്തപുരത്ത് സ്ഥാപിച്ചുകൊണ്ട് അദ്ദേഹം കേരളത്തിലെ ആദ്യത്തെ സിനിമാ സ്റ്റുഡിയോ സംരഭത്തിന് തുടക്കം കുറിച്ചു.

തന്റെ പ്രോജക്റ്റ് സാക്ഷാത്കരിക്കാൻ വേദനാജനകമായ ധാരാളം കഷ്ടപ്പാടുകൾ ഡാനിയേലിന് നേരിടേണ്ടിവന്നു. സിനിമയിലഭിനയിക്കാൻ ഒരു സ്ത്രീയെ ലഭിക്കുക എന്നത് അക്കാലത്ത് വലിയൊരു വെല്ലുവിളിയായിരുന്നു. നാടകവേദിയിൽ പോലും പുരുഷന്മാർ അഭിനയിച്ച ഒരു കാലഘട്ടമായതിനാൽ, ബോംബെയിൽ നിന്ന് തന്റെ സിനിമയിൽ 5000 രൂപ നിരക്കിൽ അഭിനയിക്കാൻ

ലാന എന്ന നടിയെ കൊണ്ടുവരികയും തിരുവനന്തപുരം പേട്ട റെയിൽവേ സ്റ്റേഷനിൽ എത്തിയപ്പോൾ, താമസ സ്ഥലത്തേക്ക് പോകാൻ കാറില്ലാത്തതിന്റെ പേരിൽ പുറത്തേക്കിറങ്ങാൻ അവൾ വിസമ്മതിച്ചു. അക്കാലത്ത് കാറുകൾ വളരെ അപൂർവമായിരുന്നുവെന്നും നഗരത്തിൽ മഹാരാജാവിനോ വലിയ ബിസിനസുകാർക്കോ മാത്രമാണ് സ്വന്തമായി കാർ ഉണ്ടായിരുന്നത്. ഒടുവിൽ ഒരു വ്യവസായിയുടെ കാർ വാടകക്കെടുത്താണ് അദ്ദേഹം നടിയെ താമസ സ്ഥലത്തെത്തിച്ചത്..

എന്നാൽ ആ വീട്ടിൽ താമസിക്കാൻ അവർ കൂട്ടാക്കിയില്ല. അവർ വഴിയിൽകണ്ട തിരുവിതാംകൂർ രാജാവിന്റെ കൊട്ടാരം പോലെയുള്ള വീട് ആവശ്യപ്പെട്ടു. അതിന് തയ്യാറാവാത്തതിനെ തുടർന്ന് അവർ തിരിച്ചുപോയി. പുതിയൊരു നടിക്കായുള്ള തിരച്ചിലാണ് റോസിയിൽ അദ്ദേഹത്തെ എത്തിച്ചത്. നാലു ലക്ഷത്തോളം രൂപകൊണ്ടാണ് വിഗതകുമാരൻ പൂർത്തിയാക്കിയത്. ചിത്രീകരണം പൂർണമായും കേരളത്തിലായിരുന്നു.

നവോത്ഥാന ചിന്തകളുടെ നേരിയ സ്വാധീനം ഈ ചിത്രത്തിൽ ഉണ്ടെന്നുപറയാം. വിദ്യാഭ്യാസം, തൊഴിൽ, കൂലി എന്നിങ്ങനെ ചില പ്രശ്നങ്ങൾ സിനിമയിൽ കടന്നു വരുന്നുണ്ടെന്ന് അതിന്റെ പ്രമേയം വെളിവാക്കുന്നു. ഒരു ധനിക കുടുംബത്തിലെ സഹോദരനാണ് ചന്ദ്രകുമാറും സരോജവും. ചന്ദ്രകുമാറിനെ ബാല്യത്തിൽ തന്നെ ഭൂതനാഥൻ എന്നൊരാൾ തട്ടിക്കൊണ്ടുപോകുന്നു. അങ്ങനെ ചന്ദ്രകുമാർ സിലോണിലെത്തുന്നു. കാലക്രമേണ അയാൾ ഒരു ബ്രിട്ടീഷ് കമ്പനിയിൽ ഉദ്യോഗസ്ഥനാവുന്നു. ഈ സമയത്ത് ചന്ദ്രകുമാറിന്റെ ഒരു അകന്ന ബന്ധുവായ ജയചന്ദ്രൻ സിലോണിൽ എത്തിച്ചേരുന്നു. അയാളും ചന്ദ്രകുമാറും യാദൃശ്ചികമായി കണ്ടുമുട്ടുകയും തിരിച്ചറിയുകയും ചെയ്യുന്നു. ജയചന്ദ്രൻ വഴി ചന്ദ്രകുമാർ കേരളത്തിൽ എത്തുകയും സഹോദരി സരോജത്തെ അയാൾക്ക് വിവാഹം ചെയ്തു കൊടുക്കുകയും ചെയ്യുന്ന ശുഭപര്യാവസാനിയായ വൃത്താന്തമായി മാറുന്നു വിഗതകുമാരൻ. വിദ്യാഭ്യാസവും കൂലി കിട്ടുന്നതൊഴിലും വ്യക്തികളെ കൂടുതൽ ഉന്നതിയിലേക്കെത്തിക്കുമെന്ന് നായക കഥാപാത്രത്തിലൂടെ സിനിമ മുന്നോട്ടു വയ്ക്കുന്നുണ്ട്. മറ്റുള്ളവരുമായുള്ള സഹവാസവും പുതിയ ലോകങ്ങൾ നൽകുന്ന തിരിച്ചറിവും വ്യക്തിത്വ രൂപീകരണത്തിനും അതുവഴി സമൂഹത്തിന്റെ പുരോഗതിക്കും കാരണമാവുമെന്നും ചിത്രം സൂചന നൽകുന്നുണ്ട്.

വിഗതകുമാരൻ 1928 നവംബർ 7ന് തിരുവനന്തപുരം ക്യാപ്പിറ്റോൾ തീയേറ്ററിലാണ് പ്രദർശിപ്പിക്കപ്പെട്ടത് (ഇന്നത്തെ ഏജീസ്

ഓഫീസിനെതിർവശം) അവിടെ ജനാവലി തടിച്ചുകൂടിയിരുന്നത് സിനിമ കാണാനായിരുന്നില്ല, ആദ്യപ്രദർശനം തടയാനായിരുന്നു! സിനിമയിലെ നായികയെ അവതരിപ്പിച്ച റോസി എന്ന നടി ഒരു കീഴാളസ്ത്രീ ആയതായിരുന്നു കാരണം. സംഘർഷത്തെ തുടർന്ന് സിനിമ പ്രദർശിപ്പിക്കാനായില്ല. (ഈ വിഷയം പ്രമേയമാക്കിയ താണ് കമലിന്റെ സെല്ലുലോയിഡ് (2013) എന്ന സിനിമ.)

ചിത്രം പ്രദർശിപ്പിക്കാൻ കഴിയാതായതോടെ ദാനിയേൽ കടബാദ്ധ്യതകളിൽ മുങ്ങി. സ്റ്റുഡിയോയും സാങ്കേതിക ഉപകരണ ങ്ങളും വിറ്റു. മാനസികമായും സാമ്പത്തികമായും തകർന്നു പോയ 'മലയാള സിനിമയുടെ പിതാവിന്' കേരളം തന്നെ വിടേണ്ട അവസ്ഥ ഉണ്ടായി. ജീവിക്കാൻ നിവൃത്തിയില്ലാതെ അഗസ്തീശ്വരത്തേക്ക് മടങ്ങി. ഉപജീവനത്തിന് ദന്തചികിത്സകനാകാൻ തീരുമാനിച്ച ദാനിയേൽ മുംബെയിലും ചെന്നൈയിലുമായി ഇതിനുവേണ്ടി പഠനം നടത്തി. മദിരാശി നെയ്യാറ്റിൻകര, കാരക്കുടി, അഗസ്തീശ്വരം എന്നി വിടങ്ങളിൽ ദന്താശുപത്രികൾ നടത്തി.

സംസ്ഥാന സർക്കാർ അവശകലാകാരൻമാർക്കായി 300 രൂപ പെൻഷൻ ആദ്യമായി ഏർപ്പെടുത്തിയപ്പോൾ അപേക്ഷകരുടെ പട്ടികയിൽ ദാനിയേലുമുണ്ടായിരുന്നു. പക്ഷെ സൂക്ഷ്മപരിശോധ നയിൽ മലയാളസിനിമയുടെ പിതാവിന്റെ അപേക്ഷ തള്ളപ്പെട്ടു! നിശ്ശബ്ദചിത്രമായതിനാൽ വിഗതകുമാരനെ മലയാളസിനിമയായി പരിഗണിക്കാനാവില്ലെന്നും ദാനിയേലിന്റെ സ്വദേശം അഗസ്തീശ്വര ത്തായതിനാൽ അദ്ദേഹത്തിന്റെ മാതൃഭാഷ മലയാളം തന്നെയാണോ എന്നത് സംശയകരമാണെന്നും പരിശോധനാസമിതി വിലയിരു ത്തി. വസ്തുതകൾ ബോധിപ്പിക്കാൻ ദാനിയേൽ നടത്തിയ ശ്രമവും പരാജയപ്പെട്ടു.

സ്വന്തമായുണ്ടായിരുന്നതെല്ലാം സിനിമക്കു വേണ്ടി നഷ്ടപ്പെ ടുത്തിയ ദാനിയേൽ 1975ൽ അന്തരിച്ചു. വർഷങ്ങൾക്കുശേഷം അദ്ദേഹത്തിന്റെ വിധവ ജാനറ്റ് ദാനിയേലിന് സർക്കാർ പെൻഷൻ അനുവദിച്ചു. സ്വന്തമായുണ്ടായിരുന്നതെല്ലാം സിനിമയ്ക്കായി നഷ്ടപ്പെ ടുത്തിയ അദ്ദേഹം 1975ൽ അന്തരിച്ചു. അദ്ദേഹത്തിന്റെ സ്മരണാർ ത്ഥം 1992 മുതൽ മലയാള സിനിമാലോകത്തെ ഏറ്റവും ഉയർന്ന പുരസ്കാരമായ ജെ. സി ഡാനിയേൽ അവാർഡ് കേരളസർക്കാർ ഏർപ്പെടുത്തി.

പി.കെ. റോസി

മലയാളത്തിലെ ആദ്യ സിനിമയായ വിഗതകുമാരനിലെ നായികയായിരുന്ന രാജമ്മ എന്ന പി. കെ. റോസി 1903 ൽ തിരുവനന്തപുരം ജില്ലയിലെ നന്ദൻകോട്ടുള്ള ആമത്തറയിൽ കോലപ്പൻ (പൗലോസ്) കുഞ്ചി ദമ്പതികളുടെ മകളായി ജനിച്ചു. പുലയ സമുദായത്തിൽ നിന്നും ക്രിസ്തു മതത്തിലേക്ക് പരിവർത്തനം ചെയ്യപ്പെട്ട കുടുംബമാണ് റോസിയുടേത്. നന്തൻകോട് ആമത്തറവയലിനു സമീപത്തായിരുന്ന റോസമ്മയുടെ കുടുംബം താമസിച്ചിരുന്നത് (ഇന്നത്തെ കനകനഗർ). അന്ന് ആ ഭാഗത്ത് ഒട്ടേറെ പുലയക്കുടിലുകൾ ഉണ്ടായിരുന്നു. അവരിൽ പലരും സവർണാധിപത്യത്തിന്റെ അനാചാരഫലമായി സമൂഹനീതിക്കായി വിദേശമിഷനറികൾ സ്ഥാപിച്ച ലണ്ടൻ മിഷനിലും സാൽവേഷൻ ആർമിയിലും ചേരുകയുണ്ടായി. അങ്ങനെയാണ് പുലയർക്കുവേണ്ടി റവ. ഫാ. മേറ്റിയർ എൽ. എം. എസ്. പള്ളിപോലും സ്ഥാപിച്ചത് (ഒരു നൂറ്റാണ്ട് പിന്നിട്ട എൽ. എം. എസ്. പള്ളി അക്കാലത്ത് 'പുലപ്പള്ളി' എന്നാണ് വിളിക്കപ്പെട്ടിരുന്നത്).

അന്നത്തെ പള്ളിയിലെ വിദേശമിഷനറി റവ. ഫാ. പാർക്കൻ സായ്പിന്റെ കുശിനിക്കാരനായിരുന്ന റോസമ്മയുടെ അച്ഛനായ പൗലോസ്. നീലക്കുയിലിലെ ഗായിക ജാനമ്മ ഡേവിഡിന്റെ മാതാവ് ഡോർക്കസ് പതിച്ചിയും പൗലോസിന്റെ ബന്ധുവായിരുന്നു. ദരിദ്ര കുടുംബത്തിന്റെ അത്താണിയായിരുന്ന അച്ഛൻ റോസിയുടെ ചെറുപ്പത്തിൽ തന്നെ മരിച്ചു. ഗോവിന്ദൻ, കൊച്ചപ്പി, സരോജിനി എന്നിവരാണ് പി. കെ. റോസിയുടെ സഹോദരങ്ങൾ. അന്നത്തെ സാമൂഹികസ്ഥിതിയിൽ ഒന്നോ രണ്ടോ ക്ലാസുവരെയേ വിദ്യാഭ്യാസം നേടാൻ റോസമ്മയ്ക്ക് സാധിച്ചുള്ളൂ.

ഒരു പുല്ല് വെട്ടുകാരിയായാണ് റോസി ജീവിച്ചത്. പുളിമൂട്ടിലെ ഇപ്പോഴത്തെ ജനറൽ പോസ്റ്റാഫീസിനടുത്തുള്ള പുല്ലുചന്തയിലെ പുല്ല് വില്പനക്കാരിയായിരുന്ന റോസമ്മ (പുല്ലുകെട്ട് തലയിൽ വെച്ചു തന്നെ വില്ക്കണമായിരുന്നു. പുല്ല് നിലത്തിറക്കി വില്ക്കുന്നതിനുവേണ്ടി അക്കാലത്ത് സാമുവൽവാർഡൻ, കരമന ബഞ്ചമിൻ എന്നിവരുടെ നേതൃത്വത്തിൽ ലഹള നടത്തുകയും അതിനുശേഷം പുല്ല് നിലത്തിറക്കി വില്ക്കാനനുവാദം ലഭിക്കുകയും ചെയ്തു) വളരെ ചെറുപ്പത്തിൽ ത്തന്നെ കലയോട് അവർക്കാഭിമുഖ്യം ഉണ്ടായിരുന്നു. ചേരമർ വിഭാഗത്തിന്റെ ആഭിമുഖ്യത്തിൽ അക്കാലത്താരംഭിച്ച കലാസംഘം കാക്കാരുകളി (കാക്കാരിശ്ശി) നാടക സംഘം തുടങ്ങി. അതുവരെ അതിലെ കാക്കാരശി/കുറത്തിയെ (സ്ത്രീ വേഷം) അവതരിപ്പിച്ചിരുന്നത് പുരുഷന്മാരായിരുന്നു. എന്നാൽ റോസിയുടെ അഭിനയ പാടവം

കണ്ടറിഞ്ഞ സംഘാടകർ റോസിക്ക് അതിലവസരം കൊടുത്തു. അങ്ങനെ ആദ്യമായി കുറത്തി വേഷം ചെയ്ത സ്ത്രീയും റോസി ആയിരുന്നിരിക്കണം.

ഒടുവിൽ പി. കെ. റോസി, കാക്കരശി നാടകത്തിലെ ആദ്യ സ്ത്രീവേഷമിട്ട് കടന്നുവന്നതോടെ കാക്കരശി നാടകത്തിന് ജനപ്രിയമേറി. അക്കാലത്ത് മറ്റൊരു കൂട്ടർ തമിഴ്നാട്ടിലെ നാടകക്കമ്പനിയുടെ ചുവടുപിടിച്ച് ചിട്ടപ്പെടുത്തിയ രാജാപാർട്ട് നാടകങ്ങളിൽ സ്ത്രീവേഷം കെട്ടാൻ ക്ഷണിച്ചെങ്കിലും റോസമ്മ അത് നിരസിച്ചു. ഇതിനിടെ കാക്കരശി നാടകക്കാരും രാജാപാർട്ട് നാടകസംഘക്കാരും റോസമ്മയെ ചൊല്ലി തർക്കങ്ങളുണ്ടായി. തർക്കം സംഘട്ടനത്തിലെത്തിയതോടെ റോസമ്മയും കുടുംബവും വീടുവിട്ട് ആദ്യം ആറന്നൂരേക്കും അവിടെ നിന്ന് തൈക്കാട് ആസ്പത്രിക്ക് സമീപത്തെ പുറമ്പോക്കു ഭൂമിയിലേക്കും മാറിത്താമസിച്ചു. അധികം വൈകാതെ റോസി, ജോൺസൺ എന്നൊരാൾ വഴി ഡാനിയേലിന്റെ സിനിമയിൽ എത്തിച്ചേരുകയായിരുന്നു. അഞ്ചു രൂപ നിരക്കിൽ ദിവസക്കൂലിക്കാണ് റോസി അഭിനയിച്ചത്. പത്തു ദിവസം കൊണ്ട് സിനിമ പൂർത്തിയായിരുന്നു.

1930 നവംബർ ഏഴിന് തിരുവനന്തപുരം കാപ്പിറ്റോൾ തീയേറ്ററിൽ സിനിമ പ്രദർശിപ്പിച്ചപ്പോൾ സവർണ്ണ കഥാപാത്രത്തെ കീഴ്ജാതിക്കാരി അവതരിപ്പിച്ചു എന്നതുകൊണ്ട് തീയേറ്ററിൽ റോസിയുടെ ചിത്രം കടന്നുവന്നപ്പോഴൊക്കെ കാണികൾ കൂവിയും ചെരിപ്പ് വലിച്ചെറിഞ്ഞുമാണ് എതിരേറ്റത്. വെള്ളിത്തിര കുത്തിക്കീറുകയും ചെയ്തു. ചലച്ചിത്രത്തിൽ അഭിനയിച്ചതിന് റോസിയെ സമൂഹം ഏറെ അധിക്ഷേപിച്ചു. റൗഡികൾ റോസിയുടെ വീട് വളഞ്ഞ് കല്ലെറിയുകയും തീവെച്ച് നശിപ്പിക്കാൻ ശ്രമിക്കുകയും ചെയ്തിരുന്നു. തിരുവനന്തപുരം ചാല കമ്പോളത്തിൽ വച്ച് പരസ്യമായി റോസിയെ വസ്ത്രാക്ഷേപം ചെയ്യുക വരെയുണ്ടായി. വിഗതകുമാരനിൽ അഭിനയിച്ചതിനെത്തുടർന്ന് റോസിക്കും വീട്ടുകാർക്കും സമൂഹം ഭ്രഷ്ട് കല്പിച്ചപ്പോൾ അവരെ വിവാഹം കഴിക്കാൻ പോലും ആരും തയ്യാറായില്ല. പിടിച്ചുനിൽക്കാനാവാതെ ഒരു രാത്രി റോസി നാടുവിട്ടു. തമിഴ് നാട്ടിൽ നിന്നു വന്ന ഒരു ലോറിയിൽ കയറിയാണ് അവർ രക്ഷപ്പെട്ടത്. അതിന്റെ ഡ്രൈവറായിരുന്ന കേശവപിള്ള തന്നെ അവരെ വിവാഹം ചെയ്തു. വീട് വിറ്റ് വീട്ടുകാരും സ്ഥലം വിട്ടു. നാഗർകോവിലിലെ വടശേരി തെരുവിൽ രാജമ്മാൾ എന്ന പേരിലാണ് പിന്നീട് അവർ ജീവിച്ചത്. തന്റെ കഴിഞ്ഞകാല ജീവിതം മറച്ചു വച്ചാണ് അവർ കഴിഞ്ഞത്. ഇവർക്ക് രണ്ടു മക്കളുണ്ട്. 1987 ൽ തന്റെ അറുപതിനാലാം വയസ്സിൽ അവർ മരിച്ചു എന്നാണു കണക്കാക്കുന്നത്.

1970-ൽ തിരുവനന്തപുരത്ത് സ്റ്റാച്യുവിന് സമീപം സേവിയേഴ്സ് ഹോട്ടലിൽ വെച്ച് നാടകാചാര്യൻ എൻ. എൻ. പിള്ളയുടെ നാടകസങ്കല്പങ്ങളെക്കുറിച്ച് നടന്ന ചർച്ചയ്ക്ക് തുടക്കംകുറിച്ചുകൊണ്ട് ജനയുഗം പത്രാധിപർ കാമ്പിശ്ശേരി കരുണാകരൻ സംസാരിക്കുന്നതിനിടയിൽ യാദൃച്ഛികമായിട്ടാണ് മലയാള സിനിമയിലെ ആദ്യനായിക റോസിയെക്കുറിച്ച് വെളിപ്പെടുത്തിയത്. മലയാള സിനിമയിലെ ആദ്യനായിക തിരുവനന്തപുരത്തെ പാവപ്പെട്ട ഒരു പുല്ലുകച്ചവടക്കാരി ആയിരുന്നെന്നും പുലയസമുദായക്കാരിയാണെന്നും മറ്റുമുള്ള വിവരങ്ങൾ എൻ. എൻ. പിള്ളയടക്കമുള്ളവരുടെ സാന്നിധ്യത്തിലാണ് കാമ്പിശ്ശേരി പറഞ്ഞത്. അക്കാലത്ത് ജനയുഗം കുടുംബത്തിൽ നിന്നും പ്രസിദ്ധീകരിച്ചിരുന്ന 'സിനിരമ' വാരികയിൽ 'ആദ്യനായിക തിരുവനന്തപുരത്തെ പുല്ലുകച്ചവടക്കാരി' എന്ന ചെറുവിവരണം അച്ചടിച്ചുവരികയും ചെയ്തിരുന്നു. ഈ യോഗത്തിൽ പങ്കെടുത്തിരുന്ന കുന്നുകുഴി മണിയെന്ന ചരിത്രകാരൻ പിന്നീട് ആദ്യസിനിമയുടെ അന്വേഷണവുമായി 1971-ൽ അഗസ്തീശ്വരത്തെത്തി മലയാള സിനിമയുടെ തുടക്കക്കാരനായ ജെ. സി. ഡാനിയേലിനെ കാണുകയും അഭിമുഖ സംഭാഷണത്തിലൂടെ പി. കെ. റോസിയെ സംബന്ധിച്ച ചരിത്രസത്യം തേടുകയും ചെയ്തിരുന്നു. അവിടെനിന്ന് തുടക്കം കുറിച്ച അന്വേഷണമാണ് ചരിത്രത്തിന്റെ പിന്നാംപുറങ്ങളിൽ കാമ്പിശ്ശേരിയേയും കുന്നുകുഴി മണിയേയും കൊണ്ടുചെന്നെത്തിച്ചത്.

ഒടുവിൽ എല്ലാ ഊഹാപോഹങ്ങളുടെയും മാറാലനീക്കി പി. കെ. റോസിയാണ് മലയാള സിനിമയിലെ ആദ്യനായികയെന്ന് ചരിത്രത്തെക്കൊണ്ട് അംഗീകരിപ്പിക്കുകയും ചെയ്തു. കുന്നുകുഴി. എസ്. മണി എഴുതിയ പി. കെ. റോസി എന്ന ചെറിയ പുസ്തകവും വിനു അബ്രഹാം രചിച്ച നഷ്ടനായിക എന്ന നോവലും മാത്രമാണ് ഇപ്പോൾ നിലനിൽക്കുന്ന ഏക ജീവചരിത്രം. 2013 ൽ പുറത്തിറങ്ങിയ സെല്ലുലോയ്ഡ് എന്ന ചിത്രം കൂടാതെ 2016-ൽ പാലാ കമ്മ്യൂണിക്കേഷൻസ് നിർമ്മിച്ച മധുരനൊമ്പരപ്പൊട്ട് എന്ന നാടകവും (ആ വർഷത്തെ പ്രൊഫഷണൽ നാടകമത്സരത്തിൽ മികച്ച രണ്ടാമത്തെ നാടകത്തിനുള്ള പുരസ്കാരം ഈ നാടകത്തിനു ലഭിച്ചു.) റോസിയുടെ ജീവിതം ആവിഷ്കരിക്കുന്നു.

മലയാളത്തിലെ ആദ്യ സിനിമയുടെ ചരിത്രം ഇപ്രകാരം ഏറ്റവും വേദനാജനകവും ദുരന്തപൂരിതവുമായിരുന്നു. വിഗതകുമാരൻ എന്ന പേര് സൂചിപ്പിക്കുന്നതുപോലെ സംവിധായകനും അഭിനേത്രിക്കും സ്വന്തം നാട്ടിൽ നിന്നും പലായനം ചെയ്യേണ്ടിവന്നു. മലയാള സിനിമയുടെ ചരിത്രം ആരംഭിക്കുന്നത് തന്നെ ജാതി/വർണ്ണ

വെറിയിലുന്നിയാണെന്നു പറയാം. നാടാർ സമുദായത്തിൽ പെടുന്ന ഡാനിയേലും പുലയ സമുദായത്തിലെ റോസിയും സവർണ്ണ സമൂഹത്തിന് സഹിക്കാവുന്നതിനപ്പുറമായിരുന്നു. ഒരു നവീന കലയുടെ ചരിത്രം ഇത്തരം വ്യക്തികളിൽ ആരംഭിക്കേണ്ടി വന്നതിന്റെ വിമുഖത വിഗതകുമാരനെ മലയാളത്തിലെ ആദ്യ സിനിമയായി പരിഗണിക്കുന്നതിലും ഡാനിയേലിനെയും റോസിയെയും അംഗീകരിക്കുന്നതിലും പിന്നോക്കം പോയി എന്നതാണ് ചരിത്ര സത്യം

നവോത്ഥാനത്തിന്റെ അന്തർധാര തിരിച്ചറിയുവാനും അംഗീകരിക്കുവാനും കഴിയാത്ത ഒന്നായി സവർണ്ണ സമൂഹം, നവോത്ഥാന മുന്നേറ്റത്തിന്റെ അവസാന പാദത്തിലും നിലനിന്നിരുന്നുവെന്നാണ് ഈ സംഭവങ്ങൾ തെളിയിക്കുന്നത്. ഈ ചിത്രപ്രദർശനത്തിന്റെ തൊട്ടടുത്ത വർഷം (1929) അരങ്ങേറിയ വി. ടി. ഭട്ടതിരിപ്പാടിന്റെ അടുക്കളയിൽ നിന്നും അരങ്ങത്തേക്ക് എന്ന നാടകത്തിനുണ്ടായ അനുഭവവും ഇതിൽ നിന്ന് ഏറെ വ്യത്യസ്തമല്ലായിരുന്നു. നാടകത്തോടുള്ള എതിർപ്പ് അതിന്റെ പ്രമേയത്തോടും അതുയർത്തിയ ആശയത്തോടുമായിരുന്നുവെങ്കിൽ, വിഗതകുമാരനെ സംബന്ധിച്ചിടത്തോളം പ്രമേയപരമായിരുന്നില്ല എന്ന വ്യത്യാസം മാത്രം.

ആദ്യസിനിമയുടെ പിറവിക്കു ശേഷം നാലുവർഷം കഴിഞ്ഞാണ് മലയാളത്തിലെ രണ്ടാമത് സിനിമ ഉണ്ടാവുന്നത്(1933). സി. വി. രാമൻപിള്ളയുടെ പ്രസിദ്ധ ആഖ്യായിക മാർത്താണ്ഡവർമ്മ (സംവിധാനം-സുന്ദർരാജ്) യുടെ ദൃശ്യഭാഷ്യമായിരുന്നു ഇത്. ഇതും ക്യാപ്പിറ്റോൾ തീയേറ്ററിലാണ് പ്രദർശിപ്പിക്കപ്പെട്ടത്. എന്നാൽ ഗ്രന്ഥകാരനിൽ നിന്നോ, പ്രസാധകരിൽ നിന്നോ മുൻകൂട്ടി അനുമതി വാങ്ങാഞ്ഞതിനാൽ സിനിമ കണ്ടുകെട്ടപ്പെടുകയാണുണ്ടായത്.

വിഗതകുമാരന് ഉണ്ടായ എതിർപ്പ് മാർത്താണ്ഡവർമ്മക്ക് ഇല്ലാതെ പോയത് എന്തുകൊണ്ടാവാം? നാലു വർഷം കൊണ്ട് അത്രമേൽ സാമൂഹികമാറ്റങ്ങൾ കേരളത്തിൽ വന്നോ? അപ്പോഴും കൈയൊഴിഞ്ഞു പോയിട്ടില്ലാതിരുന്ന രാജഭക്തിയും സവർണ്ണ വിധേയത്വവും തന്നെയായിരുന്നു അതിനു കാരണം. എന്തുകൊണ്ടെന്നാൽ അതിലെ അഭിനേതാക്കളോ സംഘാടകരോ അടിയാളരായിരുന്നില്ലല്ലോ. ഈ ചിത്രത്തിന്റെ സംവിധായകനായിരുന്ന സുന്ദർരാജ് ജെ. സി. ഡാനിയലിന്റെ ബന്ധുവും വിഗതകുമാരന്റെ സഹകാരിയും ആയിരുന്നു. അതുകൊണ്ടു തന്നെ വിഗതകുമാരന്റെ ദുരനുഭവം വരാതിരിക്കാൻ അദ്ദേഹം ശ്രദ്ധിച്ചു കാണണം. അഭിനേതാക്കളെ വടക്കൻ കേരളത്തിൽ നിന്നും കൊണ്ട് വന്നതും അതുകൊണ്ടാവാം.

പിന്നെയും അഞ്ചുവർഷം കഴിഞ്ഞാണ് മലയാളത്തിലെ മൂന്നാമത്

ചിത്രമായ ബാലന്റെ പിറവി (1938) മലയാളത്തിലെ ആദ്യ ശബ്ദ സിനിമയായിരുന്നു ബാലൻ. ഈ കാലയളവാവുമ്പോഴേക്കും കേരളസമൂഹം പലവിധ ചലനങ്ങൾക്കും വിധേയമായതായി കാണാം. സോഷ്യലിസ്റ്റ് പാർട്ടിയുടെ രൂപീകരണം (1934) ക്ഷേത്രപ്രവേശന വിളംബരം (1936) കമ്യൂണിസ്റ്റ് പാർട്ടിയുടെ കേരള ഘടകത്തിന്റെ പിറവി (1937) തുടങ്ങിയവയെല്ലാം ഇവയിൽ പ്രധാനമാണ്. ഇത് ചിന്താരംഗത്തുണ്ടാക്കിയ മാറ്റം സമൂഹത്തിൽ മാത്രമല്ല, ബാലന്റെ പ്രമേയസ്വീകരണത്തേയും സ്വാധീനിക്കുകയുണ്ടായി.

ഗോവിന്ദൻ നായർ (എം. വി. ശങ്കർദാസ്) തന്റെ ഭാര്യയുടെ മരണശേഷം മീനാക്ഷിയെ (കെ. എൻ. ലക്ഷ്മിക്കുട്ടി)വിവാഹം കഴിക്കുന്നു. അയാളുടെ മക്കളായ സരസയോടും (മാലതി) ബാലനോടും (മദനഗോപാൽ) മീനാക്ഷി ദ്രോഹപരമായി പെരുമാറുന്നു. അധികം വൈകാതെ ഗോവിന്ദൻ നായർ മരിക്കുന്നു. അതോടെ മീനാക്ഷി, സഹായിയായിരുന്ന കിട്ടുപ്പണിക്കരെ (കെ. ഗോപിനാഥ്) വിവാഹം ചെയ്യുന്നു. അനാഥരായിത്തീർന്ന സരസയേയും ബാലനേയും അവരുടെ അച്ഛന്റെ സുഹൃത്തായ ബാരിസ്റ്റർ പ്രഭാകരമേനോൻ (സി. ഒ. എൻ. നമ്പ്യാർ) സംരക്ഷിക്കുന്നു. എന്നാൽ ഗോവിന്ദൻ നായർ തന്റെ സ്വത്തുക്കൾ മക്കളുടെ പേരിലാണ് എഴുതിവച്ചിട്ടുള്ളതെന്നറിഞ്ഞ മീനാക്ഷി, മക്കളെ ബാരിസ്റ്ററുടെ വീട്ടിൽ നിന്നും തട്ടികൊണ്ടു വന്ന് തെരുവിൽ പാർപ്പിക്കുന്നു. അവിടെ വച്ച് കുട്ടികൾ വേർപിരിയുന്നു. കാലങ്ങൾക്കുശേഷം ബാലനും മറ്റൊരു സ്ഥലത്ത്, തോട്ടം തൊഴിലാളികൾ എന്നനിലയിൽ കണ്ടുമുട്ടുകയും തിച്ചറിയുകയും ചെയ്യുന്നു. കോടതി വ്യവഹാരം വഴി അവർക്കു നഷ്ട്ടമായതെല്ലാം തിരിച്ചുകിട്ടുന്നു.

1928മുതൽ 1939വരെയുള്ള പത്തു വർഷത്തിനിടയിൽ മൂന്ന് സിനിമകളാണ് മലയാളത്തിൽ ഇറങ്ങിയത്. അതിൽ ആദ്യ-അവസാന ചിത്രങ്ങൾ മാത്രമാണ് സാമൂഹിക ജീവിത ബന്ധിയായിട്ടുള്ളത് രണ്ടു സിനിമകളുടേയും കഥാഘടനക്ക് പലവിധ സാമ്യങ്ങളുമുണ്ട്. അവ പകർത്തിയത് സമൂഹത്തിലെ മധ്യവർഗത്തെയായിരുന്നു. നവോത്ഥാനം ഇടപെട്ടിരുന്ന ജാതീയത ഇവയുടെ പ്രമേയപരിസരത്തുപോലും വന്നില്ല. പണം, സ്വത്ത് എന്നിവയ്ക്കായുള്ള കിടമത്സരങ്ങളുടെ കഥയാണ് രണ്ടും. സ്വകാര്യസ്വത്തിനെപ്പറ്റിയുള്ള ഉപരിപ്ലവ വിചാരങ്ങൾ ഇതിൽ ഉണ്ടാവുന്നുണ്ട്. അക്കാലത്തെ നവോത്ഥാന പ്രസ്ഥാനങ്ങൾ പ്രശ്നവൽക്കരിച്ച ഒന്നും തന്നെ ഈ ചിത്രങ്ങൾ ഏറ്റെടുത്തതേയില്ല !

എന്നാൽ ഇക്കാലത്ത് സാഹിത്യവും നാടകവും തീക്ഷ്ണ സാമൂഹിക

യാഥാർത്ഥ്യങ്ങളുടെ ആവിഷ്കാരമായി മാറുന്നത് കാണാം. സിനിമ എന്ന സാങ്കേതിക കലയുടെ ഉദയമാകട്ടെ അതിൽ നിന്നും വിഭിന്നമായി നിൽക്കുകയും ചെയ്തു ! വിരഹം, പ്രണയം, വില്ലത്തരം എന്നിങ്ങനെ പിൽക്കാല സിനിമകളുടെ തുടക്കമാവുകയായിരുന്നു ഇവിടെ സിനിമ! 1913 ൽ തന്നെ ഇന്ത്യയിലെ ആദ്യ സിനിമയായ ഹരിശ്ചന്ദ്ര പുറത്തിറങ്ങിയിരുന്നു (സംവിധാനം-ദാദ ഫാൽക്കെ) 1931ൽ ആണ് ആദ്യ ശബ്ദ സിനിമയായ ആലംആര യുടെ പിറവി. തുടർന്ന് ദേവദാസ് (1935) തുക്കാറാംസന്യാസി (1936) തുടങ്ങിയവയും പുറത്തിറങ്ങി. ഇവയെല്ലാം പുണ്യ പുരാതന കഥകളോ രാജവംശ കഥകളോ ആയിരുന്നു. എന്നാൽ ഇതിൽ നിന്നും വ്യത്യസ്തമായി സാമൂഹിക പ്രമേയങ്ങൾക്ക് മലയാളത്തിൽ സ്ഥാനം കൈവന്നു എന്നതാണ് മലയാളസിനിമയെ വ്യത്യസ്തമാക്കിയത്.

●

കീഴാള സാമൂഹികതയിലെ പൊതു ഇടങ്ങൾ (1940-1949)

1940 മുതൽ 1949വരെയുള്ള കാലഘട്ടം ഇന്ത്യാചരിത്രത്തിലെ ഏറ്റവും പ്രക്ഷുബ്ധമായ ഒന്നായിരുന്നു. ദേശീയ പ്രസ്ഥാനങ്ങൾ ശക്തിയാർജിക്കുകയും സ്വാതന്ത്ര്യം സ്വപ്നംകണ്ടു തുടങ്ങുകയും ചെയ്ത കാലം. സ്വതന്ത്ര ഭാരതമാകട്ടെ ഭാവിസ്വപ്നങ്ങൾ പങ്കുവച്ചു തുടങ്ങിയ സമയം. ഈ കാലയളവിൽ ഇന്ത്യൻ സിനിമാവേദിയും കൂടുതൽ സജീവമായി.

ഇന്ത്യയിലെ പ്രധാന നഗരങ്ങളായ ബോംബെ, കൽക്കട്ട, ദൽഹി, മദ്രാസ് തുടങ്ങിയവ കേന്ദ്രീകരിച്ച് വിവിധ ഭാഷാചിത്രങ്ങൾ പുറത്തിറങ്ങി. ഹിന്ദിയിലായിരുന്നു കൂടുതൽ ചിത്രങ്ങളും. എന്നാൽ അവയിലേറെയും അന്നത്തെ സാമൂഹിക ചലനങ്ങളെ അഭിസംബോധന ചെയ്തതേയില്ല! പ്രണയവും കുടുംബവും എന്ന ക്രമബദ്ധമായ കഥാവതരണ രീതിയായിരുന്നു ഭൂരിപക്ഷ ചിത്രങ്ങളും. ഇക്കാലത്ത് ജനകീയമായിത്തീർന്ന താജ്മഹൽ പൂജ, പ്യാർ, കിസ്മത്, തുടങ്ങിയ ചിത്രങ്ങൾ ഇത്തരം പ്രമേയ സ്വീകരണത്തിനുദാഹരണമാണ്.

കേരളത്തിലെ സാമൂഹികാവസ്ഥക്കും ഇക്കാലത്ത് ഏറെ മാറ്റങ്ങൾ സംഭവിച്ചിരുന്നു. സ്വതന്ത്ര രൂപം കൈവരിച്ച കമ്യൂണിസ്റ്റ് പാർട്ടി തുടക്കം മുതൽ തന്നെ കേരളത്തിൽ വിവിധ പോരാട്ടങ്ങൾക്ക് നേതൃത്വം നൽകി വന്നിരുന്നു. നവോത്ഥാന പ്രസ്ഥാനങ്ങളുടെ ഉൾക്കരുത്ത് ഇടതുധാരയെ ഏറെ സഹായിച്ചു. 1940ൽ പാർട്ടിയുടെ നേതൃത്വത്തിൽ നടന്ന വിലക്കയറ്റത്തിനെതിരായ സമരം പാർട്ടിയെ

കൂടുതൽ ശക്തിപ്പെടുത്തി. 1941ലെ കയ്യൂർ സമരം, 1943ലെ തിരുവതാംകൂർ-കൊച്ചി അഖിലകേരള കിസാൻ സഭയുടെ രൂപീകരണം, 1945 മുതൽക്കാരംഭിച്ച കരിവെള്ളൂർ, പുന്നപ്ര-വയലാർ സമരങ്ങൾ, 1948ലെ വിവിധ കാർഷിക സമരങ്ങൾ തുടങ്ങിയവയെല്ലാം തന്നെ പുതിയ ചിന്തകളും പ്രവർത്തനങ്ങളും ആരംഭിക്കുന്നതിന് കാരണമായി. നിലനിന്നുപോരുന്ന വ്യവസ്ഥിതികളുടെ മാറ്റത്തിലൂടെ മാത്രമേ സാമൂഹിക പരിണാമവും സാധ്യമാവൂ എന്ന് പാർട്ടി പ്രവർത്തനങ്ങൾ കേരള സമൂഹത്തെ ബോധ്യപ്പെടുത്തി. സാമൂഹിക-രാഷ്ട്രീയമണ്ഡലങ്ങളിലെ ഇത്തരം മാറ്റങ്ങൾ, സ്വാഭാവികമായും കലാ-സാംസ്കാരിക മേഖലകളെയും സ്വാധിനിച്ചു.

1937 ൽ തൃശ്ശൂരിൽ വച്ച് രൂപം കൊള്ളുകയും 1944 മുതൽ ഇന്നത്തെ പുരോഗമന കലാസാഹിത്യസംഘമായി പരിണമിക്കുകയും ചെയ്ത ജീവൽസാഹിത്യസംഘം സാംസ്കാരിക മേഖലയിൽ ചെലുത്തിയ സ്വാധിനം വളരെ വലുതായിരുന്നു. കല കലക്ക് വേണ്ടിയോ, സമൂഹത്തിനു വേണ്ടിയോ എന്ന സംവാദാത്മക ചോദ്യം ഉയർത്തിക്കൊണ്ട് അത് കേരളീയ സാംസ്കാരിക ജീവിതത്തിന്റെ ഉള്ളടരുകളെ പുനഃപരിശോധിച്ചു. അതുവരെ സർഗ്ഗാത്മക പ്രവർത്തനങ്ങളെ, പ്രത്യേകിച്ച് സാഹിത്യ രചനയെ ഒരു വിനോദമോ, പാണ്ഡിത്യ പ്രകടനമോ മാത്രമായി കണ്ടിരുന്ന വലിയൊരു കൂട്ടം കലാപ്രവർത്തകർ ഈ സംവാദത്തിൽ രണ്ടു ചേരിയായി. ഇത് കലയെ കൂടുതൽ സാധാരണക്കാരിലേക്കെത്തിക്കുന്നതിനു കാരണമായി. മാത്രമല്ല അതാത് മേഖലകളിൽ കൂടുതൽ സൃഷ്ടികളുണ്ടാവുകയും ചെയ്തു.

കവിതയിൽ, കുമാരനാശാനെപ്പോലുള്ള കവികളുടെ ദർശനങ്ങൾ കൂടുതൽ വിപുലപ്പെടുത്തികൊണ്ട് പുതിയകവികൾ രംഗത്തുവന്നു. വയലാർ രാമവർമ്മ, ഒ. എൻ. വി. കുറുപ്പ്, പി. ഭാസ്കരൻ, കെ. പി. ജി. നമ്പൂതിരി, പുനലൂർ ബാലൻ, ഇടശ്ശേരി, വൈലോപ്പിള്ളി തുടങ്ങിയവർ അരികുജീവിതങ്ങളുടെ സാമൂഹികാവസ്ഥകൾ കവിതകളുടെ പ്രമേയങ്ങളാക്കി. അതുവരെ ഏറെക്കുറെ നിശ്ചലമായിരുന്നുവെന്നു പറയാവുന്ന കഥ-നോവൽ സാഹിത്യത്തിനും ഇത് പുത്തനുണർവ്വേകി. തകഴി, കേശവദേവ്, ബഷീർ, പൊൻകുന്നം വർക്കി, ഉറൂബ് തുടങ്ങിയവർ തങ്ങളുടെ രചനകളിലൂടെ നിശബ്ദ-ദരിദ്ര വർഗത്തിന്റെ ജീവിതാവസ്ഥകൾ ചിത്രീകരിച്ചു. പി. കേശവദേവിന്റെ ആദ്യനോവൽ, ഓടയിൽ നിന്ന് (1944) ഒരു സൈക്കിൾ റിക്ഷാത്തൊഴിലാളിയുടെ ജീവിതം പകർത്തിയപ്പോൾ, തകഴിയുടെ ആദ്യനോവലായ തോട്ടിയുടെ മകൻ (1947) കീഴാള വർഗ്ഗത്തിന്റെ നേർജീവിതം ചിത്രികരിച്ചു. ആദ്യ കൃതികളുടെ ഇത്തരം പ്രമേയ പരിസരങ്ങൾ,

പുരോഗമന പ്രസ്ഥാനങ്ങൾ എത്ര സ്വാധീനം ഇവരിൽ ചെലുത്തി എന്നതിന് തെളിവാണ്.

ദൃശ്യകലയായ നാടകത്തിലും ഇക്കാലയളവിൽ വൻമാറ്റങ്ങളാണ്ടായത്. 1937ൽ രചിക്കപ്പെട്ട പാട്ടബാക്കി (കെ. ദാമോദരൻ) അതുവരെ ഉണ്ടായിരുന്ന നാടകസങ്കൽപ്പത്തെ ഉടച്ചു വാർത്തിരുന്നു. 1940നു ശേഷം വന്ന പുളിമാന പരമേശ്വരൻ പിള്ളയുടെ സമത്വവാദി (1944) പുതിയ ദർശനമായിരുന്നു. ഇടശ്ശേരിയുടെ കൂട്ടുകൃഷി (1949) ജന്മി-കുടിയാൻ ബന്ധത്തെ പ്രശ്നവൽക്കരിക്കുക മാത്രമല്ല, സാമൂഹിക സംഘാടനത്തിന് പുതിയ ദിശാബോധം നൽകുകയും ചെയ്തു. വർഗസമര സിദ്ധാന്തവും കമ്യൂണിസ്റ്റാശയങ്ങളുടെ പ്രചരണവും കേരളത്തിൽ കീഴാള ജനതയുടെ വിമോചന സ്വപ്നമായി മാറി. അടിമത്വത്തിൽ നിന്നും സമത്വത്തിലേക്കെന്ന ആശയം അത് പ്രബലമാക്കി. സാഹിത്യത്തിൽ ഇത്തരം ആശയങ്ങൾ പങ്കുവച്ചുകൊണ്ട് സൃഷ്ടിക്കപ്പെട്ടതൊന്നും എന്നാൽ ഇക്കാലയളവിലെ സിനിമകളിലേക്ക് കടന്നുവന്നതുമില്ല.

നാലു സിനിമകളാണ് മലയാളത്തിൽ ഈ കാലത്ത് പിറവി കൊണ്ടത്. അവയെല്ലാം കഴിഞ്ഞകാല സിനിമകളുടെ തുടർച്ചകൾ മാത്രമായിരുന്നു. 1940ൽ ഇറങ്ങിയ ജ്ഞാനാംബിക (സംവി-എസ്. നൊട്ടാണി) മലയാളത്തിലെ രണ്ടാമത്തെ ശബ്ദ ചിത്രം കൂടിയായിരുന്നു. മാത്രമല്ല കാർ ചെയ്സിംഗ് പോലുള്ള സംഘട്ടന രംഗങ്ങൾ മലയാളത്തിൽ ആദ്യമായി ചിത്രീകരിക്കപ്പെട്ടതും ഈ സിനിമയിലൂടെ ആയിരുന്നു. ബാലന്റെ കഥയുടെ ചുവടുപിടിച്ചുള്ള ആവിഷ്കാരമായിരുന്നു ഇതും. തുടർന്നിറങ്ങിയ കെ. സുബ്രഹ്മണ്യത്തിന്റെ പ്രഹ്ലാദ (1941) യാകട്ടെ നൃത്ത നാടക ഘടനയിൽ നിർമ്മിക്കപ്പെട്ട പുരാണ കഥയുടെ ആവിഷ്കാരമായിരുന്നു. അതുവരെ മലയാളത്തിൽ ഇറങ്ങിയിരുന്നത് സാമൂഹിക ചിത്രങ്ങളായിരുന്നെങ്കിൽ, പ്രഹ്ലാദ മലയാളത്തിലെ ആദ്യത്തെ പുരാണ കഥാചിത്രമായി!

ഏഴു വർഷത്തിന് ശേഷമാണ് അടുത്ത സിനിമ മലയാളത്തിലുണ്ടാവുന്നത്. 1948ൽ പി. വി. കൃഷ്ണയ്യർ സംവിധാനം നിർവഹിച്ചു പുറത്തിറങ്ങിയ നിർമ്മലയാണ് അത്. കീഴാള ജീവിതം പ്രമേയമാക്കിയ ആദ്യ മലയാള സിനിമയാണ് നിർമ്മല. എന്നാലത് ജാതീയതയോ അതിന്റെ പ്രശ്നങ്ങളോ കൈകാര്യം ചെയ്തതുമില്ല. ഒരു അരയകുടുംബത്തെ മുൻനിർത്തിയുള്ള കഥയായിരുന്നു നിർമ്മലയുടേത്. അച്ഛന്റെ മരണശേഷം അനാഥരാകുകയാണ് നിർമ്മലയും വിമലയും. നിർമ്മല തന്റെ കുലത്തൊഴിലിലേക്ക് തിരിയുന്നു, വിമലയെ വിദ്യാഭ്യാസത്തിന് അയക്കുകയും ചെയ്യുന്നു.

അനിയത്തിയുടെ ആഗ്രഹപൂർത്തികരണത്തിനായി നിർമ്മലയ്ക്ക് ഒരിക്കൽ ഒരു കടയിൽ നിന്നും സാരി മോഷ്ടിക്കേണ്ടി വരുന്നു. അത് പിടിക്കപ്പെട്ടുകയും നിർമ്മല അറസ്റ്റുചെയ്യപ്പെട്ടുകയും ചെയ്യുന്നു. എന്നാൽ നിർമ്മലയെ അറസ്റ്റുചെയ്യുന്ന രഘു എന്ന സബ്ബ് ഇൻസ്പെക്ടർ അവളുടെ അവസ്ഥ തിച്ചറിഞ്ഞ്, പകരം സാരിവാങ്ങിക്കൊട്ടുത്ത് നിമ്മലയെ സഹായിക്കുന്നു. പക്ഷെ അപ്പോഴേക്കും വിമല മരിക്കുന്നു. തുടർന്ന് നിർമ്മലയെ രഘു വിവാഹം കഴിക്കുകയും ചെയ്യുന്നു.

മലയാളത്തിലെ മുൻ സിനിമകളിൽ നിന്നും എന്തെങ്കിലും ഒരു വ്യത്യസ്തത ഈ സിനിമക്ക് ഉണ്ടായിരുന്നുവെന്ന് പറയാനാവില്ല. എന്നാൽ ഒട്ടേറെ പുതിയ കലാകാരന്മാരെ ഈ സിനിമ സംഭാവന ചെയ്തു. ജി. ശങ്കരക്കുറുപ്പ് ഗാനരചന നിവഹിച്ച ചിത്രം, ആദ്യമായി ഒരു മലയാളി (പി. ജെ. ചെറിയാൻ) നിർമ്മിച്ച ചിത്രം, ആദ്യ ഗായകരെ സംഭാവന ചെയ്ത ചിത്രം (ഗായകൻ-ഗോവിന്ദറാവു, ഗായിക-സരോജിനി മേനോൻ), ആദ്യത്തെ സ്ത്രീ കേന്ദ്രികൃത ചിത്രം, മാത്രമല്ല പിൽക്കാലത്ത് മലയാള സിനിമാലോകത്തെ ഏറെ പ്രസിദ്ധമായി തീർന്ന ഉദയാ സ്റ്റുഡിയോയുടെ ആദ്യ ചിത്രവുമായിരുന്നു ഇത്. ഇപ്രകാരം പല തലങ്ങളിലും ചരിത്ര പ്രാധാന്യമുള്ള ചിത്രമായിരുന്നുവെങ്കിലും പൊതുവെ ഈ ചിത്രം വിജയം കണ്ടില്ല. ഇന്ത്യയുടെ സ്വാതന്ത്ര്യാനന്തരം പ്രദർശിപ്പിക്കപ്പെട്ട ഈ സിനിമ വേണ്ടത്ര വിജയം കൊയ്യാതിരുന്നത് കീഴാളജീവിതത്തെ അഭിസംബോധന ചെയ്തതിനാൽ തന്നെയാവാം. എങ്കിലും തുടർവർഷങ്ങളിലെ സിനിമകളെ സ്വാധീനിക്കാൻ നിർമ്മലക്കായിട്ടുണ്ട്.

നിർമ്മലയെ തുടർന്ന് വെള്ളിനക്ഷത്രം (1949) പുറത്തിറങ്ങി. ആദ്യമായി ഒരു വിദേശി സംവിധാനം ചെയ്ത (ഫെലിക്സ്. ജെ. എച്ച്. ബെയ്സ്-ജർമ്മൻ)[1] ചിത്രം എന്നത് മാത്രമാണ് ചരിത്രപ്രധാനമായിട്ടുള്ളത്. ഇത് ബോക്സ്ഓഫീസിൽ പരാജയമായിരുന്നു.

●

---

1 *(ഫെലിക്സ് ഉദയ സ്റ്റുഡിയോയിലെ ഫോട്ടോഗ്രാഫറായിരുന്നു എന്നല്ലാതെ അദ്ദേഹത്തെ പറ്റി അധികം ആർക്കുമൊന്നും അറിയില്ല. ഹിറ്റ്ലറുടെ ചാരനായിരുന്നു എന്നും പറയപ്പെടുന്നു. വെള്ളിനക്ഷത്രത്തിന് ശേഷം അദ്ദേഹം കേരളത്തിൽ നിന്നും അപ്രത്യക്ഷനാവുകയാണുണ്ടായത്. എങ്ങിനെ അദ്ദേഹം ഇന്ത്യയിൽ വന്നെന്നോ ഇവിടെ നിന്നും പോയെന്നോ എന്നത് അജ്ഞാതമാണ്.

അവലംബം - WAS FELIX BAYIS A GERMAN SPY ? - SAJU CHELANGADU /THE HINDU DAILY /2014 JUNE 1

കീഴാളത കടന്നുവരുമ്പോൾ (1950-59)

രണ്ടാം ലോകമഹായുദ്ധം സമസ്തമേഖലയിലും ഉണ്ടാക്കിയെടുത്ത മാന്ദ്യവും വികസന മുരടിപ്പും ലോകസിനിമയുടെവളർച്ചയെ പ്രതികൂലമായി ബാധിക്കുകയുണ്ടായി. സ്വാഭാവികമായും ലോകത്തിനുവന്ന മാറ്റങ്ങൾ ഇൻഡ്യൻ സമൂഹത്തെയും സ്വാധീനിച്ചു. 1950കൾ സ്വതന്ത്ര ഇന്ത്യ എന്ന സ്വപ്നത്തിലേക്കുള്ള ആദ്യചുവടുവെപ്പായിരുന്നല്ലോ. ഇന്ത്യൻ സിനിമയുടെ മാറുന്ന മുഖവും ഈ കാലഘട്ടത്തിൽ ദർശിക്കാനാവും. അതുകൊണ്ടാണ് ഈ കാലത്തെ (1945-60) ഇന്ത്യൻ സിനിമയുടെ സുവർണ്ണ കാലമെന്നുകൂടി വിശേഷിപ്പിക്കുന്നത്.

ഇന്ത്യൻ സിനിമ ഒരു വ്യവസായമായി മാറിക്കൊണ്ടിരിക്കുകയും അത് നമ്മുടെ സമ്പദ് വ്യവസ്ഥയിൽ കൊണ്ടുവന്ന പരിണാമത്തിന്റെ സത്ഫലങ്ങൾ തിരിച്ചറിയുകയും ചെയ്തു ഇന്ത്യാ ഗവണ്മെന്റ് സിനിമയുടെ വളർച്ചയിൽ കൂടുതൽ ശ്രദ്ധവച്ചു. 1951 ൽ ശ്രീ. പി. കെ പാട്ടീലിന്റെ നേതൃത്വത്തിൽ, സിനിമാ മേഖലയെപ്പറ്റി പഠിക്കാനായി ഒരു ഫിലിം എൻക്വയറി കമ്മറ്റി രൂപികരിച്ച് പ്രവർത്തനം ആരംഭിച്ചത് ഇതുകൊണ്ടാണ്. പ്രസ്തുത കമ്മറ്റി സിനിമാലോകത്തെ ഗൗരവമായി വിലയിരുത്തുകയും അതിന്റെ വെളിച്ചത്തിൽ ചില ഇടപെടലുകൾ നടത്തുകയുമുണ്ടായി. അതിൽ പ്രധാനപ്പെട്ട ഒന്നാണ് 1954 മുതൽ സിനിമയ്ക്കായി ഏർപ്പെടുത്തപ്പെട്ട ദേശീയ അവാർഡ്.

സിനിമയുടെ വ്യവസായ സാധ്യതകൾ വളർന്നതിനൊപ്പം തന്നെ സിനിമ ഒരു കലാരൂപം എന്ന നിലയിലും ഗൗരവാത്മകമായി കണക്കാക്കിയ സിനിമാ പ്രവർത്തകരും ഇന്ത്യയുടെ പലഭാഗത്തും

ഉണ്ടായി. ലോകത്തിന്റെ നെറുകയിൽ ഇന്ത്യൻ സിനിമയുടെ നാമം കുറിച്ച് വച്ച പഥേർ പാഞ്ചാലിയുടെ പിറവി ഈ കാലഘട്ടത്തിലാണ് (1955) ഉണ്ടായത്. അതുവരെ അവതരിപ്പിക്കപ്പെട്ടിരുന്ന സിനിമാ സ്വരൂപങ്ങളിൽ നിന്നും ഏറെ വ്യത്യസ്തവും ശ്രദ്ധേയവുമായിരുന്നു പഥേർ പാഞ്ചാലി. സംവിധായകനായ സത്യജിത്റായ് ലോകശ്രദ്ധ നേടി. ലോകസിനിമാവേദിയിൽ ഇന്ത്യൻ സിനിമക്ക് ആദ്യമായൊരു ഇരിപ്പിടം പഥേർ പാഞ്ചാലി നേടിക്കൊടുത്തു

1929 ൽ ബിഭൂതി ഭൂഷൺ ബന്ദ്യോപാന്ഥായ രചിച്ച നോവലിനെ ആസ്പദമാക്കിയാണ് പഥേർ പാഞ്ചാലിയുടെ നിർവഹണം. എങ്കിലും സ്വാതന്ത്ര്യാനന്തര ഇന്ത്യൻ ഗ്രാമീണ സമൂഹത്തിന്റെ ഒരു പരിച്ഛേദം കൂടിയായി മാറുന്നുണ്ട് പഥേർ പാഞ്ചാലി. സ്വാതന്ത്ര്യം ഭാരതീയ ഗ്രാമ ജീവിതത്തിൽ കാര്യമായ മാറ്റങ്ങൾ വരുത്തിയില്ല എന്നും പറയാതെ പറയുക കൂടി ചെയ്യുന്നു ഈ സിനിമ. ഭ്രമാത്മക കല്പനയുടെ അതുവരെയുള്ള ഇന്ത്യൻ സിനിമാലോകത്തെ പുതുക്കിപ്പണിയുക കൂടിയായിരുന്നു ഇതുവഴി സത്യജിത്റായ്.

ഇതേ കാലയളവിൽത്തന്നെയാണ് ഇന്ത്യയിൽ ആദ്യത്തെ ടെലിവിഷൻ പ്രക്ഷേപണം ആരംഭിക്കുന്നതും (1957). സിനിമയുടെ സാധ്യതകളെ മുന്നോട്ടുകൊണ്ടുപോകുന്നതിൽ അത് ഏറെ സഹായിച്ചു. പുതിയ സാങ്കേതികവിദ്യകളുടെ കടന്നുവരവും വികാസവും ഇക്കാലത്തെ സിനിമകളിൽ പല മാറ്റങ്ങൾക്കും കാരണമായി. ആദ്യ ടെക്നികളർ ചിത്രമായ ജാൻസി കി റാണി (1952) ആദ്യ സിനിമാസ്കോപ്പ് കാഗസ് ക ഫൂൽ (1959) എന്നിവ പിറന്നതും ഈ കാലയളവിലാണ്. സിനിമയ്ക്ക് സാമ്പത്തിക സഹായങ്ങൾ നൽകുന്ന ഫിലിം ഫൈനാൻസ് കോർപറേഷന്റെ രൂപീകരണം (1960) ഇന്ത്യൻ സിനിമയുടെ വളർച്ചയിൽ ദൂരവ്യാപകമായ ഫലങ്ങൾ ഉളവാക്കി.

കേരളം പുതിയ സാമൂഹിക ക്രമത്തിലേക്കും ദേശീയതയുടെ ഉൾച്ചേരലുകളിലേക്കും കൂടുതൽ വികസിക്കുന്ന കാലമായിരുന്നു 1950-60കൾ. സ്വതന്ത്രഇന്ത്യയുടെ ഐക്യത്തിനായി സംസ്ഥാന രൂപീകരണങ്ങൾ നടക്കുന്ന സമയത്ത്, ആദ്യം തിരുക്കൊച്ചിയായും (1952) പിന്നീട് ഇന്ന് നാം അറിയപ്പെടുന്ന കേരളമായും (1956) മാറുന്ന കാലം. ഒട്ടേറെ സാമൂഹിക മാറ്റങ്ങൾക്കും പ്രക്ഷോഭങ്ങൾക്കും കേരളം സാക്ഷ്യം വഹിച്ച കാലം. ഇന്ത്യൻയൂണിയന്റെ ഭാഗമാകാൻ വിസമ്മതിച്ച രാജവാഴ്ചക്കെതിരെ ജനകീയ സമരങ്ങൾ രൂപപ്പെടുകയും അത് വിജയപഥത്തിൽ എത്തുകയും ചെയ്ത കാലം. കേരളരൂപീകരണത്തിനുശേഷം ആദ്യമായി അധികാരത്തിൽ വന്നതാകട്ടെ

കമ്യൂണിസ്റ്റ് മന്ത്രിസഭയും ആയിരുന്നു. ഇതര സംസ്ഥാനങ്ങളിൽ നിന്നും കേരളത്തെ രാഷ്ട്രീയമായും സാമൂഹികമായും വ്യത്യസ്ത മായി നിർത്തുന്നതിൽ ഇതും നിർണ്ണായക പങ്കു വഹിച്ചു.

കേരളീയ സമൂഹത്തിന്റെ അടിത്തട്ടു മുതൽ സ്വാധീനം ചെലുത്താനും സമത്വ ദർശനത്തിലൂന്നി പുതിയ കാലത്തെക്കു റിച്ചുള്ള ആശയങ്ങൾ പങ്കുവയ്ക്കാനും കേരളത്തിലെ കമ്യൂണിസ്റ്റ് പ്രസ്ഥാനങ്ങൾക്ക് കഴിഞ്ഞിരുന്നു. നവോത്ഥാനപ്രസ്ഥാനങ്ങളുടെ ഉൾവെളിച്ചങ്ങൾ അതിനെ ഏറെ പിന്തുണക്കുകയും ചെയ്തതായി കാണാം. ജന്മിത്വവ്യവസ്ഥയുടെ ഭാഗമായിരുന്ന ജാതീയതയേയും അടിമത്വത്തേയും ചോദ്യം ചെയ്യുകയും അതിൽ നിന്നും വിമോചി തമായ സമൂഹത്തിനായി പ്രവർത്തിക്കുകയും ചെയ്തുകൊണ്ടാണ് കമ്യൂണിസ്റ്റ് പ്രസ്ഥാനങ്ങൾ ഇവിടെ വേരുറപ്പിക്കുന്നത്. ആധുനിക വിദ്യാഭ്യാസവും പുരോഗമന ചിന്താഗതിയും അതിന്റെ വളർച്ചയ്ക്ക് ഏറെ സഹായിക്കുകയും ചെയ്തു. അത് ഒരു നവസമൂഹത്തിന്റെ ഉദയം കൂടിയായിരുന്നു.

കേരളത്തിൽ അധികാരത്തിൽ വന്ന കമ്യൂണിസ്റ്റ് മന്ത്രിസഭ, അതുവരെ ഉയർത്തിപ്പിടിച്ചിരുന്ന മുദ്രാവാക്യങ്ങളുടെ പ്രായോഗികപ്ര വർത്തനങ്ങളിലേക്ക് കടക്കുകയുണ്ടായി. സോഷ്യലിസത്തിലൂന്നിയ അത്തരം പ്രവർത്തനപദ്ധതികളുടെ ഭാഗമായിട്ടാണ് വിദ്യാഭ്യാസബി ല്ലും കാർഷികബന്ധബില്ലും അവതരിപ്പിക്കപ്പെട്ടത്. അപ്പോഴേക്കും കേരളീയർക്കുമേൽ ആധിപത്യം നേടിക്കഴിഞ്ഞിരുന്ന മത-സാമുദാ യികശക്തികൾ ഇതിനെതിരെ തിരിയുകയാണുണ്ടായത്. വിദ്യാഭ്യാ സരംഗത്ത് നിർണ്ണായകസ്വാധീനശക്തിയായി മാറിക്കഴിഞ്ഞിരുന്ന സാമുദായിക സംഘങ്ങൾ, തങ്ങളുടെ കച്ചവട താത്പര്യങ്ങളിലൂന്നി വിദ്യാഭ്യാസ ബില്ലിനേയും, മറുഭാഗത്ത് ജാതി-ജന്മിത്വങ്ങളെ മറി കടക്കാൻ ശ്രമിച്ച കാർഷികബന്ധ ബില്ലിനേയും എതിർക്കാൻ തുട ങ്ങിയിരുന്നു. ഈ രണ്ടുധാരകളെയും നിയന്ത്രിച്ചിരുന്നത് ഒരേചൂഷക വർഗ്ഗം തന്നെയായിരുന്നതിനാൽ അവർക്ക് അതിവേഗം ഐക്യപ്പെ ടാനായി! ഒപ്പം, മുതലാളിത്ത താത്പര്യങ്ങളെ താലോലിച്ചു പോന്നി രുന്ന കേരളാ പ്രദേശ് കോൺഗ്രസ്സിന്റെ പിന്തുണയും ലഭിച്ചതോടെ കുപ്രസിദ്ധമായ വിമോചന സമരത്തിന് കളമൊരുങ്ങുകയും ചെയ്തു. ആദ്യ ജനകീയ സർക്കാരിനെ പിരിച്ചുവിടുന്നതിലേക്കാണ് അത് എത്തിച്ചേർന്നത്.

സാമൂഹികമായ ഉള്ളടരുകളെ ചോദ്യം ചെയ്യുകയും മതാതീത സമൂഹത്തിനായുള്ള പ്രയത്നത്തെ മറികടക്കാൻ ശ്രമിക്കുകയുമാണ് യഥാർത്ഥത്തിൽ വിമോചനസമരം ചെയ്തത്. വിദ്യാഭ്യാസ മേഖലയെ

വികസനത്തിന്റെയും സംസ്കാരത്തിന്റെയും ഭാവിരൂപങ്ങളായി പരിവർത്തനപ്പെടുത്തുന്നതിനു പകരം വെറും കച്ചവട സ്ഥാപനങ്ങളാക്കി നിലനിർത്താനാണ് അത് പ്രയത്നിച്ചത്. സാംസ്കാരികമായ ഉയർത്തെഴുന്നേൽപ്പുകളെ, സമത്വത്തെക്കുറിച്ചുള്ള കല്പനകളെ, സാമൂഹിക പ്രവർത്തനങ്ങളുടെ മാനവീയ മുഖങ്ങളെയൊക്കെത്തന്നെ വിമോചന സമരം നിഷ്കരുണം പിഴുതെറിഞ്ഞു. ചുരുക്കത്തിൽ നവ്യമായ കേരളീയാനുഭവങ്ങളെ ശിഥിലീകരിക്കുകയാണ് വിമോചനസമരം ചെയ്തത്. കേരളത്തിന്റെ മുന്നോട്ടുപോകലിനെ പിന്നിലേക്ക് പിന്തള്ളി എന്നത് മാത്രമാണ് വിമോചനസമരത്തിന്റെ ബാക്കി പത്രം.

ഇത് കീഴാള സമൂഹത്തെ ഏറെ പിന്നിലാക്കി. അധികാര വടംവലികളും ഭരണകൂട താൽപര്യങ്ങളും അരങ്ങുവാഴുന്ന കേരളീയ സമൂഹത്തിൽ സ്വപ്നങ്ങൾക്ക് വിഘാതം വന്ന ഒരു സാമൂഹ്യ സംഘമായി കീഴാളർ മാറിയെന്ന് പറയാം. അധികാര കാര്യങ്ങളിൽ പിന്നോക്കം പോയെങ്കിലും വിദ്യാഭ്യാസത്തിൽ കൂടുതൽ ശ്രദ്ധചെലുത്തിക്കൊണ്ട് ഏറെപ്പേർ ഇതിനു സമാന്തരമായിതന്നെ കേരളത്തിൽ പലയിടങ്ങളിലും ഈ വിഭാഗത്തിൽ നിന്നും വളർന്നു വന്നു എന്നും കാണാവുന്നതാണ്.

1950മുതൽ1959വരെ മലയാളത്തിൽ 65സിനിമകളാണ് പുറത്തിറങ്ങിയത്. ആദ്യവർഷം പ്രദർശിപ്പിക്കപ്പെട്ട (1950) ആറു ചിത്രങ്ങൾ നല്ലതങ്ക, സ്ത്രീ, ശശിധരൻ, ചേച്ചി, പ്രസന്ന, ചന്ദ്രിക തുടങ്ങിയവയാണ്. നല്ലതങ്കയും സ്ത്രീയും അക്കാലത്ത് അവതരിപ്പിക്കപ്പെട്ടിരുന്ന നാടകങ്ങൾ ആയിരുന്നു. തിക്കുറിശ്ശിയുടെ സ്ത്രീ ഒരു സാമൂഹിക നാടകമായിരുന്നു. തിരുവതാംകൂർ സഹോദരിമാരായ ലളിത , പദ്മിനി, രാഗിണിമാർ ആദ്യമായി അഭിനയിച്ച ചിത്രം എന്നനിലയിൽ പ്രസന്നയും പി. ഭാസ്കരൻ ആദ്യ ഗാനരചന നിർവഹിച്ച സിനിമ എന്ന രീതിയിൽ ചന്ദ്രികയും ചരിത്രത്തിൽ ഇടംനേടി എന്നതിനപ്പുറം മറ്റു പ്രത്യേകതകൾ ഒന്നും ഇവക്കവകാശപ്പെടാനില്ല. മുൻ സിനിമകളുടെ ശൈലീപരമായ തുടർച്ചതന്നെയായിരുന്നു അവ. സ്ത്രീ നാമധാരികളാണ് ഇവയിൽ ഏറെ യെങ്കിലും സ്ത്രീയുടെ സാമൂഹിക പദവിയോ, സാമ്പത്തിക സമത്വമോ ഒന്നും തന്നെ ഇവ പ്രശ്നവൽക്കരിച്ചിട്ടില്ല. ഉത്തമഭാര്യ-കുടുംബിനി സങ്കൽപ്പത്തെ ഊട്ടിഉറപ്പിക്കുക മാത്രമാണിവചെയ്തത്. അതാകട്ടെ മധ്യവർഗ്ഗ ജീവിതത്തിന്റെ ഉപരിപ്ലവ കല്പനകളെ സാധൂകരിക്കുകയും ചെയ്തു.

1951 ആകുമ്പോഴേക്കും സിനിമയിൽ ശ്രദ്ധേയമായ മാറ്റങ്ങൾ ഉണ്ടായതായി കാണാം. ആ വർഷം പുറത്തിറങ്ങിയ ജീവിതനൗക (വെമ്പു) മലയാളത്തിലെ ആദ്യത്തെ സൂപ്പർഹിറ്റ് സിനിമയായി.

മലയാളത്തിലെ പന്ത്രണ്ടാമത് സിനിമയായ ഇത് അതുവരെയുണ്ടായിരുന്ന പ്രദർശനറെക്കോഡുകൾ ഭേദിച്ചുവെന്ന് മാത്രമല്ല തമിഴ്, കന്നഡ, തെലുങ്ക് ഭാഷകളിലേക്ക് മൊഴിമാറ്റപ്പെട്ട ആദ്യ മലയാള സിനിമ എന്ന സ്ഥാനവും നേടി.

ധനികനായ സോമനും (തിക്കുറിശ്ശി സുകുമാരൻനായർ) ദരിദ്രയായ ലക്ഷ്മിയും (ബി. എസ്. സരോജ) തമ്മിലുള്ള പ്രണയവും വിരഹവും പുനഃസമാഗവുമെല്ലാം പ്രേമേയമായിട്ടുള്ള ജീവിതനൗക ആഖ്യാന രീതിയിൽ വേറിട്ടൊരനുഭവം ആയിരുന്നില്ല. എന്നാൽ ഛായാഗ്രഹണം, ചിത്രസംയോജനം തുടങ്ങിയവയിൽ ചില പുതുമകൾ കൊണ്ടുവന്നതായി കാണാം. അക്കാലത്ത് കേരളത്തിൽ നിലനിന്നിരുന്ന ജാതി-ജന്മിത്വ അവശേഷിപ്പുകൾ പ്രമേയത്തിൽ ഈ സിനിമ ഉൾപ്പെടുത്തിയിട്ടുണ്ട്. അതാകട്ടെ വർഗ്ഗസമരത്തെയും സമത്വസങ്കല്പത്തെയും തികച്ചും ലളിതവൽക്കരിച്ചുകൊണ്ടാണുതാനും. യഥാർത്ഥ സാമൂഹിക സംഘട്ടനങ്ങൾക്കു പകരം, കൊടുക്കൽ വാങ്ങൽ പ്രക്രിയയെ (ഉള്ളവൻ ഇല്ലാത്തവന് ദാനം ചെയ്യുക) സാമൂഹികതയുടെ ഉടുപ്പണിയിച്ച് അവതരിപ്പിക്കുകയാണ് ഈ ചിത്രം ചെയ്യുത്. അതിനൊപ്പം തന്നെ ഉത്തമനായ നായകൻ എന്ന സങ്കൽപ്പത്തിന് കൂടുതൽ ഊന്നൽ നൽകുന്നതിന് ഈ ചിത്രം തുടക്കമിടുകയും ചെയ്തു.

പൊൻകുന്നം വർക്കിയുടെ തിരക്കഥയിൽ പുറത്തിറങ്ങിയ അദ്ദേഹത്തിന്റെ തന്നെ നാടകത്തിന്റെ സിനിമാഭാക്ഷ്യം ആയിരുന്നു നവലോകം. വഞ്ചകനായ മുതലാളിക്കെതിരെ കർഷകർ സംഘടിക്കുന്നതും ഒടുവിൽ മുതലാളി മാനസാന്തരം വന്നു കർഷകപക്ഷത്ത് ചേരുന്നതുമാണ് ഇതിവൃത്തം. ജീവിതനൗകപോലുള്ള കുടുംബകഥാചിത്രങ്ങളുടെ വൻ വിജയത്തിനിടയിൽ ഒരു സാമൂഹിക സിനിമ പിറവി കൊണ്ടു എന്നതാണ് നവലോകത്തിന്റെ പ്രസക്തി. കർഷക-ജന്മി സംഘർഷ കഥ സെൻസർ ബോർഡിന്റെ കർക്കശമായ എഡിറ്റിങ്ങിന് ശേഷമാണ് പുറത്തിറങ്ങിയത്. അതുകൊണ്ടു വർഗ സംഘർഷം കണക്കിലെടുത്ത് ആദ്യമായി എഡിറ്റു ചെയ്യപ്പെട്ട സിനിമയാണ് നവലോകം എന്ന് പറയാം. ഇതൊക്കെയാണെങ്കിലും ഒരിക്കൽ (1940കൾ) കേരളത്തിൽ അലയൊലി സൃഷ്ടിച്ച നാടകമായിരുന്നിട്ടുകൂടി നവലോകം സിനിമയായപ്പോൾ സ്വികരിക്കപ്പെട്ടില്ല!

കേരളകേസരി, രക്തബന്ധം, വനമാല, യാചകൻ തുടങ്ങി തുടർന്നുണ്ടായ ചിത്രങ്ങളിലേറെയും ജീവിതനൗകയെ പല തരത്തിൽ പിൻപറ്റുന്നവയായിരുന്നു. എന്നിരുന്നാലും ജീവിതനൗകയുടെ വിജയപഥങ്ങൾ അവയെ കടാക്ഷിച്ചില്ല! എന്നാൽ ജീവിതനൗകയുടെ

വിജയം സിനിമാരംഗത്തു പുതിയ നിർമ്മാതാക്കളെയും ഇതര കലാകാരന്മാരെയും രംഗത്തു കൊണ്ടുവരുന്നതിന് കാരണമായി. ജീവിതനൗകയുടെ തൊട്ടടുത്തവർഷം (1952) ആത്മസഖി എന്ന സിനിമയിലൂടെ സത്യനും മരുമകൾ എന്ന ചിത്രത്തിലൂടെ പ്രേംനസീറും അഭിനേതാക്കളായി കടന്നുവരികയും തുടർന്ന് ശക്തമായ സ്വാധീനം ചെലുത്തിക്കൊണ്ടു ഏറെക്കാലം രംഗം കീഴടക്കിനിൽക്കുകയും ചെയ്തത് ചരിത്രമാണ്. ജീവിതനൗകയുടെ ചുവടുപിടിച്ച്, സാമൂഹിക പ്രസക്തിയും ജീവിത മൂല്യങ്ങളും പകർന്നു നൽകുന്ന, "കഥപറയുന്ന" സിനിമകളായാണ് പിന്നീട് പല സിനിമകളും പ്രത്യക്ഷപ്പെട്ടത്. അവയിലേറെയും സാമ്പത്തിക വിജയം കണ്ടു. സത്യൻ, പ്രേംനസീർ തുടങ്ങിയ നടന്മാരുടെ നായക പദവി സിനിമയെ കൂടുതൽ വ്യവസായവൽക്കരിക്കുകയും സിനിമാനിർമ്മാണത്തെ ഏറെ പ്രോത്സാഹിപ്പിക്കുകയും ചെയ്തു.

1954 ലെ മൂന്നാമത്തെ ചിത്രമായ നീലക്കുയിൽ മറ്റൊരു വഴിത്തിവാണ്. ഉറൂബിന്റെ കഥയെ മുൻനിർത്തി രാമുകാര്യാട്ടും പി. ഭാസ്കരനും ചേർന്ന് സംവിധാനം ചെയ്ത നീലക്കുയിൽ പ്രസിഡന്റിന്റെ വെള്ളിമെഡൽ നേടിയ ആദ്യമലയാള സിനിമയെന്ന സ്ഥാനവും നേടുകയുണ്ടായി. ഈ കാലത്തും ജന്മിത്വത്തിന്റെ അവശേഷിപ്പായ ജാതീയതയെ പൂർണ്ണമായും തുടച്ചു നീക്കാൻ ആയിരുന്നില്ല. അതുകൊണ്ടുതന്നെ ജാതീയതയെ ചോദ്യം ചെയ്യുന്ന നിലക്കുയിലിന്റെ പിറവി, കേരളീയർക്കുമേൽ പല തിച്ചറിവുകൾക്കും കാരണമായി. നിലനിന്നിരുന്ന സാമൂഹിക വ്യവസ്ഥിതിയുടെ കാപട്യം ആദ്യമായി പകർത്തിയ സിനിമ എന്ന നിലയിലും നീലക്കുയിൽ ചരിത്ര പ്രാധാന്യം നേടുന്നുണ്ട്.

1956 ഉറൂബിന്റെ തിരക്കഥയിൽ പി. ഭാസ്കരൻ സംവിധാനം നിർവ്വഹിച്ച രാരിച്ചൻ എന്ന പൗരൻ പുറത്തു വന്നു. നീലക്കുയിലിനേക്കാൾ മാധ്യമ ബോധം പ്രകടിപ്പിച്ച സിനിമയായിരുന്നു ഇത്. നിയമവ്യവസ്ഥകൾ സാധാരണ പൗരജീവിതത്തെ എങ്ങിനെയെല്ലാം പ്രതികൂലമായി ബാധിക്കുന്നുവെന്നാണ് ചിത്രം പറയാൻ ശ്രമിച്ചത്. ഗുരുതരങ്ങളായ പ്രശ്നങ്ങൾ വ്യക്തി എന്ന നിലയിൽ രാരിച്ചൻ അനുഭവിക്കുന്നുണ്ട്. എന്നാൽ നിയമവ്യവസ്ഥ അതെല്ലാം നിരാകരിക്കുകയും അയാളെ ശിക്ഷക്ക് വിധേയമാക്കുകയും ചെയ്യുന്നു. മലബാറിലെ മുസ്ലിംഭാഷയുടെ ചാരുത അനുഭവപ്പെടുത്തുകകൂടി ചെയ്യുന്നുണ്ട് ഈ ചിത്രം. കടുത്ത സാമൂഹിക പ്രശ്നങ്ങളെ യാഥാർത്ഥ്യ ബോധത്തോടെ ഈ ചിത്രം ആവിഷ്ക്കരിക്കാൻ ശ്രമിച്ചിട്ടുണ്ട്.

നീലക്കുയിൽ നേടിയ അംഗീകാരം അക്കാലത്തെ പ്രധാന എഴുത്തുകാരെയും അവരുടെ രചനകളെയും സിനിമയുടെ ഭാഗമാക്കുന്നതിന് കാരണമായി. പൊൻകുന്നം വർക്കി (സ്നേഹസീമ) ടി. എൻ. ഗോപിനാഥൻ നായർ (അനിയത്തി, സി. ഐ. ഡി) മുതുകുളം രാഘവൻപിള്ള (അവരുണരുന്നു, കുടപ്പിറപ്പ്) മുട്ടത്തുവർക്കി (ജയിൽപ്പുള്ളി, പാടാത്ത പൈങ്കിളി) തകഴി ശിവശങ്കരപ്പിള്ള (രണ്ടിടങ്ങഴി) മൊയ്തു പടിയത്ത് (ഉമ്മ) തുടങ്ങിയവ ഈ നിലയിൽ പുറത്തുവന്നവയാണ്. ഇവയിൽ ഏറെ ചിത്രങ്ങളും സാമൂഹിക പ്രസക്തമായ ആശയങ്ങൾ കൈകാര്യം ചെയ്യാൻ ശ്രമിച്ചിട്ടുണ്ട്. കൂടുതൽ സാമൂഹികപരതയും സാഹിത്യ സാന്നിധ്യവും ഇത്തരം സിനിമകൾക്കുണ്ടായി എന്ന് പറയാം.

ഇതിനോടൊപ്പം തന്നെ പഥേർപാഞ്ചാലിപോലുള്ള ചിത്രത്തിന്റെ സ്വാധീനവും കേരളത്തിൽ ഉണ്ടായി. ഒരുപറ്റം വിദ്യാർഥികളുടെ നേതൃത്വത്തിൽ നിമ്മിക്കപ്പെട്ട ന്യൂസ് പേപ്പർബോയ് (പി. രാമദാസ്/955) പിറന്നത് അങ്ങനെയാണ്. മലയാളത്തിലെ ആദ്യ യഥാതഥചിത്രമായ ന്യൂസ്പേപ്പർബോയ് സമൂഹത്തിന്റെ ഒരു പരിഛേദമാണ് അവതരിപ്പിച്ചത്. എന്നാൽ ഇത്തരം യഥാതഥ ആവിഷ്കാരങ്ങൾ ഈ ചിത്രത്തെ തുടർന്ന് ഇല്ലാതെ പോയി. അതിഭാവുകത്വം കലർന്ന ജീവിത സന്ദർഭങ്ങൾ പകർത്താനാണ് തുടർന്നും ഇവിടെ സിനിമകൾ ശ്രമിച്ചത്. 1950 മുതൽ 59 വരെയുള്ള മലയാള സിനിമാ ചരിത്രം വളർച്ചയുടെ വ്യക്തമായ സൂചനകൾ നൽകുന്നുണ്ട്. കൂടുതൽ സാഹിത്യകൃതികൾ സിനിമയാക്കുന്നതിനും കലാപരമായും സാങ്കേതികമായും മികവ് പുലർത്തുന്നതിനുമുള്ള ശ്രമങ്ങളുണ്ടായി. അഭിനയ രംഗത്തുമാത്രമല്ല മറ്റു പിന്നണി പ്രവർത്തനങ്ങളിലും കൂടുതൽ പ്രതിഭകൾ കടന്നു വന്നു. പ്രേംനസീർ, സത്യൻ, മധു, ബഹദൂർ, അടൂർഭാസി, ഷീല, കൊട്ടാരക്കര ശ്രീധരൻനായർ, ശങ്കരാടി, മുത്തയ്യ, കോട്ടയം ചെല്ലപ്പൻ, ആലുംമൂടൻ, വയലാർ രാമവർമ്മ, ഒ. എൻ. വി കുറുപ്പ്, പി. ഭാസ്കരൻ, രാമു കാര്യാട്ട് എന്നിങ്ങനെ നിരവധിപേർ നിർണ്ണായകമായ സംഭാവനകൾ നൽകിക്കൊണ്ട് ചരിത്രത്തിന്റെ ഭാഗമായി

'നീലി'ക്കുയിലുകൾ പറക്കുമ്പോൾ:
നീലക്കുയിൽ, പി ഭാസ്കരൻ/രാമു കാര്യാട്ട് (1954)

1954ലെ മൂന്നാമത്തെ ചിത്രമായ നീലക്കുയിൽ ഒരു വഴിത്തിരിവാണ്, രാമു കാര്യാട്ടും പി ഭാസ്കരനും ചേർന്ന് സംവിധാനം ചെയ്ത നീലക്കുയിൽ വെള്ളി മെഡൽ നേടിയ ആദ്യ മലയാള സിനിമ എന്ന സ്ഥാനവും നേടുകയുണ്ടായി. ഈ കാലത്തും ജന്മിത്വത്തിന്റെ ശേഷിപ്പയ ജാതീയതയെ പൂർണമായും തുടച്ച നീക്കാൻ

ആയിരുന്നില്ല. അതുകൊണ്ട് തന്നെ ജാതീയതയെ ചോദ്യം ചെയ്യുന്ന നീലക്കുയിന്റെ പിറവി കേരളീയർക്ക് പല തിരിച്ചറിവുകൾക്കും കാരണമായി. പ്രാകൃതമായി നിലനിന്നിരുന്ന സാമൂഹ്യ വ്യവസ്ഥിതിയുടെ കാപട്യം ആദ്യമായി പകർത്തിയ സിനിമ എന്ന നിലയിലും നീലക്കുയിൽ ചരിത്രപ്രാധാന്യം നേടുന്നുണ്ട്.

പുലയ സമുദായത്തിൽ പെടുന്ന നീലിയും (മിസ് കുമാരി)സ്കൂൾ അധ്യാപകനായ ശ്രീധരൻ നായരും (സത്യൻ) പ്രണയത്തിലാകുന്നു. അതോടെ യാഥാസ്ഥിതിക സമൂഹത്തെ ഭയന്ന് അവരെ വിവാഹം ചെയ്യാൻ ശ്രീധരൻനായർ വിസമ്മതിക്കുന്നു. നീലി ഒരു കുഞ്ഞിന് ജന്മം നൽകി ക്കൊണ്ട് മരിക്കുന്നു. അനാഥനായ ആ പുലയക്കുട്ടിയെ കുട്ടിയെ (മാസ്റ്റർ മോഹൻ) ആരും ഏറ്റെടുക്കാൻ തയ്യാറാവാത്ത സന്ദർഭത്തിൽ പോസ്റ്റുമാൻ ശങ്കരൻനായർ (പി ഭാസ്കരൻ) വളർത്തുന്നു. ശ്രീധരൻനായർ ഒരു കുലീനകുടുംബത്തിലെ അംഗമായ നളിനിയെ(പ്രേമ) വിവാഹം കഴിക്കുന്നു. ഒടുവിൽ കുറ്റബോധം കൊണ്ട് മനപരിവർത്തനം വന്ന ശ്രീധരൻ നായർ ആ കുട്ടിയെ സ്വന്തം കുഞ്ഞായി അംഗീകരിക്കുന്നതോടെയാണ് ചിത്രം അവസാനിക്കുന്നത്.

ആ സമയം നാട്ടിലെ സാമൂഹിക പ്രവർത്തകൻ കൂടിയായ പോസ്റ്റുമാൻ ജാതിയെ പ്രശ്നവൽക്കരിച്ച് സംസാരിക്കുന്നതായി കാണാം. ജാതി/മതാതീതമായ മാനവികതയ്ക്കായി കാഹളമൂതിയ സിനിമയായിരുന്നു നീലക്കുയിൽ. ജാതീയതയ്ക്കെതിരായ നിലപാടുകളാണ് ഈ ചിത്രത്തിലെ സാമൂഹ്യ പ്രസക്തി എന്നു പറയാം.

അയിത്തം അന്യംനിന്നിട്ടില്ലാത്ത ആ കാലത്തിൽ നിന്നും വ്യത്യസ്തമായി മേലാളനായകന്റെ വീടിനകത്തേക്ക് കയറാൻ ഒരു പുലയിക്ക് അനുവാദം ലഭിക്കുന്നത് നവോത്ഥാനത്തിന്റെ മൂല്യവ്യവസ്ഥയാണെങ്കിലും അവളുമായുള്ള അയാളുടെ ശാരീരിക ബന്ധമാകട്ടെ ആധിപത്യ/വിധേയങ്ങളുടെ തുടർച്ചയാണെന്ന് കാണാം. ജാതീയതയുടെ പ്രത്യക്ഷമായ ഇരയാണ് ഇതിലെ നീലി. നീലിയുടെ മരണത്തോടെ ജാതീയപരമായ പ്രശ്നങ്ങളെ സൂത്രത്തിൽ മറികടക്കാൻ സിനിമ ശ്രമിക്കുന്നതായി കാണാം. ഒരു മേലാളന്റെ ജീവിതസഖിയായി മാറാൻ മാത്രം അവർണ്ണതക്ക് ഇനിയും സാമൂഹിക ഇടം ലഭ്യമായിട്ടില്ലെന്നു കൂടി സിനിമ പറഞ്ഞു വയ്ക്കുന്നുണ്ട്.

കൊട്ടിഘോഷിക്കപ്പെട്ടുംപോലെയുള്ള, മലയാള സംസ്കാരത്തിന്റെ അടയാളമാണ് ഈ സിനിമ എന്ന വാദത്തെ അംഗീകരിക്കാൻ കഴിയില്ല. കാരണം മലയാളിത്തം, കേരളീയത എന്നതെല്ലാം ആരുടെ കാഴ്ചപ്പാടുകളെയാണ് അവതരിപ്പിക്കുന്നത് എന്നതുകൂടി

പരിഗണിക്കപ്പെടേണ്ടതുണ്ട്. എങ്കിലും സിനിമയിൽ ദൃശ്യവൽക്കരിക്കപ്പെടുന്ന പൊതുസമൂഹത്തിന് സമാന്തരമായി അപര/കീഴാള സമൂഹങ്ങളും ഇവിടെ ഉണ്ടെന്ന് ആദ്യമായി ചൂണ്ടിക്കാണിച്ച സിനിമയാണ് നീലക്കുയിൽ. അവരുടെ ജീവിതത്തെ പ്രധാന ആഖ്യാന പരിസരത്തും നിർത്തിയില്ലെങ്കിലും.

മുടിഞ്ഞൊടുങ്ങുന്ന ആഭിജാത്യം: മുടിയനായ പുത്രൻ, രാമു കാര്യാട്ട് (1961)

1957 ൽ തോപ്പിൽ ഭാസി രചിച്ച നാടകത്തിന്റെ സിനിമാഭാഷ്യമാണ് രാമു കാര്യാട്ട് സംവിധാനം ചെയ്ത മുടിയനായ പുത്രൻ. കോൺട്രാക്ടറും ധനവാനുമായ ഗോപാലപിള്ളയുടെ (കോട്ടയം ചെല്ലപ്പൻ) അനുജനാണ് രാജൻ (സത്യൻ) അയാൾ കുടുംബത്തിന്റെ മഹിമക്കും ആഭിജാത്യത്തിനും അനുപൂരകമല്ലാതെ ജീവിക്കുന്ന ഒരു കവലച്ചട്ടമ്പിയാണ്. രാജൻ, രാധയുമായി (അംബിക) പ്രണയത്തിലാണ്. എന്നാൽ ഇത്തരം സ്വഭാവം വച്ചുപുലർത്തുന്ന അയാൾക്ക് രാധയെ വിവാഹം ചെയ്യാനാവുന്നില്ല. പകരം രാധയെ ഗോപാലപിള്ള തന്നെ വിവാഹം കഴിക്കുകയും ചെയ്യുന്നു. ഇതോടെ രാജൻ കൂടുതൽ മദ്യപാനിയും ഒറ്റപ്പെട്ടവനും ധിക്കാരിയുമായി മാറുന്നു.

ഒരു ഗുണ്ടാആക്രമണത്തിൽ പരിക്കേൽക്കുന്ന രാജനെ, ചാത്തൻ പുലയന്റെ (കാമ്പിശ്ശേരി കരുണാകരൻ) കുടുംബം രക്ഷിക്കുന്നു. ചാത്തന്റെ മകൾ ചെല്ലമ്മയുമായി (മിസ് കുമാരി) രാജൻ പ്രണയത്തിലാകുന്നു. ഇതിനിടയിൽ ഗോപാലപിള്ള കോണ്ട്രാക്റ്റ് എടുത്തിട്ടുള്ള റോഡ് പണി സ്ഥലത്ത് കൂലിയെച്ചൊല്ലി അഭിപ്രായവ്യത്യാസമുണ്ടാവുന്നു. തൊഴിലാളിയായ വാസുവിന്റെ (പി. ജെ. ആന്റണി) നേതൃത്വത്തിൽ തൊഴിലാളികൾ സംഘടിക്കുകയും ഗുണ്ടയായ കരടികുട്ടപ്പൻ (തോമസ്) കുത്തേറ്റു മരിക്കുകയും ചെയ്യുന്നു. അത് ചെയ്തത് രാജനും വാസുവും ചേർന്നാണെന്ന് ഗോപാലപിള്ള പോലീസിനെ അറിയിക്കുന്നു. രണ്ടുപേരും ഒളിവിൽ പോകുന്നു. പോലീസ് തിരഞ്ഞു നടക്കുന്നു. വാസു പൊലീസിന് കീഴടങ്ങുന്നു. അതോടെ ഒറ്റപ്പെടുന്ന രാജൻ, വാസുവിനെ മോചിതനാക്കാനായി കൊലക്കുറ്റം ഏറ്റെടുക്കാൻ തീരുമാനിക്കുന്നു. ചെല്ലമ്മയെ കൈപിടിച്ച് അമ്മയെ ഏൽപ്പിച്ച്, അയാൾ ജയിലിലേക്കു പോകുന്നത് സിനിമ അവസാനിക്കുന്നു.

നായർ, ഈഴവ, പുലയ എന്നീ സമുദായ കുടുംബങ്ങൾ ഈ സിനിമയിൽ ഇടം നേടിയിട്ടുള്ളതായി കാണാം. മാനുഷിക പരിഗണനയുടെ പരസ്പരമുള്ള പ്രതീകമായി തന്നെയാണ് ഇവർ നിലനിൽക്കുന്നത്. പട്ടിണിയിലാണ്ടുപോകുന്ന രാജന്റെ കുടുംബത്തെ

സാധനങ്ങളും മറ്റും നൽകി സഹായിക്കാൻ ഇവർ മുന്നോട്ടുവരുന്നുണ്ട്. ജാതീയതയുടെ യാതൊരു തടസ്സങ്ങളുമില്ലാതെ അവയെല്ലാം സ്വീകരിക്കപ്പെടുന്നുമുണ്ട്. വരുംകാല കേരളത്തിന്റെ സാമൂഹിക സ്വപ്നം ഇതുവഴി വിനിമയം ചെയ്യപ്പെടുന്നു. സമാന കുലസ്ത്രീയുടെ സ്നേഹം നിഷേധിക്കപ്പെടുന്നതോടുകൂടിയാണെങ്കിൽ പോലും രാജൻ പുലയിയായ ചെല്ലമ്മയെ വിവാഹം ചെയ്യാൻ ആഗ്രഹിക്കുന്നത് വരെ ഈ സമാന ചിന്തയുടെ ഭാഗമാണ് എന്ന് കാണാം.

തൊഴിലാളിവർഗ കാഴ്ചപ്പാട് സിനിമയുടെ പൊതുദർശനമായി വരുന്നുണ്ടെങ്കിലും സാമുദായിക സംഘാടനത്തിന്റെ സൂചനകളും സിനിമയിൽ കാണാം. വാസു, സ്വസമുദായത്തിലെ സംഘാടനത്തിൽ പങ്കെടുക്കാത്തതും മറ്റു സമുദായങ്ങളിൽ ഇടപെടുന്നതും സിനിമയിൽ ചൂണ്ടിക്കാണിക്കപ്പെടുന്നുണ്ട്. ഈഴവനായ വാസു, താൻ രാജന്റെ സഹോദരിയോട് പ്രണയത്തിലാണ് എന്ന വാർത്തയെ നിഷേധിക്കുന്നതും അത് സിനിമ അംഗീകരിക്കുന്നതും കാണാം. അതുപോലെ തന്നെ രാമു ചെല്ലമ്മയെ വിവാഹം ചെയ്യാതെയാണ് സിനിമ അവസാനിക്കുന്നത്. ഈ അപൂരിതങ്ങൾ ഇനിയും അംഗീകരിക്കപ്പെടാൻ വിമുഖത കാണിക്കുന്ന ജാതീയ കൂടിച്ചേരലുകളെയല്ലേ വെളിവാക്കുന്നത് എന്ന് സംശയിക്കാം.

അതുവരെ ഉണ്ടായിരുന്ന നായക സങ്കൽപ്പത്തെ (ഉത്തമഗുണവാനായ നായകൻ) ഈ സിനിമ മാറ്റി മറിച്ചു. സാധാരണ കാഴ്ചയിൽ നിന്നും വിഭിന്നമായി മേലാളനായ ഒരാളാണ് അധമ കഥാപാത്രമായി അവതരിപ്പിക്കപ്പെട്ടത് എന്നതും ശ്രദ്ധേയമാണ്. എന്തുകൊണ്ട് രാജൻ വഴിവിട്ടു സഞ്ചരിച്ചു എന്നതിന് സിനിമ ഉത്തരം നൽകുന്നില്ലായെങ്കിലും മലയാളത്തിലെ ആദ്യ ആന്റിഹീറോ സിനിമയാണ് മുടിയനായ പുത്രൻ എന്ന് പറയാം. ആദ്യ ആൻന്റി ഹീറോ ആകട്ടെ സത്യനും.

കറുത്തമ്മ കടലിലെറിഞ്ഞത്:
ചെമ്മീൻ, രാമുകാര്യാട്ട് (1966)

ഇന്ത്യൻ പ്രസിഡന്റിന്റെ ഗോൾഡ് മെഡൽ നേടിക്കൊണ്ട് ശ്രദ്ധ നേടിയ ചിത്രമാണ് ചെമ്മീൻ. തകഴിയുടെ പ്രസിദ്ധ നോവലിനെ പശ്ചാത്തലമാക്കി രാമുകാര്യാട്ട് സംവിധാനം ചെയ്ത ഈ ചിത്രം പലതരത്തിലും മലയാളിക്ക് വേറിട്ട ഒരനുഭവമായി മാറുകയുണ്ടായി. 1965ലാണ് ചെമ്മീൻ അവാർഡിന് വിധേയമാകുന്നതെങ്കിലും 1966 ലാണ് അത് റിലീസായത്. ഒൻപത് വർഷം മുൻപ് എഴുതപ്പെട്ട നോവൽ (1956) സിനിമയായി രൂപാന്തരപ്പെടുമ്പോഴും, സിനിമയും

നോവലും പ്രമേയമാക്കിയിരുന്ന കടലാശ്രയ ജീവിതങ്ങൾക്ക് (അരയ/മുക്കുവ) ഏറെ വ്യതിയാനമൊന്നും സംഭവിച്ചിരുന്നില്ല.

ചെമ്പൻ കുഞ്ഞ്(കൊട്ടാരക്കര ശ്രീധരൻ നായർ) ചക്കി(അടൂർ ഭവാനിയും)എന്നീ മത്സ്യത്തൊഴിലാളികളുടെ മകളാണ് കറുത്തമ്മ (ഷീല). ഒരു യുവ മത്സ്യവ്യാപാരിയും മുസ്ലീമുമായ പരീക്കുട്ടിയുമായി (മധു) പ്രണയത്തിലാണ് കറുത്തമ്മ. ചെമ്പൻകുഞ്ഞിന്റെ ജീവിതത്തിലെ ഒരേയൊരു ലക്ഷ്യം ബോട്ട്, വല എന്നിവ സ്വന്തമായി വാങ്ങുക എന്നതാണ്. ചെമ്പൻ കുഞ്ഞിന്റെ ഈ സ്വപ്നം സാധിക്കാൻ പരീക്കുട്ടി പണം നൽകുന്നു. ബോട്ടിൽ ലഭിക്കുന്ന മീനുകളെല്ലാം പരീക്കുട്ടിക്കു മാത്രം വിൽക്കപ്പെടുന്നതിനുള്ള ഒരു വ്യവസ്ഥയിലാണത്.

എന്നാൽ സമ്പത്ത് വർദ്ധിക്കുന്തോറും ചെമ്പൻ കുഞ്ഞ് കൂടുതൽ ആർത്തി പൂണ്ട് എല്ലാ വ്യവസ്ഥകളും ബന്ധങ്ങളും മറക്കുന്നു. മാത്രമല്ല അയാൾ, തന്റെ മകളുമായുള്ള പരീക്കുട്ടിയുടെ പ്രണയം വകവയ്ക്കാതെ തന്റെ മത്സ്യബന്ധനസമയത്ത് കടലിൽ നിന്നും കണ്ടെത്തിയ പളനി (സത്യൻ) എന്ന അനാഥനെക്കൊണ്ട് കറുത്തമ്മയെ വിവാഹം ചെയ്യിക്കുന്നു.

വളരെ വൈകാതെ ചക്കി മരിക്കുകയും മരണ വിവരം അറിയിക്കാൻ പരീക്കുട്ടി കറുത്തമ്മയുടെ വീട്ടിൽ എത്തുകയും മറ്റുള്ളവർ ആ അവസരം മുതലാക്കി അപവാദം പറഞ്ഞു പരത്തുകയും ചെയ്യുന്നു. കറുത്തമ്മയിൽ വിശ്വസിക്കുന്ന പഴനി കരക്കാരുടെ വർത്തമാനങ്ങൾ അവഗണിക്കുന്നു. എന്നാൽ തുറക്കാൻ പഴനിക്കൊപ്പം കടലിൽ പോകാൻ തയ്യാറാവാതെ അയാളെ ഒറ്റപ്പെടുത്തുന്നു. അതോടെ വാശിയോടെ അയാൾ തനിച്ചു ജോലിചെയ്യാൻ തീരുമാനിക്കുന്നു. വൈകാതെ അവർക്ക് ഒരു പെൺകുഞ്ഞ് പിറക്കുന്നു

ചെമ്പൻ കുഞ്ഞ് ഒരു മകനുള്ള പാപ്പികുഞ്ഞിനെ വിവാഹം കഴിക്കുകയും ചെയ്യുന്നു. അത് ചെമ്പന്കുഞ്ഞിന്റെ ജീവിതം ആകെ ശിഥിലീകരിക്കുകയും അയാൾ മാനസിക രോഗിയായി തീരുകയും ചെയ്യുന്നു. അതോടെ ഒറ്റപ്പെട്ടു പോകുന്ന അയാളുടെ ഇളയമകൾ പഞ്ചമി(ലത) ഒറ്റപ്പെട്ടു പോകുന്നു. അവൾ ചേച്ചിയെ തേടി മറുകരയിൽ എത്തുകയും കറുത്തമ്മയോടൊപ്പം താമസം തുടങ്ങുകയും ചെയ്യുന്നു.

പഴനി, തനിച്ചു മീൻ പിടിക്കാൻ പോയ ഒരു രാത്രിയിൽ പരീക്കുട്ടിയും കറുത്തമ്മയും യാദൃശ്യികമായി സന്ധിക്കുന്നു. പരസ്പരം മറന്നുപോകുന്ന അവരെ കടൽത്തിരകൾ വിഴുങ്ങുന്നു. പഴനി, മീൻ പിടിക്കുന്നതിനിടയിൽ ചുഴിയിൽ പെട്ട് മരിക്കുകയും ചെയ്യുന്നു. കുഞ്ഞിനേയും തോളിലേറ്റിയുള്ള പഞ്ചമിയുടെ കരച്ചിലോടെ സിനിമ അവസാനിക്കുന്നു.

കർശനമായ സാമൂഹിക പാരമ്പര്യമുള്ള ഒരു വലിയ ജനവിഭാഗത്തിന്റെ ജീവിത പരിസരമാണ് ചെമ്മീൻ ചിത്രീകരിച്ചത്. അവരുടെ പ്രത്യേകതരമായ വിശ്വാസങ്ങൾ, ജീവിത രീതികൾ, സാംസ്കാരിക വിനിമയങ്ങൾ, വളരെ സാധാരണമായ ജീവിതത്തിലെ വികാരങ്ങൾ എന്നിവയെല്ലാം പകർത്തിയ ചിത്രം സാമൂഹികപരമായ രണ്ടു പ്രശ്നങ്ങൾ ഉന്നയിച്ചതായി കാണാം. നിലനിന്നിരുന്ന ജാതി വ്യവസ്ഥയെ അത് നായികയുടെ പ്രണയത്തിലൂടെ മറികടക്കാൻ ശ്രമിച്ചു. ഒപ്പം ഭർതൃ-ഭാര്യാജിവിതത്തെ പുനഃപരിശോധിച്ചു. ധാർമികതയെ വൈയക്തികമായ പരിസരത്തു നിന്നാണ് സിനിമ നോക്കി കണ്ടത്. പ്രണയത്തെ വിവാഹാനന്തരം ജീവിതത്തിലേക്കും പറിച്ചു നടുന്നതായി കാണാം. വിവാഹത്തോടെ മുൻ കാമുകനെ/കാമുകിയെ സഹോദരരായെണ്ണുന്ന പിൽക്കാല സിനിമകൾക്കുപോലും (ഉദാ-മുറപ്പെണ്ണ്, മുടിയനായ പുത്രൻ) ഒരു പാഠഭേദമായിരുന്നു ഈ ചിത്രം.

സമ്പത്ത്, ജാതിയും മതവും, വർഗഘടന എന്നിവയെല്ലാം സിനിമയുടെ കഥാഖ്യാനത്തെ മുഴുവനും ചൂഴ്ന്നു നിൽക്കുന്നതായി കാണാം. പരീക്കുട്ടിയുടെ മതം കറുത്തമ്മയുടെ അച്ഛനായ ചെമ്പൻ കുഞ്ഞിന് പ്രശ്നമായിരുന്നു എന്നൊരു സൂചനയും സിനിമ നൽകുന്നില്ല. എങ്കിലും അയാൾ പഴനിയെ മകളുടെ ഭർത്താവാക്കി മാറ്റുന്നതിന് കാരണം കടൽ ജീവിതത്തിന് അനുയോജ്യമായ ഒരാൾ എന്ന നിലയിൽ മാത്രമാണ്. പ്രണയത്തെയും ജീവിതത്തെയും ചെമ്പൻ കുഞ്ഞ് രണ്ടായാണ് കാണുന്നത്. (മകളുടെ പ്രണയത്തെ ചൂഷണം ചെയ്തുകൊണ്ടാണ് അയാൾ പരീക്കുട്ടിയിൽ നിന്നും പണം കൈപ്പറ്റുന്നത്) ഭാര്യ മരിച്ചപ്പോൾ മറ്റൊരാളെ വിവാഹം ചെയ്യുന്നതും ഈ "പ്രാക്ടിക്കൽ സെൻസിന്റെ"കാഴ്ചപ്പാടാണ്.

ഒരു സദാചാര സംഘർഷവും അനുഭവിക്കാതെയാണ് സിനിമ പ്രണയത്തെ തൊടുന്നത്. അത് ജാതി-മത ചിന്തകൾക്കതീതമായി മാറുന്നുണ്ട്. കാരണം പ്രണയ സാഫല്യത്തെ ലൈംഗിക വേഴ്ചയുമായി ബന്ധപ്പെടുത്തിയാണ് സിനിമ അവസാനിക്കുന്നത്. വിശുദ്ധമായ പ്രണയ കല്പനകളെ ഇതുവഴി തകിടം മറിക്കുന്നതിനോടൊപ്പം തന്നെ പ്രച്ഛന്നമായ മത വിചാരങ്ങളെ അത് റദ്ദാക്കുകയും ചെയ്യുന്നു.

അകമറയിലെ അവകാശവാദങ്ങൾ: കളക്ടർ മാലതി, എം കൃഷ്ണൻ നായർ (1967)

കളക്ടർ മാലതി കൈകാര്യം ചെയ്ത പ്രമേയം വിപ്ലവാത്മകമായിരുന്നു. കീഴാള സമുദായത്തിലെ മാലതിയും(ഷീല) രാജകുടുംബാംഗമായ രവിവർമ്മയും (പ്രേംനസീർ) ഒരേ കോളേജിൽ പഠിക്കുകയും പ്രണയബദ്ധരായി തീരുകയും ചെയ്യുന്നു. അവർതമ്മിൽ വിവാഹിതരാവാൻ

തയ്യാറായെങ്കിലും ജാതിപരിഗണനകൾ പരസ്പരം വിലക്കുന്നുണ്ട്. ഇതിനെക്കുറിച്ച് ഇരുവരും ബോധവാന്മാരാണ് എന്നത് പ്രത്യേകം എടുത്തുപറയേണ്ടതാണ്. രവിവർമ്മയുടെ അമ്മയുടെ നിർബന്ധത്തിനു വഴങ്ങി മാലതി വിവാഹ തീരുമാനത്തിൽ നിന്നും രവിവർമ അറിയാതെ പിൻവാങ്ങുന്നു. അച്ഛന്റെ തീരുമാനപ്രകാരം രവിവർമ്മ മുറപ്പെണ്ണായ ഇന്ദുവിനെ(അംബിക) വിവാഹം ചെയ്യുന്നു. അവരുടെ ജീവിതം ആകെ ശിഥിലമാകുന്നു. അധികം കഴിയും മുൻപേ മാലതി ജില്ലാകളക്ടർ ആയിമാറുകയും അതേ ഓഫീസിൽ രവിവർമ്മ പ്യൂണായി എത്തുകയും ചെയ്യുന്നതോടെ സിനിമ വീണ്ടും പ്രശ്നാധിഷ്ഠിതമാവുകയാണ്

സാമ്പത്തികമായും ഭൂമി അന്യാദീനമായും ക്ഷയിച്ചു തുടങ്ങിയ രവിവർമ്മയുടെ കുടുംബത്തെ മാലതി സഹായിക്കുന്നതോടെ അവരാ കുടുംബത്തിന് പ്രിയപ്പെട്ടവളായി തീരുന്നു. വിവാഹിതരായെങ്കിലും ശാരീരിക ബന്ധം പോലുമില്ലാതെ അന്യരായി കഴിയുന്ന രവിവർമ്മയേയും ഇന്ദുവിനെയും യോജിപ്പിക്കാൻ രോഗശയ്യയിൽ കിടക്കുന്ന രവിവർമ്മയുടെ അമ്മ ആവശ്യപ്പെടുന്നു. മാലതി അപ്രകാരം അവരുടെ ജീവിതത്തിലേക്ക് കടന്നു ചെല്ലുമ്പോഴേക്കും രവിവർമ്മ ആത്മഹത്യ ചെയ്യുകയാണ്.

ജാതിയെ കൈവിട്ടിട്ടില്ലാത്ത സമകാലീന സമൂഹത്തിന്റെ പലതലങ്ങളും സിനിമ പുറത്തേക്ക് കൊണ്ടുവരുന്നുണ്ട്. രവിവർമ്മയുടെ മാലതിയോടുള്ള ഇഷ്ടത്തെ ഹരിജനോദ്ധാരണം ആയി സുഹൃത്ത് പരിഹസിക്കുന്നതും മാലതിയും അച്ഛൻ ചാത്തൻ മാസ്റ്ററും തമ്മിൽ നടക്കുന്ന സംഭാഷണങ്ങളും തന്റെ പ്രണയത്തിൽ ആശങ്കപ്പെടുന്ന മാലതിയെ രവിവർമ്മ ആശ്വസിപ്പിക്കുന്ന രംഗങ്ങളിലും ഇത് കാണാം. വിവാഹാലോചനയുമായി എത്തുന്ന രവിവർമ്മ യോട് ചാത്തൻ മാസ്റ്റർ പറയുന്നു

ചാത്തൻ മാസ്റ്റർ (മുത്തയ്യ) - മാലതിയുടെ വീട് ഇന്നും കുടിൽ എന്നാണ് പറയാറ്. രവിവർമ്മയുടേത് കൊട്ടാരമെന്നും. ഇതിനിടയിൽ വലിയൊരു വിടവുണ്ട്.

ആ വിടവ് മാറാതെ ഒന്നും ശരിയാകാൻ പോകുന്നില്ല സിനിമയുടെ ആദ്യപകുതിയിൽ ആധുനികതയുടെ/പാശ്ചാത്യതയുടെ കടന്നുവരവിന്റെ സൂചനകൾ നൃത്തം, സംഗീതം, വേഷം എന്നിങ്ങനെ പലതിലായി ആവിഷ്കരിക്കുമ്പോഴും മേൽ ജാതീയതയ്ക്ക് മുൻപിൽ ത്യാഗം ചെയ്ത് പുണ്യം നേടുന്ന വ്യക്തിയായി മാലതിയെ മാറ്റിയെടുത്തു കൊണ്ട് കീഴാള ജനതയെ മാനവീയം ആക്കാൻ ശ്രമിക്കുന്ന സിനിമ സത്യത്തിൽ ജാതീയമായ ഉച്ചനീചത്വങ്ങൾ നിരാകരിക്കാതെ അവസാനിപ്പിക്കുകയാണ്.

●

വരേണ്യതയുടെ നവതരംഗങ്ങൾ (1970-79)

നെഹ്റു യുഗം അവസാനിക്കുകയും ഇന്ദിരാഗാന്ധി അധികാരമേറുകയും ചെയ്തുകൊണ്ടാണ് എഴുപതുകൾ ആരംഭിക്കുന്നത്. അവർ ബാങ്കുകളുടെ ദേശസാൽക്കരണമടക്കം നിരവധി സാമ്പത്തിക - വ്യാവസായിക നയങ്ങൾ നടപ്പാക്കി. സോവിയറ്റ് യൂണിയനുമായുള്ള ഇരുപതു വർഷത്തെ സൗഹൃദ ഉടമ്പടിയിൽ ഇന്ത്യ ഒപ്പുവച്ചതും ഇക്കാലത്താണ്. 1974 ൽ ഇന്ത്യ തങ്ങളുടെ ആദ്യത്തെ ആണവായുധം പോഖ്റാനിനടുത്തുള്ള രാജസ്ഥാൻ മരുഭൂമിയിൽ പരീക്ഷിച്ചു.

1970 കളുടെ തുടക്കത്തിൽ ഹരിത വിപ്ലവം കൊണ്ട് കാർഷിക ഉൽപാദനക്ഷമത മെച്ചപ്പെടുത്തി ദീർഘകാല ഭക്ഷ്യ പ്രതിസന്ധി പരിഹരിച്ചു. ആധുനിക കാർഷിക ഉപകരണങ്ങൾ, പുതിയ ഇനം ജനറ്റിക് വിത്തുകൾ, ഭക്ഷ്യവിളകളായ ഗോതമ്പ്, നെല്ല്, ധാന്യം, വാണിജ്യ വിളകളായ പരുത്തി, തേയില, പുകയില, കോഫി എന്നിവയുടെ വിളവ് വർദ്ധിപ്പിക്കുന്ന കർഷകർക്ക് സാമ്പത്തിക സഹായം വർദ്ധിപ്പിച്ചു. രണ്ട് ദശാബ്ദക്കാലത്തെ ഭക്ഷ്യ ഇറക്കുമതി അവസാനിപ്പിച്ച് സ്വന്തം ജനതക്ക് ഭക്ഷണം നൽകുന്നതിൽ ഇന്ത്യക്ക് സ്വയംപര്യാപ്തത കൈവരിക്കാൻ ഇത് സഹായിച്ചു. എങ്കിലും സാമ്പത്തികവും സാമൂഹികവുമായ പ്രശ്നങ്ങൾ, അഴിമതി ആരോപണങ്ങൾ എന്നിവ ഇന്ത്യയിലുടനീളം വർദ്ധിച്ചുവരുന്ന രാഷ്ട്രീയ അസ്വസ്ഥതകൾക്ക് കാരണമായി. തിരഞ്ഞെടുപ്പ് ആവശ്യങ്ങൾക്കായി സർക്കാർ യന്ത്രങ്ങൾ ദുരുപയോഗം ചെയ്തതിന് 1974

ൽ അലഹബാദ് ഹൈക്കോടതി ഇന്ദിരാഗാന്ധിയെ കുറ്റക്കാരിയെന്ന് കണ്ടെത്തി. ഉടൻ രാജിവയ്ക്കണമെന്ന് ആവശ്യപ്പെട്ട് പ്രതിപക്ഷ പാർട്ടികൾ രാജ്യവ്യാപകമായി പണിമുടക്കും പ്രതിഷേധവും നടത്തി. ജയപ്രകാശ് നാരായണന്റെ കീഴിൽ വിവിധ രാഷ്ട്രീയ പാർട്ടികൾ ഒന്നിച്ചു. ഇന്ത്യയിലുടനീളം പണിമുടക്കിന് നേതൃത്വം നൽകിയ നാരായണൻ ഇന്ദിരാഗാന്ധിയെ പുറത്താക്കാൻ സൈന്യത്തോട് ആവശ്യപ്പെട്ടു.

ഭരണഘടനാ പ്രകാരം അടിയന്തരാവസ്ഥ പ്രഖ്യാപിക്കാൻ 1975 ൽ ഇന്ദിരാഗാന്ധി പ്രസിഡന്റ് ഫക്രുദ്ദീൻ അലി അഹമ്മദിനെ നിർബന്ധിച്ചു. ഇത് രാജ്യത്ത് ക്രമസമാധാനപാലനത്തെ പ്രതിരോധിക്കാനുള്ള ശക്തമായ അധികാരങ്ങൾ ഏറ്റെടുക്കാൻ കേന്ദ്ര സർക്കാരിനെ സഹായിച്ചു. ക്രമസമാധാന തകർച്ചയും ദേശീയ അരക്ഷിതാവസ്ഥയും ചൂണ്ടിക്കാണിച്ച് ഇന്ദിരാഗാന്ധി നിരവധി പൗരസ്വാതന്ത്ര്യങ്ങൾ കവർന്നു. ദേശീയ, സംസ്ഥാന തലങ്ങളിൽ തിരഞ്ഞെടുപ്പ് മാറ്റിവച്ചു. ഇന്ത്യൻ സംസ്ഥാനങ്ങളിലെ കോൺഗ്രസിതര സർക്കാരുകൾ പിരിച്ചുവിട്ടു. ആയിരത്തോളം പ്രതിപക്ഷ രാഷ്ട്രീയ നേതാക്കളെയും പ്രവർത്തകരെയും തടവിലാക്കുകയും ജനങ്ങളിൽ നിർബന്ധിത ജനനനിയന്ത്രണ പരിപാടികൾ നടപ്പിലാക്കുകയും ചെയ്തു. ദില്ലിയിൽ തുർക്ക്മെൻ ഗേറ്റിന് സമീപം ആയിരക്കണക്കിന് ആളുകൾ കൊല്ലപ്പെട്ടു. നിരവധി പേർ പലായനം ചെയ്തു.

1977 ലെ പൊതുതെരഞ്ഞെടുപ്പിൽ ഇന്ദിരക്ക് പരാജയം നേരിടേണ്ടിവന്നു. മൊറാർജി ദേശായി ഇന്ത്യയിലെ ആദ്യത്തെ, കോൺഗ്രസിതര പ്രധാനമന്ത്രിയായി. അടിയന്തിരാവസ്ഥാ കാലഘട്ടത്തിലെ ദുരുപയോഗത്തെക്കുറിച്ച് അന്വേഷിക്കാൻ ദേശായിഭരണകൂടം ട്രൈബ്യൂണലുകൾ സ്ഥാപിച്ചു. ഷാ കമ്മീഷന്റെ റിപ്പോർട്ടിന് ശേഷം ഇന്ദിരയെയും സഞ്ജയ് ഗാന്ധിയെയും അറസ്റ്റ്ചെയ്തു. 1979 ൽ സഖ്യം തകർന്നു, ചരൺ സിംഗ് ഒരു ഇടക്കാല സർക്കാർ രൂപീകരിച്ചു. ജനതാ പാർട്ടി അതിന്റെ ആഭ്യന്തര യുദ്ധം മൂലം ജനകീയമല്ലാതായിത്തീർന്നു, കൂടാതെ ഇന്ത്യയുടെ ഗുരുതരമായ സാമ്പത്തിക സാമൂഹിക പ്രശ്നങ്ങൾ പരിഹരിക്കുന്നതിനുള്ള നേതൃത്വത്തിന്റെ അഭാവവും അതിനെ പ്രതിസന്ധിയുലാക്കി.

മറ്റെല്ലാ കാര്യത്തിലുമെന്നപോലെ സിനിമാമേഖലയെയും അടിയന്തിരാവസ്ഥ ബാധിച്ചു. എല്ലാ പ്രാദേശിക ഭാഷകളിലും സിനിമ കർക്കശമായ സെൻസറിങ്ങിന് വിധേയമായി. എങ്കിലും വളരെയപൂർവ്വം ചിത്രങ്ങളെ ഇൻഡ്യൻ അടിയന്തിരാവസ്ഥ പ്രമേയമാക്കികൊണ്ട് അവതരിപ്പിക്കപ്പെട്ടുള്ളൂ. ഇന്ത്യൻ പാർലമെന്റംഗം കൂടിയായ

ബദ്രി പ്രസാദ് ജോഷി നിർമ്മിച്ച കിസ്സാ കുർസി കാ (അമൃത് നഹത- 1977) ഈ ജനുസ്സിൽപെട്ട ആദ്യ ഇന്ത്യൻ സിനിമയാണെന്ന് പറയാം. ഇന്ദിരാഗാന്ധിയുടെയും മകൻ സഞ്ജയ് ഗാന്ധിയുടേയുംരാഷ്ട്രീയജീവിതത്തെക്കുറിച്ചുള്ള ആക്ഷേപഹാസ്യമായിരുന്ന ചിത്രം. അടിയന്തരാവസ്ഥയിൽ ഇന്ത്യൻ സർക്കാർ അത് നിരോധിക്കുകയും എല്ലാ പ്രിന്റുകളും കണ്ടുകെട്ടുകയും കത്തിച്ചു കളയുകയും ചെയ്തു. (ഇന്ത്യൻ അടിയന്തരാവസ്ഥയിൽ നടന്ന അതിക്രമങ്ങളെക്കുറിച്ചന്വേഷിക്കാൻ 1977ൽ ഇന്ത്യാ ഗവൺമെന്റ് സ്ഥാപിച്ച ഷാ കമ്മീഷൻ, സഞ്ജയ് ഗാന്ധിയെ സിനിമയുടെ നെഗറ്റീവ് കത്തിച്ചതിന് കുറ്റക്കാരനാണെന്ന് കണ്ടെത്തി)

ഐ. എസ്. ജോഹർ സംവിധാനം ചെയ്ത നസ്ബണ്ടി (1978) ഇന്ദിരാഗാന്ധി ഭരണകാലത്ത് ഇന്ത്യാ ഗവൺമെന്റിന്റെ വന്ധ്യംകരണ പ്രവർത്തനത്തെ ആക്ഷേപഹാസ്യമായി അവതരിപ്പിക്കുകയാണ് ചെയ്തത്. റിലീസിന് ശേഷം നിരോധിക്കപ്പെട്ട ചിത്രം, ഭരണമാറ്റത്തിന് ശേഷമാണ് വെളിച്ചം കണ്ടത്. ഗുൽസാർ സംവിധാനം ചെയ്ത ആന്ധി (1975), അടിയന്തിരാവസ്ഥയുമായി ബന്ധമൊന്നുമില്ലെങ്കിലും പ്രധാനമന്ത്രി ഇന്ദിരാഗാന്ധിയുടെ ജീവിതവും ഭർത്താവുമായുള്ള ബന്ധവും അടിസ്ഥാനമാക്കിയാണെന്നാരോപിച്ച്, റിലീസ് ചെയ്ത് ഏതാനും മാസങ്ങൾക്ക് ശേഷം അടിയന്തരാവസ്ഥയിൽ ചിത്രം നിരോധിച്ചു. ഇങ്ങനെ നോക്കുമ്പോൾ മുഖ്യധാരാ സിനിമകളോ സമാന്തര സിനിമകളോ അടിയന്തിരാവസ്ഥയുടെ അപകടങ്ങളെ പറ്റിയോ സേച്ഛാധിപത്യത്തെപ്പറ്റിയോ നിശ്ശബ്ദരായിരുന്നുവെന്ന് പൊതുവേ പറയാം. അടിയന്തിരാവസ്ഥാനുഭവങ്ങളുടെ സിനിമകൾ എത്രയോ കാലത്തിനു ശേഷമാണ് പിറന്നത്. (ബാഡ്ഷാഹോ - മിലാൻ ലുത്രിയ- 2017)

ഈ കാലഘട്ടത്തിലും ദേശരാഷ്ട്ര വികസനത്തിൽ കീഴാളത മാറ്റിനിർത്തപ്പെടുകയായിരുന്നു. ഇന്ത്യൻ മധ്യവർഗ്ഗം കെയ്യാളിയ അധികാരം സവർണ്ണതയുടെയും മുതലാളിത്തത്തിന്റെയും ആശയങ്ങളെ പിൻപറ്റുന്ന ഒന്നായിരുന്നു. സിനിമകളും ഏറെക്കുറെ ഈ ആശയങ്ങളെയാണ് ഉല്പാദിപ്പിച്ചുകൊണ്ടിരുന്നത്. എങ്കിലും വിവിധ പ്രാദേശിക ഭാഷകളിൽ, ജാതി മുഖ്യപ്രമേയമായ സിനിമകൾ പിറവി കൊണ്ടിരുന്നു. ഗിരീഷ് കർണാട് സംവിധാനം ചെയ്ത കന്നഡ സിനിമ 'സംസ്കാര'(1971) നൂറ്റാണ്ടുകൾ നീണ്ട ജാത്യാചാരങ്ങൾ സമൂഹത്തെ എങ്ങനെ നിശ്ചലമാക്കുന്നു എന്നത് ആവിഷ്കരിച്ചു. (ജാതി രാഷ്ട്രീയത്തെ ചിത്രീകരിക്കുന്നു എന്ന കാരണം പറഞ്ഞ് സിനിമ നിരോധിക്കപ്പെട്ടെങ്കിലും പിന്നീട് അത് പ്രദർശനാനുമതി

നേടുകയും മികച്ച സിനിമയ്ക്കുള്ള ദേശീയ അവാർഡ് നേടുകയും ചെയ്തു.) ജബ്ബാർ പട്ടേലിന്റെ 'ജൈത് രെ ജൈത്'(1977) എന്ന മറാത്തി സിനിമയിൽ ഉന്നതജാതിക്കാരിയായ നായിക ആദിവാസിയായ നായകനുമായാണ് പ്രണയത്തിലാകുന്നത്. ശിവരാമ കാരന്തിന്റെ ചോമനദുഡി (1974) കീഴാള ജീവിതത്തിന്റെ അരക്ഷിതാവസ്ഥയെ തീക്ഷ്ണമായി അവതരിപ്പിക്കുന്നു.

നവതരംഗ സിനിമാരംഗത്തെ പ്രമുഖനായ ശ്യാം ബെനഗലിന്റെ അങ്കുർ (1974), നിശാന്ത് (1975), മന്ഥൻ (1976) എന്നീ സിനിമകളി ലൊക്കെയും ജന്മി സമീന്ദാർ വ്യവസ്ഥയും അധഃസ്ഥിതരായ കർഷ കത്തൊഴിലാളികളും തമ്മിലുള്ള സംഘർഷമാണ് പ്രമേയമായി വരുന്നത്. ഫ്യൂഡൽ ഭൃവുടമകൾ ദരിദ്രരായ കീഴാളരെ ചൂഷണം ചെയ്യുന്നതിന്റെ നേർചിത്രങ്ങളാണ് ശ്യാംബെനഗൽ ആവിഷ്കരിച്ചത്. ശ്യാംബനഗലിന്റ സിനിമകൾ ജാതിയുടെ സാമൂഹ്യവും സാമ്പത്തി കവുമായ വശങ്ങളെയാണ് വിശകലനം ചെയ്യാൻ ശ്രമിക്കുന്നത്. നഗരോന്മുഖവും വ്യാവസായികവുമായ പരിവർത്തനത്തിന്റെ അഭാവമാണ് ഈ വർഗസംഘട്ടനത്തിന് നിദാനം എന്ന അടിസ്ഥാന വീക്ഷണത്തോട് സമഭാവപ്പെട്ടുകൊണ്ട് നഗരസ്ഥിതരായ പ്രേക്ഷകർ ബെനഗലിനെ അംഗീകരിക്കുകയും മൂന്നു സിനിമകളും വാണിജ്യ വിജയം നേടുകയും ചെയ്തു. ഓംപുരി, നസീറുദ്ദീൻ ഷാ, കുൽബൂഷൻ ഖർബന്ധ, അമരീഷ് പുരി, മോഹൻ അഗാഷെ, ശബാനാ ആസ്മി, സ്മിതാ പാട്ടീൽ, എന്നങ്ങനെ എക്കാലത്തെയും മികച്ച അഭിനേതാ ക്കളെ ഹിന്ദി സിനിമക്ക് സംഭാവന ചെയ്യുതിലും ബെനഗൽ വഹിച്ച് പങ്ക് സുപ്രധാനമാണ്.

ഈ കാലഘട്ടത്തിൽ കേരളത്തിലെ സ്ഥിതിയും വ്യത്യസ്തമായിരു ന്നില്ല. അടിയന്തരാവസ്ഥ നിലവിൽ വരുമ്പോൾ കേരളത്തിൽ കമ്മ്യൂ ണിസ്റ്റ് പാർട്ടി ഓഫ് ഇന്ത്യ (സി. പി. ഐ) നേതാവ് സി. അച്യുത മേനോൻ ആയിരുന്നു മുഖ്യമന്ത്രി. പ്രമുഖ കോൺഗ്രസ്സ് നേതാവ് കെ. കരുണാകരൻ ആഭ്യന്തര മന്ത്രിയും. വളരെ കുപ്രസിദ്ധിയാർജ്ജിച്ച രാജൻ കേസ് ഉണ്ടായത് അടിയന്തരാവസ്ഥ കാലഘട്ടത്തിൽ ആണ്. ഈ സംഭവം ഒരു മെലോഡ്രാമയുടെ രൂപത്തിൽ അവതരിപ്പിക്കപ്പെ ട്ടു എന്നതൊഴിച്ചാൽ മറ്റൊന്നും സിനിമാ മേഖലയിൽ സംഭവിച്ചില്ല. (രാജൻ പറഞ്ഞ കഥ – മണിസ്വാമി) ബാലുമഹേന്ദ്ര സംവിധാനം ചെയ്ത യാത്രയും(1985) രാജൻ സംഭവം ആസ്പദമാക്കിയുണ്ടായ ഷാജി. എൻ കരുണിന്റെ പിറവിയും (1989) വളരെ കാലത്തിനു ശേഷം മാത്രമാണ് ഉണ്ടായത്. (പോലീസ് കസ്റ്റഡിയിൽ പെട്ട് പിന്നീട് വിവ രമൊന്നുമില്ലാതെ പോയ മകനെ തേടിയുള്ള ഒരച്ഛന്റെ അലച്ചിൽ പി. എ. ബക്കർ വിഷയമാക്കിയിരുന്നു, 'ഉണർത്തുപാട്ട്'-1980) പക്ഷേ

സാമ്പത്തിക പ്രശ്നങ്ങൾ മൂലം പൂർത്തിയായില്ല.)അടിയന്തരാവസ്ഥ യും അതിനോടുള്ള പ്രതികരണവും പുതിയ കേരളത്തിന്റെ രാഷ്ട്രീയ സാമൂഹ്യമനസ്സിനെ നിർണയിക്കുകയും രൂപപ്പെടുത്തുകയും ചെയ്ത ചരിത്രസന്ധിയായിരുന്നുവെങ്കിലും അടിയന്തിരാവസ്ഥയുടെ സവി ശേഷമായ രാഷ്ട്രീയം ആവിഷ്കരിക്കുന്നതിന് മലയാള സിനിമയ്ക്ക് സാധിക്കാതെ പോയി.

എന്നാൽ മറ്റൊരു തലത്തിൽ നോക്കുമ്പോൾ മലയാള സിനിമ ഈ കാലഘട്ടത്തിൽ ഒരു വഴിത്തിരിവായി മാറുന്നത് കാണാം. ഗ്രാമീണതയിൽ നിന്നും സിനിമകളുടെ പ്രമേയം നഗര, അർദ്ധ-നഗര ങ്ങളിലേക്ക് മാറിത്തുടങ്ങുന്നത് ഇക്കാലത്താണ്. ഒരു കൂട്ടം അർപ്പ ണബോധമുള്ള ചെറുപ്പക്കാർ മലയാള സിനിമാ ലോകത്ത് വളരെ സജീവമായിരുന്നു. വളരെയധികം പ്രശംസ നേടിയ അന്താരാഷ്ട്ര സിനിമകൾ കാണാനും അന്താരാഷ്ട്ര ചലച്ചിത്രമേളകളിൽ പങ്കെടു ക്കാനും ഫിലിം ഇൻസ്റ്റിറ്റ്യൂട്ടുകളിൽ പഠിക്കാനും ഈ ചെറുപ്പക്കാർക്ക് അവസരം ലഭിച്ചിരുന്നു. പുതിയ സംവേദനക്ഷമതയുടെ യുഗത്തിനു തുടക്കം കുറിക്കാൻ ഇത് കാരണമായി. 1965 ൽ അടൂർ ഗോപാലകൃ ഷ്ണന്റെ നേതൃത്വത്തിൽ സ്ഥാപിതമായ കേരളത്തിലെ ആദ്യത്തെ ഫിലിം സൊസൈറ്റിയായ 'ചിത്രലേഖ ഫിലിം സൊസൈറ്റി' നല്ല സിനിമകൾ പ്രദർശിപ്പിക്കുന്നതിനും സിനിമകളെക്കുറിച്ചുള്ള ആവേശകരമായ ചർച്ചകൾ നടത്തുന്നതിനുമുള്ള വേദിയായിമാറി. കേരളത്തിലെ വിവിധ പട്ടണങ്ങളിൽ താമസിയാതെ കൂടുതൽ ഫിലിം സൊസൈറ്റികൾ ആരംഭിച്ചു. ഈ ഉണർവിന്റെ പശ്ചാ ത്തലത്തിലാണ് എഴുപതുകളിൽ മലയാള സിനിമയ്ക്ക് ഒരു പുതിയ സംവേദനക്ഷമത ലഭിച്ചത്.

കേരളത്തിലെ ഫിലിം സൊസൈറ്റി പ്രസ്ഥാനത്തിന്റെ വളർച്ച ഫ്രഞ്ച്, ഇറ്റാലിയൻ ന്യൂ വേവ് സംവിധായകരുടെ സിനിമകൾ മലയാളികൾക്ക് പരിചയപ്പെടുത്തി. അടൂർ ഗോപാലകൃഷ്ണന്റെ സ്വയംവരത്തോടു കൂടിയാണ് ഇതിന് തുടക്കമിട്ടതെന്നു പറയാം. തുടർന്ന് അടൂർ ഗോപാലകൃഷ്ണന്റെ തന്നെ കൊടിയേറ്റം(1977) എം. ടി. വാസുദേവൻ നായരുടെ നിർമാല്യം(1973) ജി. അരവിന്ദന്റെ ഉത്ത രായാനം (1974)കാഞ്ചന സീത (1977), തമ്പ് (1978), കുമ്മാട്ടി (1979) എന്നിവയും അതിഥി (കെ. പി. കുമാരൻ-1974) ഓളവുംതീരവും (പി. എൻ. മേനോൻ) എന്നിങ്ങനെ നിരവധി സിനിമകൾ പുറത്തിറങ്ങി. കലാമൂല്യസിനിമകളായോ, നവയുഗസിനിമകളായോ, പ്രമേയത്തി ന്റെ അടിസ്ഥാനത്തിൽ നക്സലൈറ്റ്/വിപ്ലവസിനിമകളായോ ഇവ വ്യാഖ്യാനിക്കപ്പെട്ടു. എന്നാൽ ഈ സിനിമകളുടെ രീതിശാസ്ത്രം

സവർണ്ണ മധ്യവർഗ കേന്ദ്രീതമായിരുന്നു. ഇത്തരം ചിത്രങ്ങളിൽ, തൊഴിലില്ലായ്മ അനുഭവിച്ചിരുന്ന, ഭരണവ്യവസ്ഥയോട് കലഹിച്ചിരുന്ന, സാമൂഹ്യതയിൽ ഉത്കണ്ഠപ്പെട്ടിരുന്ന നായക കഥാപാത്രങ്ങളായിരുന്നു കൂടുതലും. എന്നാലവരെല്ലാം തന്നെ സവർണ്ണമധ്യവർഗ കുടുംബങ്ങളിൽ ഉൾപ്പെട്ടവരായിരുന്നു. കീഴാള യുവത്വം ഇത്തരം സിനിമകളുടെ പരിസരങ്ങളിൽ പോലും കടന്നുവന്നില്ല.

എങ്കിലും കാഞ്ചനസീത, കുട്ട്യേടത്തി തുടങ്ങിയ സിനിമകളിൽ കീഴാള സാന്നിധ്യം കാണാം. എന്നാലതൊന്നും അവയുടെ ആവിഷ്കാരങ്ങളായിരുന്നില്ല. മറിച്ച് മധ്യവർഗ സവർണതയാൽ പരിഹരിക്കപ്പെടേണ്ട പ്രശ്നങ്ങളായാണ് കൈകാര്യം ചെയ്തത്. കീഴാള പ്രശ്നങ്ങൾ സാംസ്കാരികമോ രാഷ്ട്രീയമോ ആയ വിഷയമായി ഇത്തരം സിനിമ അഭിസംബോധന ചെയ്തില്ല. സി. എൻ. ശ്രീകണ്ഠൻനായരുടെ നാടകത്തിന്റെ അനുകല്പനമായി വന്ന അരവിന്ദന്റെ കാഞ്ചനസീത, രാമായണ കാവ്യത്തിന്റെ കീഴാളപക്ഷമാണെന്ന വാദമുണ്ട്. അതിന്റെ അന്തർധാര ഈ സിനിമയിൽ പ്രകടവുമാണ്. രാമായണത്തെ, കീഴാളരാമായണമായി പുനരവതരിപ്പിച്ചപ്പോൾ പുതിയ രാഷ്ട്രീയാർത്ഥങ്ങൾക്ക് പകരം ആര്യബ്രാഹ്മണികതയാണ് കടന്നുകൂടിയത്. സിനിമ മധ്യവർഗസവർണതയുമായി കൂട്ടിയിണക്കപ്പെടുകയാണ് ചെയ്തത്. പി. എൻ മേനോന്റെ കുട്ട്യേടത്തി (1972) കീഴാള നായകനും സവർണ്ണ നായികയും തമ്മിലുള്ള പ്രണയമാണ്. സവർണ്ണസൗന്ദര്യമില്ലാത്തവളായ കുട്ട്യേടത്തിയെ അപ്പുണ്ണി സ്നേഹിക്കുന്നത് ആ കുടുംബത്തിന് സഹിക്കാവുന്നതിലധികമായിരുന്നു. എന്നാൽ കുട്ട്യേടത്തി'യെ സ്വജാതിക്കാർ ആരും വിവാഹം കഴിക്കാത്തതിൽ സങ്കടമില്ലാതാനും. കീഴാളതയെ അകലെതന്നെ നിറുത്തണമെന്നും അല്ലെങ്കിൽ വധശിക്ഷക്ക് വിധേയമാകണമെന്നും നായികയുടെ ആത്മഹത്യയിലൂടെ സിനിമ വ്യക്തമാക്കുന്നു.

സാമൂഹിക ഉത്തരവാദിത്തങ്ങളിൽ നിന്ന് ഒഴിഞ്ഞു മാറി പാലായനസ്വഭാവം കാണിക്കുന്ന സവർണ്ണമധ്യവർഗ വ്യക്തികൾ അക്കാലത്തെ സാഹിത്യരചനകളിലെ പൊതു സ്വഭാവമായിരുന്നു. ഇതേറെ സ്വാധീനിച്ചത് സമാന്തര സിനിമകളെയാണ്. മനുഷ്യവർഗത്തിന്റെ അസ്തിത്വപ്രശ്നമാണ് തങ്ങൾ അവതരിപ്പിക്കുന്നതെന്ന നാട്യം സമാന്തരസിനിമകൾ കാഴ്ചവച്ചു. വർണം, വർഗം, ലിംഗം, അധികാരം, സാമ്പത്തികം, വിദ്യാഭ്യാസം, ഭൂഉടമസ്ഥത തുടങ്ങിയവയിലൊക്കെ മേൽക്കൈ ഉള്ളവർക്കേ അസ്തിത്വമുള്ളൂ എന്ന ധാരണയാലാണ് ഇതൊന്നുമില്ലാത്ത കീഴാളർക്ക് സിനിമയിലും സാഹിത്യത്തിലും ആ പദവിയും ലഭിക്കാതെ പോയത്.

ഇത്തരം ചിത്രങ്ങളുടെ പിറവി, അതുവരെ പൊതുവായി വിളിക്കപ്പെട്ടിരുന്ന സിനിമ എന്ന കലയെ വാണിജ്യസിനിമ എന്ന് കൂടി വിഭജിക്കുന്നതിന് കാരണമായി. നിരവധി ചിത്രങ്ങൾ വാണിജ്യ സിനിമാ വിഭാഗത്തിലുണ്ടായി. ജനപ്രിയത മാനദണ്ഡമാക്കിയ വാണിജ്യസിനിമകൾ വിപണിയെ ലക്ഷ്യം വയ്ക്കുകയും വിനോദം ഉത്പാദിപ്പിക്കുകയും ചെയ്യുന്നു. അതുകൊണ്ടു തന്നെ ജീവിതയാഥാർഥ്യങ്ങളുടെ ദൃശ്യവൽക്കരണം അതിൽ കുറഞ്ഞിരിക്കും. ഉറക്കാത്തവതിൽ, അമ്പലപ്രാവ് (പി. ഭാസ്കരൻ) പേൾവ്യൂ, ദത്തു പുത്രൻ (കുഞ്ചാക്കോ) നീതി (എ. ബി രാജ്) ജലകന്യക (എം. കെ മണി) എന്നിങ്ങനെ ഈ പട്ടിക നീണ്ടുപോകും.

പുരുഷ കേന്ദ്രീകൃതമായ മലയാള കുടുംബ ഘടനയും ഹിന്ദി സിനിമകളുടെ യുക്തിരഹിതമായ പകർപ്പുകളുമായി മാറി ഏറെ സിനിമകളും (കേരളത്തിൽ ഒരുകാലത്തും ഇല്ലാതിരുന്ന കൊള്ള സംഘങ്ങളും നേതാക്കളും - ജോസ് പ്രകാശ്/ബാലൻ. കെ. നായർ കടന്നു വന്നത് ഇതിനുദാഹരണമാണ്) ഇത്തരം ജനപ്രിയസിനിമകൾ അടിസ്ഥാന വർഗ ജീവിതത്തെ അഭി സംബോധന ചെയ്യാൻ മറന്നില്ലെന്നും കാണാവുന്നതാണ് (അങ്ങാടി, കരിമ്പന, ചാകര, മണ്ണ്, അവളുടെ രാവുകൾ)

ജനപ്രിയസിനിമകളുടെ ഭാഗമായി വരികയും പിന്നീട് അവിഭാജ്യ ഘടകമായി മാറുകയും ചെയ്ത എം. ജി സോമൻ (ഗായത്രി, ജീവിക്കാൻ മറന്നുപോയ സ്ത്രീ, പഞ്ചതന്ത്രം, ചട്ടക്കാരി, ചട്ടമ്പിക്കല്ല്യാണി പുലിവാൽ, മക്കൾ, ഉല്ലാസയാത്ര, മറ്റൊരു സീത, ഓടക്കുഴൽ, ഭാര്യയെ ആവശ്യമുണ്ട്)സുകുമാരൻ (നീലക്കണ്ണുകൾ, അയോദ്ധ്യ, ചുമടുതാങ്ങി, ഓമനക്കുഞ്ഞ്, പ്രിയേ നിനക്കുവേണ്ടി, ഉല്ലാസയാത്ര, ഉത്സവം, ലക്ഷ്മീവിജയം, അംഗീകാരം, ഇന്നലെ ഇന്ന്, ശാന്ത ഒരു ദേവത, ശംഖുപുഷ്പം, സൂര്യകാന്തി, ബന്ധനം, ഈ മനോഹര തീരം, ഏതോ ഒരു സ്വപ്നം) ജയൻ (തോൽക്കാൻ എനിക്കു മനസ്സില്ല, ജയിക്കാനായ് ജനിച്ചവൻ, ഇതാ ഒരു മനുഷ്യൻ, ശരപഞ്ജരം , ഇരുമ്പഴികൾ, കഴുകൻ, ചന്ദ്രഹാസം, തടവറ) എന്നിവരുടെ മാനറിസങ്ങൾക്കിണങ്ങും വിധം നിർമ്മിക്കപ്പെട്ടവയായിരുന്നു അധികം സിനിമകളും. ജനപ്രിയ ചലച്ചിത്രങ്ങൾ അറുപതുകളുടെ തുടർച്ചയെന്ന വണ്ണം വടക്കൻ പാട്ടിന്റെ വീരസാഹസിക ലോകത്തും പുരാണ ഭക്ത കഥനങ്ങളിലും അഭിരമിക്കുന്നതും കാണാം. ഇത്തരം സിനിമകൾ ഭരണകൂടത്തിന്റെ അശ്ലീലമായ സമഗ്രാധികാരത്തെ മറച്ചുപിടിക്കുന്ന, കാലത്തിന്റെ തീവ്രാനുഭവങ്ങളെ വിട്ടുകളയുന്ന കാഴ്ചകളാണ് പ്രക്ഷേപണം ചെയ്തത്.

വാണിജ്യ- കലാ സിനിമകളുടെ ഒരു സംയോഗം എന്ന നിലയിൽ മലയാള സിനിമയിൽ മറ്റൊരു ധാരയും രൂപപ്പെട്ടു വന്നത് ഇക്കാലത്താണ്. പദ്മരാജൻ, ഭരതൻ തുടങ്ങിയവരുടെ നേതൃത്വത്തിലായിരുന്നു അത്. എൺപതുകളിൽ സജീവമായി നിന്നതും ഈ ധാര ആയിരുന്നു. ഈ മൂന്ന് കൈവഴികളിലെയും സിനിമകൾ ചില പൊതുമാനങ്ങൾ സ്വീകരിച്ചിരുന്നു. വരേണ്യതയിലേക്ക് ആഞ്ഞുനിൽക്കുന്ന ഒരു സാമൂഹ്യപൊതുമണ്ഡലത്തെയാണ് ഇത് സാധ്യമാക്കിയത്. സിനിമാപ്രവർത്തകർ മിക്കവാറും അഭ്യസ്തവിദ്യരായ മധ്യവർഗ്ഗ യുവാക്കളായിരുന്നു. അറുപതുകളിൽ ആരംഭിക്കുകയും എഴുപതുകളിൽ ശക്തിയാർജ്ജിക്കുകയും ചെയ്ത കേരളത്തിലെ മധ്യവർഗ്ഗത്തിന്റെ ശീലങ്ങളും സൗന്ദര്യശാസ്ത്രവും അഭിരുചികളുമൊക്കെ അതുകൊണ്ടു തന്നെ അതിൽ കടന്നു വന്നു.

മധ്യവർത്തി സിനിമകളിൽ കീഴാളസ്ത്രീകളെ പരിചരിച്ചിരുന്നത് വേശ്യയായും മദാലസകളായുമൊക്കെയാണ്. കള്ളൻ പവിത്രൻ, പറങ്കിമല, എന്നിങ്ങനെയുള്ള സിനിമകൾ ഇതിനുദാഹരണങ്ങളാണ്. കീഴാളസ്ത്രീകൾക്കുമേലുള്ള ശരീരവടിവുകളാണ് സവർണ്ണ പുരുഷകാമറാനോട്ടങ്ങളായത് മാറി.

സമാന്തര/നവതരംഗ സിനിമകൾക്ക് ചില സാദൃശ്യങ്ങൾ കാണാം. മന്ദമോ നിശ്ചലമോ ആയ ആഖ്യാനമായിരുന്നു ഏറെയും. അത് മധ്യവർഗ്ഗ ജീവിതത്തിന്റെ അനുഭവമണ്ഡലമാണ് പങ്കിട്ടത്. അവയുടെ സാമൂഹിക വീക്ഷണം മധ്യവർഗ്ഗ ബുദ്ധിജീവികളുടേയും, പ്രമേയങ്ങൾ ആ വർഗ്ഗ ജീവിതത്തിന്റെ ആശങ്കകളും ഗൃഹാതുരതകളുമായിരുന്നു. ഇത്തരം സിനിമകളുടെ പ്രഥമധാര യഥാർത്ഥത്തിൽ വരേണ്യ, മധ്യവർഗ്ഗ സൗന്ദര്യശാസ്ത്രകൽപ്പനകളെ മുൻ നിർത്തിയുള്ളതായിരുന്നു. വഴിമാറുന്ന മധ്യവർഗ്ഗ ആത്മീയബോധമാണ് അവ കാഴ്ചവച്ചത്. (എന്നാൽ അരവിന്ദനിൽ നിന്നും അടൂരിൽ നിന്നും വ്യത്യസ്തമായി, പ്രാന്തവൽക്കരിക്കപ്പെട്ട ജനതയുടെ ജീവിതമായിരുന്നു ബക്കർ ചിത്രങ്ങൾ പ്രമേയമാക്കിയത്.)

എം. ടി. വാസുദേവൻ നായരുടേതടക്കമുള്ള ചലച്ചിത്രങ്ങൾ മലയാള ജനപ്രിയ സിനിമയുടെ സംവേദന ഭാവുകത്വങ്ങളെ മാറ്റി. ഉപജാതി സംസ്കൃതിയും വള്ളുവനാടൻ ഉപദേശീയതയും കേരളത്തിന്റെ സാംസ്കാരികയായി വ്യാഖ്യാനിച്ചു. ചുരുക്കത്തിൽ മലയാള സിനിമ വരേണ്യ പ്രത്യയശാസ്ത്രത്തിനനുകൂലമായി മാറിത്തുടങ്ങിയിരുന്നു എന്നുപറയാം 0

നീലിയിൽ നിന്നും നീലിയിലേക്ക്: തുലാവർഷം, എൻ. ശങ്കരൻനായർ (1976)

ജന്മിയും കുടുംബനാഥനും അധ്വാനിയും കർഷകനും ഒക്കെയായ ഉത്തമ നായകനാണ് തുലാവർഷത്തിൽ ബാലൻ . (പ്രേം നസീർ) അച്ഛൻ അകാലത്തിൽ മരണപ്പെട്ടതിനാൽ കുടുംബ ഭാരം മുഴുവൻ ബാലന്റെ ചുമലിലാണ്. അമ്മിണിയും (ശ്രീദേവി) അമ്മയും (കവിയൂർ പൊന്നമ്മ) അടങ്ങുന്ന സാമ്പത്തിക ഭദ്രതയുള്ള സംതൃപ്തകുടുംബം. ബാലന്റെ അമ്മാവന്റെ മകനായ മണിയൻ (സുധീർ) പഠനത്തിൽ മിടുക്കനാണ്. നഗരത്തിൽ ഒരു ഉയർന്ന ജോലിയാണ് അയാളുടെ സ്വപ്നം. തന്റെ സഹോദരിയുടെ മുറച്ചെറുക്കനായ (ഭാവി വരൻ) അയാളെ സഹായിക്കുന്നത് ബാലനാണ്.

ബാലന്റെ കുടികിടപ്പുകാരാണ് അയ്യപ്പനും (ബഹദൂർ) മകൾ നീലിയും (ഹേമ ചൗധരി) കീഴ്ജാതിയിൽ പെട്ട ആ കുടുംബത്തിന് സർവ സ്വാതന്ത്ര്യവും (വീടിന് അകത്ത് കയറാൻ ഉള്ളതൊഴികെ) ബാലന്റെ വീട്ടിൽ അനുവദിക്കപ്പെട്ടിട്ടുണ്ട്. നീലിയും അമ്മിണിയും അടുത്ത കൂട്ടുകാരുമാണ്. നീലിയെ ബാലന് ഇഷ്ടമാണ്. സമൂഹത്തിൽ മാന്യമായ സ്ഥാനം വഹിക്കുന്ന അയാൾ പക്ഷേ അത് തുറന്നു പ്രകടിപ്പിക്കുകയോ സഹോദരിയേയും മുറച്ചെറുക്കനേയും പോലെ കെട്ടിപ്പിടിച്ചും പാട്ടുപാടിയും (കേളീനളിനം വിടരുമോ... .) നടക്കുകയോ ചെയ്യുന്നില്ല. ബാലനും നീലിയും തമ്മിലുള്ള ബന്ധം നാട്ടിൽ സംസാരമാവുകയും അത് നീലിയുടെ അച്ഛൻ മകളോട് ചോദിക്കുന്നതിനു ദൃക്സാക്ഷി ആവുകയും ചെയ്തതിനു ശേഷം മാത്രമാണ് അയാൾ നേരിട്ട് നീലിയോട് തന്റെ പ്രണയം പറയുക കൂടി ചെയ്യുന്നത്. പഠിച്ച് ഉദ്യോഗസ്ഥനായി മാറുന്ന മണിയൻ ബാലന്റെ സഹോദരി അമ്മിണിയെ തന്നെ വിവാഹം കഴിച്ച് ഗ്രാമത്തിൽ നിന്നും നഗരത്തിലേക്ക് (ബോംബെ) പോകുന്നു.

അമ്മിണിയുടെ വിവാഹ ജീവിതം അവിടെ ആകെ ശിഥിലമാകുന്നു. ഉയർന്ന ജോലിയും സാമ്പത്തിക സ്ഥിതിയുമായി കഴിയുന്ന അയാൾ ഭാര്യയെ മേലുദ്യോഗസ്ഥർക്ക് കാഴ്ചവെക്കാൻ ശ്രമിക്കുന്ന ഗ്രാമീണ നന്മ തീർത്തും വറ്റിപ്പോയ ആളായി മാറുകയാണ്. ഇതറിയുന്ന ബാലൻ സഹോദരിയെ നാട്ടിലേക്ക് കൂട്ടിക്കൊണ്ടുവരുന്നു. അതിനിടയിൽ തന്നെ ബാലന്റേയും നീലിയുടേയും വിവാഹത്തിൽ തീരുമാനവും ആകുന്നു. ഒരു രാത്രി, ബാലന്റെ സഹോദരി അമ്മിണി പുഴയിൽ ചാടി ആത്മഹത്യയ്ക്ക് ഒരുങ്ങുകയാണ്. അവളെ നീലി രക്ഷപ്പെടുത്തുമെങ്കിലും ആ ശ്രമത്തിൽ നീലി മരണപ്പെടുന്നു. രക്ഷപ്പെടുന്ന അമ്മിണിയെ, അപ്പോഴേക്കും തെറ്റ് തിരുത്തി എത്തുന്ന മണിയൻ

സ്വീകരിക്കുന്നു. അങ്ങനെ ഒരുഭാഗത്ത് ശുഭാന്ത്യവും മറുഭാഗത്ത് ദുരന്തപൂരവുമായി സിനിമ പര്യവസാനിക്കുന്നു.

ആദർശവാനായ ബാലന്റെ ത്യാഗപൂർണമായ ജീവിതം വിശദീകരിക്കുന്ന തുലാവർഷം കേരളീയ മനസ്സിലിൽ നിന്നും കുടിയൊഴിഞ്ഞു പോയിട്ടില്ലാത്ത ജാതീയതയെ അഭിസംബോധന ചെയ്യാൻ ശ്രമിക്കുന്നുണ്ട്. നായകനായ ബാലനും കുടിയാന്റെ മകളായ നീലിയും തമ്മിലുള്ള പ്രണയ ബന്ധത്തിലൂടെയാണ് സിനിമ ജാതീയതയെ പ്രശ്നവൽക്കരിക്കുന്നത്. ബാലൻ വിവാഹം കഴിക്കാൻ ഒരുക്കമാണെന്ന് നീലിക്ക് ഉറപ്പ് കൊടുക്കുമ്പോഴും തന്റെ സഹോദരിയുടെ വിവാഹ ശേഷമേ അത് നടക്കൂ എന്ന് പറയുന്നുണ്ട്. ജാതി ഒരു പ്രധാന തടസ്സമായി വരുമെന്നും അത് തന്റെ സഹോദരിയുടെ വിവാഹജീവിതത്തെ ബാധിക്കുമെന്നുമാണ് നായകൻ പറയാതെ പറയുന്നത്. താൻ ത്യാഗസന്നദ്ധനും ജാതിയവിചാരങ്ങളില്ലാത്ത ആളാണെങ്കിലും തന്റെ കുടുംബമഹിമക്ക് അത് കോട്ടമാവരുതെന്നാണ് അയാളുടെ കാഴ്ചപ്പാട്. സ്വന്തം സഹോദരിയുടെ സജാതീയ വിവാഹത്തിനാണ് അയാൾ പ്രാമുഖ്യം കല്പിക്കുന്നത്. ജന്മി/പുരുഷ കർതൃത്വകേന്ദ്രിതമായ ഒരു തീരുമാനത്തെയാണ് നീലിക്ക് നിശബ്ദമായി അംഗീകരിക്കേണ്ടി വരുന്നത്. ബഹദൂർ അവതരിപ്പിക്കുന്ന നീലിയുടെ പിതാവായ അയ്യപ്പൻ വിഭാര്യനും മദ്യപാനിയും (ഉഴവുകാളക്കുപോലും കള്ള് കൊടുക്കുന്നവൻ) ആയാണ് സിനിമയിൽ സ്ഥാനം നേടുന്നത്. തന്റെ ഭാവിവധുവായ പെണ്ണിന്റെ അച്ഛനെ, തന്നേക്കാൾ എത്രയോ പ്രായം ചെന്ന ആളെ ബാലൻ പേരുചൊല്ലിയാണ് വിളിക്കുന്നത്. ഉദാരമതിയും പുരോഗമനവാദിയും ആയ നായകനിൽ അന്തർലീനമായ മേലാളബോധവും സവർണ്ണ കാഴ്ചപ്പാടും അപ്പോഴും മാഞ്ഞു പോകുന്നില്ല എന്നതാണ് ഇത് കാണിക്കുന്നത്

നീലിയെ ഇഷ്ടപ്പെടുന്ന മറ്റൊരാളാണ് ചെങ്കീരി ജിനൻ (കുതിരവട്ടം-പപ്പു) നാട്ടിലെ വട്ടിപ്പലിശക്കാരനായ അയാൾക്ക് നീലിയെ എങ്ങനെയും ലൈംഗികമായി കീഴടക്കണം എന്നേയുള്ളൂ. ആ കഥാപാത്രം സിനിമയിൽ ആദ്യം അവതരിപ്പിക്കപ്പെട്ടത് തന്നെ നീലിയെ വശീകരിക്കുന്ന ഭാവചേഷ്ടകളോടെയാണ്. അവൾ തലയിൽ ഒരു മൺചട്ടിയുമായി വരുമ്പോൾ ചട്ടി ചൂണ്ടി "സംഗതി കൊള്ളാം ഒരാൾക്ക് വെക്കാൻ പാകം" എന്നു പറയുന്നതു തന്നെ കീഴാള സ്ത്രീശരീരത്തെ അതിൽ ഉൾപ്പെടാത്ത പുരുഷത്വം എങ്ങിനെയാണ് പരിഗണിക്കുന്നത് എന്ന് വ്യക്തമാക്കുന്നു. നീലിയുടെ ശരീരവും സംസ്കാരവും ഈ വിധം അവഹേളിക്കപ്പെടുന്ന മറ്റു

സന്ദർഭങ്ങളും(കള്ളുഷാപ്പിലെ ചർച്ച, പ്രണയലേഖനം നൽകൽ, പോസ്റ്റുമാൻ (ആല്യംമൂടൻ) ദ്വയാർത്ഥപ്രയോഗങ്ങൾ) ഈ സിനിമയിൽ കാണാം. സവർണ്ണ കുടുംബാംഗമായ അമ്മിണിയും മണിയനും തമ്മിലുള്ള പ്രണയവും നടപ്പും ശൃംഗാരവും ഒന്നും ഗ്രാമീണർക്ക് അസ്വസ്ഥതയോ അപവാദ പ്രചാരണത്തിന് പ്രേരണയോ ആകുന്നില്ല എന്നാൽ നീലിയുടെ ഓരോചുവടും വഴിപിഴച്ച സഞ്ചാരങ്ങളായിട്ടാണ് വ്യാഖ്യാനിക്കപ്പെടുന്നത്

വഴിതെറ്റിപ്പോയ സ്വന്തം ജീവിതത്തിൽ നിരാശ പൂണ്ട അമ്മിണി പുഴയിൽ ചാടി മരിക്കാൻ ഒരുങ്ങുമ്പോൾ അവിടെയെത്തുന്ന നീലി അവളെ രക്ഷിക്കുകയാണ്. തന്റെ ജീവൻ നഷ്ടപ്പെടുത്തി തന്റെ രക്ഷകരായ കുടുംബത്തിന്റെ മാനം കാക്കാൻ സ്വയം ബലിയർപ്പിക്കുന്ന നീലിയിലൂടെ, സിനിമ അവതരിപ്പിക്കാൻ ശ്രമിച്ച ജാതീയപ്രശ്നങ്ങളിൽ നിന്നും വളരെ തന്ത്രപൂർവ്വം രക്ഷപ്പെടുന്നതായി കാണാം. കാരണം നീലി ജീവിച്ചിരുന്നുവെങ്കിൽ ബാലന് വിവാഹം കഴിക്കേണ്ടി വരും. തന്റെ സഹോദരിയുടെ ജീവൻ രക്ഷിച്ച ആശ്രിതയെന്ന നിലയിലെങ്കിലും. അതിൽ നിന്നൊക്കെയുള്ള സിനിമയുടെ ഒഴിഞ്ഞുമാറലാണ് ഒടുവിൽ സംഭവിക്കുന്ന നീലിയുടെ രക്തസാക്ഷിത്വം. അതായത് സിനിമ അണിഞ്ഞ പുരോഗമന മുഖംമൂടി അഴിഞ്ഞു വീഴുന്നു എന്നർത്ഥം. ഇടയ്ക്കുവെച്ച് ജീവിതം അവസാനിപ്പിക്കേണ്ടി (പ്രസവാന്തരം) വന്ന നീലക്കുയിലെ നീലിയെപ്പോലെ ജീവിതം ഹോമിക്കേണ്ടി വരുന്ന ഈ സിനിമയിലെ നീലിക്കും. പൂരിപ്പിക്കപ്പെടാതെ പോകുന്ന കീഴാള ജീവിതത്തിന്റെ മറ്റൊരു സാക്ഷ്യപത്രം കൂടിയാവുകയാണ് ഇതിലൂടെ തുലാവർഷം. ഒരു വ്യവസ്ഥക്കും പരിക്കേൽപ്പിക്കാതെ, എന്നാൽ വിപ്ലവകരമെന്നു തോന്നിപ്പിക്കും വിധം, പിന്മടക്കസിനിമയായി മാറുന്ന തുലാവർഷവും.

മലയാള സിനിമയുടെ സവർണ്ണ പ്രവേശം (1980-89)

1980കൾ ഇന്ത്യൻ രാഷ്ട്രീയത്തെ അടിസ്ഥാനപരമായി മാറ്റിമറിക്കുകയും സാമ്പത്തിക വിപ്ലവത്തിന്റെ വിത്തുകൾ നട്ടുപിടിപ്പിക്കുകയും ചെയ്തു. ചിലത് തികച്ചും ആരോഗ്യകരമല്ലാത്തതും മറ്റുള്ളവ വളരെ പ്രതീക്ഷാ നിർഭരവുമായിരുന്നു. 1984 ഒക്ടോബറിൽ നടന്ന ഇന്ദിരാഗാന്ധിയുടെ കൊലപാതകം തിരഞ്ഞെടുപ്പിൽ രാജീവ് ഗാന്ധിക്ക് സമാനതകളില്ലാത്ത വിജയം സമ്മാനിച്ചു. അധികം വൈകും മുൻപേ ബദൽ രാഷ്ട്രീയം ശക്തമായി. ഹിന്ദു ദേശീയവാദികളും ഇതര രാഷ്ട്രീയപാർട്ടികളും മുന്നേറി. ഒരുകാലത്തെ ശക്തമായ കോൺഗ്രസിന്റെ സാമൂഹിക അടിത്തറയിലേക്ക് ബിജെപിയും ഇതരപാർട്ടികളും ശക്ത സാന്നിധ്യമായി. ഹരിത വിപ്ലവത്തിന്റെ കേന്ദ്രവും 1980 കളിലെ രാജ്യത്തെ ഏറ്റവും സമ്പന്നമായ സംസ്ഥാനവുമായ പഞ്ചാബിൽ തീവ്രവാദം തലപൊക്കി. സിഖുകാർക്കിടയിൽ രാഷ്ട്രീയ പ്രശ്നങ്ങൾ ഉടലെടുത്തു. അത് പ്രധാനമന്ത്രിയുടെ വധത്തിലാണ് കലാശിച്ചത്.

1980 കളിലെ വിവാദപരമായ മറ്റൊന്ന് ഷാബാനു കേസിൽ ശരിയത്തിന്റെ സാധുതയെ ചോദ്യം ചെയ്ത് സുപ്രീംകോടതി വിധി പ്രഖ്യാപിച്ചതാണ്. മൊഴിചൊല്ലപ്പെട്ട സ്ത്രീക്ക് ജീവനാംശം നൽകേണ്ടത് മുൻ ഭർത്താവിന്റെ ബാദ്ധ്യതയാണെന്നും ഇതിനെതിരായുള്ള വാദങ്ങൾ ഖുറാന്റെ ആശയത്തിനെതിരാണെന്നും കണ്ടെത്തുകയുണ്ടായി. പുനർവിവാഹം ചെയ്യുന്നത് വരെ മറ്റേതൊരു ഇന്ത്യൻ വിവാഹ മോചിതയേയും പോലെ തന്റെ മുൻ ഭർത്താവിൽ നിന്നും

ജീവനാംശം ആവശ്യപ്പെടാമെന്ന കോടതി വിധിക്കുകയുണ്ടായി. ഈ വിധി അസ്ഥിരപ്പെടുത്തുകയാണ് രാജീവ് ഗാന്ധി പ്രധാനമന്ത്രിയായ പാർലമെൻ്റ്.

1984ൽ യൂണിയൻ കാർബൈഡ് ഇന്ത്യാലിമിറ്റഡിന്റെ കീടനാശിനി പ്ലാന്റിൽ നിന്ന് മെഥൈൽ ഐസോസയനേറ്റ് ചോർന്നതിനെ തുടർന്നുണ്ടായ ഭോപ്പാൽ വാതക ദുരന്തത്തിൽ 3, 500 ലധികം ആളുകൾ മരിക്കുകയും 500, 000 പേർക്ക് പരിക്കേൽക്കുകയും ചെയ്തത് വ്യവസായ സംരംഭകങ്ങളെ പറ്റിയുള്ള പുനർചിന്തയ്ക്ക് കാരണമാകുകയുണ്ടായി. 1980 കളിൽ തന്നെയാണ് നിയന്ത്രണാതീതമായി സ്വകാര്യവൽക്കരണത്തിന് തുടക്കം കുറിക്കപ്പെട്ടതും.

ഇന്ത്യൻ സിനിമാ മേഖലയെ സംബന്ധിച്ചിടത്തോളം, ഗോവിന്ദ് നിഹലാനിയുടെ ആക്രോശ്(1980), അർദ്ധ് സത്യ(1983) എന്നീ സിനിമകൾ അധ:സ്ഥിതർ നേരിടുന്ന ചൂഷണം തീവ്രമായി അവതരിപ്പിച്ചു. ന്യൂനപക്ഷങ്ങളും സാധാരണക്കാരും നേരിടുന്ന പ്രശ്നങ്ങളെ അനുഭാവത്തോടെ അവതരിപ്പിച്ച സയിദ് മിർസയുടെ ക്യോൻ ആത്താ ഹൈ (1980) മോഹൻ ജോഷിയുടെ ഹാസിർ ഹോൻ (1985) എന്നീ ചിത്രങ്ങൾ അമിത നാട്യമില്ലാതെ ഇന്ത്യൻ യാഥാർത്ഥ്യത്തെ പ്രതിഫലിപ്പിച്ചു. കീഴാള പ്രമേയം എന്ന നിലയിൽ അവതരിപ്പിക്കപ്പെട്ട ഗ്രാമീണ ദാരിദ്ര്യവും ബ്രാഹ്മണവംശത്തിന്റെ യാഥാസ്ഥിതിക മനോഭാവവും പ്രമേയമായി വരുന്ന സംസ്കാര (പട്ടാഭി രാമറെഡ്ഡി) കാട് (ഗിരീഷ് കർണാട്) ഘടശ്രാദ്ധ (ഗിരീഷ് കാസറവള്ളി) എന്നീ കന്നട ചിത്രങ്ങളിൽ ബ്രാഹ്മണ അനുഷ്ഠാനങ്ങൾ വിശദമായി ദൃശ്യവത്ക്കരിക്കപ്പെട്ടിരിക്കുന്നത് വിരുദ്ധമായ ഫലമാണ് ചെയ്തത്. വിദേശികളുടെ കൌതുക മനോഭാവത്തിന്റെയും അതോടൊപ്പം നാഗരികരുടെ രക്ഷാകർതൃത്വ വീക്ഷണത്തിന്റെയും പ്രതിഛായകളാണ് ഇവയുടെ സംവേദനത്തിലൂടെ സാധ്യമായത് എന്നും വിമർശിക്കപ്പെട്ടിട്ടുണ്ട്.

ബംഗാളിൽ ബുദ്ധദേവ് ദാസ് ഗുപ്തയും ഗൌതം ഘോഷും ശ്രദ്ധേയമായ സിനിമകളുമായി രംഗത്തെത്തിയത് ഇന്ത്യൻ സിനിമയുടെ വേറിട്ടവഴികളായി. ജാനു ബറുവയുടെ(ആസാം) അപരൂപ (1982), ഹലോദിയ ചോരായേ ബാവോദാൻ ഖായേ (1987) എന്നിവയും ശ്രദ്ധേയമായിരുന്നു. കേതൻ മേത്തയുടെ ഭാവ്നി ഭവായ്(ഗുജറാത്തി-1980) ഹോളി(1983), മിർച്ച് മസാല (1986) എന്നീ ശ്രദ്ധേയമായ ഹിന്ദി ചിത്രങ്ങൾ കൂടി പുറത്തിറക്കി. ജബ്ബാർ പട്ടേൽ (മഹാരാഷ്ട്ര), ഋതു പർണ ഘോഷ് (ബംഗാൾ) എന്നിവരും ശ്രദ്ധേയമായ മുന്നേറ്റങ്ങൾ നടത്തിയ കാലമാണിത്.

സത്യജിത് റായിയുടെ 'സത്ഗതി'(1981) ജാതി പ്രമേയമായി വരുന്ന ഹിന്ദി സിനിമയാണ്. മുൻഷി പ്രേംചന്ദിന്റെ ചെറുകഥയെ ആസ്പദമാക്കി നിർമ്മിച്ച 'സദ്ഗതിയിൽ തന്റെ മകളുടെ വിവാഹ സമയം കുറിച്ചു കിട്ടുന്നതിനായി ഗ്രാമപൂജാരിയായ ബ്രാഹ്മണനെ സമീപിക്കുന്ന ദുഖി എന്ന ചെരുപ്പുകുത്തി തനിക്ക് ലഭിക്കേണ്ട സേവനത്തിനു പകരമായി പൂജാരിയ്ക്ക് വേണ്ടി ജോലി ചെയ്യാൻ നിർബന്ധിതനാകുന്നു. കടുത്ത അസുഖം മൂലം അവശനായിരുന്ന ദുഖി പൂജാരിക്കു വേണ്ടിയുള്ള ജോലിക്കിടെ മരണപ്പെടുകയാണ്. ബ്രാഹ്മണർ വെള്ളമെടുക്കാൻ പോകുന്ന കിണറിലേക്കുള്ള വഴിയിൽ മരിച്ചു കിടക്കുന്ന ദുഖിയുടെ മൃതദേഹം ഗ്രാമത്തിനൊരു പ്രശ്നമായി മാറുന്നു. ഒടുവിൽ ബ്രാഹ്മണർ ആരും കാണാതെ മൃതശരീരത്തിന്റെ കാലിൽ കയറിട്ട് വലിച്ച് മാറ്റി അവൻ കിടന്ന സ്ഥലം ജലം തളിച്ച് ശുദ്ധമാക്കുന്നു. ജാതീയത, അയിത്തം, ദളിതരോടുള്ള സമീപനം എന്നിവയ്ക്കെതിരെയുള്ള ശക്തമായ ആവിഷ്കാരമാണ് സത്യജിത് റായി 'സദ്ഗതി'യിലൂടെ നടത്തിയത്.

ജെ. പി. ദത്തയുടെ 1985 ലെ ' ഗുലാമി' എന്ന ചിത്രം കടുത്ത ജാതിവിവേചനത്തെ തുറന്നു കാട്ടുന്ന ഒന്നാണ്. രാജസ്ഥാനിലെ ഗ്രാമങ്ങളിൽ ഫ്യൂഡൽ ജന്മികൾ പിന്നാക്കജാതിയിൽ പെട്ട കർഷകരെ ചൂഷണം ചെയ്യുന്നതും അതിനെതിരെയുള്ള അവരുടെ പ്രതിഷേധവുമാണ് 'ഗുലാമി'യിലെ മുഖ്യപ്രമേയം. ഉയർന്ന ജാതി ഹിന്ദുക്കളെപ്പോലെ വിവാഹാവസരങ്ങളിൽ താഴ്ന്ന ജാതിയിൽ പെട്ട വരനെ കുതിരപ്പുറത്ത് കയറ്റുന്നതിനെതിരെ ഉന്നതർ പ്രതിഷേധിക്കുന്നതും അതിനെ പിന്നാക്കജാതിക്കാർ ചെറുക്കുന്നതും സിനിമയിലെ ശ്രദ്ധേയമായ രംഗങ്ങളിൽ പെടുന്നു. ഒരു ശുദ്ധ തട്ടുപൊളിപ്പൻ മസാലച്ചിത്രമായിരുന്നു 'ഗുലാമി' എങ്കിലും അത് ആവിഷ്കരിച്ച പ്രശ്നങ്ങൾ മണ്ഡൽ കമ്മീഷൻ റിപ്പോർട്ട് രാജ്യത്ത് കത്തിനിൽക്കുന്ന ആ വേളയിൽ ഏറെ പ്രസക്തിയുള്ളവയായിരുന്നു.

തമിഴ് സിനിമയിൽ ഭാരതിരാജ, ബാലചന്ദർ തുടങ്ങിയ സംവിധായകർ ദളിത്പ്രശ്നങ്ങൾ പ്രമേയമാക്കിയിട്ടുണ്ട് ഇക്കാലത്ത്. ഭാരതിരാജയുടെ 'മുതൽ മരിയാദൈ'(1986) താഴ്ന്ന ജാതിയിലുള്ള യുവതിയുമായി പ്രണയത്തിലാകുന്ന ഉന്നതജാതിക്കാരനായ മുതിർന്ന വ്യക്തിയുടെ കഥയാണ്. അദ്ദേഹത്തിന്റെ തന്നെ 'വേദം പുതിത്'' (1987) ജാതി പ്രശ്നത്തെക്കുറിച്ചുള്ള വിചിന്തനമാണ് നടത്തുന്നത്. ബാലചന്ദറിന്റെ 'തണ്ണീർ തണ്ണീർ' ആകട്ടെ രാഷ്ട്രീയക്കാർ ഗ്രാമീണദളിതരുടെ ജീവിതത്തിൽ ഇടപെടുന്നതിന്റെ നേർചിത്രം കുടിവെള്ളക്ഷാമത്തിന്റെ വിവരണത്തിലൂടെ വളരെ ശക്തമായിത്തന്നെ വരച്ചിടുന്നു.

ഇതരഭാഷകളിലെ ചലച്ചിത്ര പ്രതിഭകളുടെ ഹിന്ദിയിലേക്കുള്ള പ്രവേശം ഹിന്ദി സിനിമയെ ദേശീയ സിനിമയാക്കുന്നതിൽ പങ്കു വഹിച്ചു. എന്നാൽ ഈ ഗണത്തിൽ പെട്ട അപൂർവം ചിത്രങ്ങൾക്കു മാത്രമാണ് ബോക്സാഫീസിൽ വിജയം കണ്ടെത്താനായത്. ഈ പ്രവണത കച്ചവട ചിത്രങ്ങളും ആർട് സിനിമകളും തമ്മിലുള്ള വൈരുദ്ധ്യം മൂർഛിപ്പിച്ചു. രണ്ടും രണ്ടു തരം ഫോർമുലകളിലേക്ക് ധ്രുവീകരിക്കുന്ന അവസ്ഥയാണ് പിന്നീടുണ്ടായത്. അതുകൊണ്ടു തന്നെ മാറിമറിഞ്ഞുകൊണ്ടിരിക്കുന്ന ഇന്ത്യൻ യാഥാർത്ഥ്യത്തെ അഭിമുഖീകരിക്കാൻ നവസിനിമാ പ്രസ്ഥാനത്തിന്റെ പിൻമുറക്കാർ മടിച്ചു. ടെലിവിഷന്റെ വൻ പ്രചാരം, സർക്കാർ സഹായങ്ങൾ സമ്പൂർണമായി നിർത്തലാക്കിയത്, പ്രത്യക്ഷ രാഷ്ട്രീയ വിഷയങ്ങൾ കൈകാര്യം ചെയ്യാനുള്ള ധൈര്യമില്ലായ്മ എന്നീ പ്രശ്നങ്ങളെ തുടർന്ന് ആർട് ഹൌസ് സിനിമകൾ ആർക്കും വേണ്ടാത്ത ഗണമായി ദിനംതോറും മാറിക്കൊണ്ടിരിക്കുകയാണ്. പാശ്ചാത്യ രാജ്യങ്ങളിൽ കച്ചവട സിനിമകളുമായി താരതമ്യം ചെയ്യുമ്പോൾ കുറവാണെങ്കിലും നിശ്ചിത എണ്ണം പ്രേക്ഷകരെങ്കിലും ഇത്തരം സിനിമകൾ കാണാറുണ്ട്. ഇവർക്കായി ചെറിയ സീറ്റിംഗ് കപ്പാസിറ്റിയുള്ള തിയറ്ററുകളും അവിടങ്ങളിലുണ്ട് .

കെ. ജി. ജോർജ്ജ്, പത്മരാജൻ, ഭരതൻ അടക്കമുള്ള സംവിധായകർ മലയാള സിനിമയിൽ മാറ്റത്തിന്റെ പുത്തനേടുകൾ എഴുതിച്ചേർത്തവരായിരുന്നു. സാമൂഹിക വർഗ്ഗീകരണത്തിലുണ്ടായ വ്യതിയാനവും മലയാളസിനിമയെ ഗണ്യമായി സ്വാധീനിച്ചു. എൺപതുകളിലെ മലയാള സിനിമകളുടെ പ്രധാന പ്രമേയമായിരുന്നു പ്രവാസം. 1970 കളുടെ അവസാനത്തോടുകൂടി മലയാളിയുടെ ഗൾഫ് ജീവിതം ആരംഭിക്കുന്നു. മണലാരണ്യങ്ങളിൽ നിന്നുള്ള വിദേശനാണ്യവും സമ്പന്നമായ പ്രവാസാനന്തര ജീവിതവും മധ്യവർഗ്ഗ മലയാളിയുടെ സ്വകാര്യ സ്വപ്നങ്ങളായിരുന്നു. ഇത്തരം പുത്തൻ മൂലധനത്തിന്റെ വരവ് സിനിമയ്ക്കും പ്രമേയ പശ്ചാത്തലമൊരുക്കി. ബാലു കിരിയത്തിന്റെ വിസ (1983) സത്യൻ അന്തിക്കാട് ചിത്രങ്ങളായ ഗാന്ധി നഗർ സെക്കന്റ് സ്ട്രീറ്റ് (1986), നാടോടിക്കാറ്റ് (1987), വരവേൽപ്പ് (1989) തുടങ്ങിയവ മികച്ച വിജയങ്ങളായി.

മമ്മൂട്ടി – മോഹൻലാൽ താരദ്വയം മധ്യവർഗ്ഗ മലയാളി പ്രതിനിധികളായി ഇടം നേടുന്നതും ഇക്കാലത്താണ്. കേരള രാഷ്ട്രീയത്തിൽ ഇക്കാലത്ത് സമരങ്ങളുടെ ഒരു നീണ്ട പരമ്പര തന്നെയുണ്ടായി. കയർ, കശുവണ്ടി, തുണിമിൽ സമരങ്ങൾ അക്കാലത്ത് സജീവമായ രാഷ്ട്രീയ സാമൂഹ്യ വിഷയമായിരുന്നു. അങ്ങാടി, അടിമകൾ ഉടമകൾ,

ഈ നാട്, ഉണരൂ (ഐ. വി. ശശി) ഈ ലോകം ഇവിടെ കുറേ മനുഷ്യർ (പി. ജി. വിശ്വംഭരൻ) തുടങ്ങിയവ അത്തരം സമര-സാമൂഹ്യ സാഹചര്യങ്ങളെ ആസ്പദമാക്കി പുറത്തിറങ്ങിയ ചിത്രങ്ങളായിരുന്നു. 1985 ൽ പുറത്തിറങ്ങിയ തിങ്കളാഴ്ച നല്ല ദിവസം (പദ്മരാജൻ) മലയാളിയെ തറവാടുകളുടെ പുനഃസ്ഥാപനത്തിലേക്ക് ആനയിക്കുന്നത് കാണാം. (പിൽക്കാലത്തെ സത്യൻ അന്തിക്കാട് സിനിമകളിലേക്ക് മലർക്കെ തുറന്ന വാതിൽ) ഈ സിനിമയിൽ വലിയൊരു വൈകാരിക പ്രശ്നമായി അവതരിപ്പിക്കുന്നത് തറവാടിന്റെ നിറവിളക്കായ അമ്മയെ (കവിയൂർ പൊന്നമ്മ) വൃദ്ധസദനത്തിൽ തടവിലാക്കുന്നു എന്നതാണ്. എന്നാൽ സിനിമയിലെ പ്രധാന സാമൂഹിക പ്രശ്നം ആ തറവാട്, അവിടത്തെ അടിയാളനായിരുന്ന, ഇപ്പോൾ പുത്തൻ പണക്കാരനായിത്തീർന്ന കീഴാളൻ വിലയ്ക്ക് വാങ്ങിക്കുന്നു എന്നതാണ് ! വംശപാരമ്പര്യത്തിലേക്കും ഫ്യൂഡൽ പ്രമാണികതയിലേക്കുമുള്ള മടക്കത്തിന് പത്മരാജൻ ആക്കം കൂട്ടുകയായിരുന്നു. ഇങ്ങനെ കേരളത്തിൽ സമഗ്രാധിപത്യം നേടിത്തുടങ്ങിയ സവർണ്ണ മനോഭാവത്തെ സമർത്ഥമായി പൂരിപ്പിക്കുന്നത് എം. ടി വാസുദേവൻ നായരാണ്. അനുബന്ധത്തിലാവണം (ഐ. വി. ശശി/1985) മലയാളസിനിമയിലെ ആദ്യ ദലിത് വിരുദ്ധ സംവരണ വിരുദ്ധപരാമർശം സംഭവിക്കുന്നത്. പ്രത്യക്ഷത്തിൽതന്നെ അനുതാപാർഹനായ പരമ സാത്വിക ബ്രാഹ്മണനായി ടൈപ്പ് കാസ്റ്റ് ചെയ്യപ്പെട്ട പ്രേംജിയുടെ വല്യനമ്പൂരി 'മതം മാറണ മാതിരി ജാതി മാറണ വല്ല വകുപ്പുമുണ്ടോ, പത്താംക്ലാസ്സ് പാസായിട്ടും ജോലിയൊന്നും കിട്ടാത്ത തന്റെ ആൺമക്കളെ ഇനി ഈ ഹരിജനം ഗിരിജനം എന്നൊക്കെ മാതിരിയുള്ള വകുപ്പിലേക്ക് കീഴ്പ്പെട്ടിറക്കാം?' എന്ന് ചോദിക്കുന്നുണ്ട്.

ഇവയൊക്കെ അംഗീകരിക്കുന്ന കാഴ്ചാസമൂഹവും പൊതുസമൂഹവും എൺപതുകളോടെ രൂപപ്പെട്ടതാണ് ഇത്തരം സിനിമകളുടെ വിജയത്തിനു പിന്നിൽ എന്ന് കാണാതിരുന്നുകൂടാ. വാഴ്ത്തപ്പെടുന്ന എൺപതുകളിലെ മധ്യവർഗസമൂഹം യഥാർത്ഥത്തിൽ പ്രവാസി സമ്പത്തിന്റെയും ബ്യൂറോക്രസിയുടെയും നാഗരികതയുടെയുമൊക്കെ പിൻബലത്തിൽ ശാക്തീകരിക്കപ്പെട്ടു എന്നാണ് കാണേണ്ടത്. സവർണ്ണവത്കരിക്കപ്പെടുക എന്നത് സാമൂഹ്യ പുരോഗതിയുടെ ഒരു മാനദണ്ഡമായി മാറി. നവോത്ഥാനപൂർവ്വ ആചാരങ്ങളും അന്ധവിശ്വാസങ്ങളും പാരമ്പര്യങ്ങളുമൊക്കെ അതിശക്തമായി തിരിച്ചുവരാൻ എൺപതുകൾ കളമൊരുക്കിയെന്നുപറയാം. മിക്കസിനിമകളും സവർണ്ണ യുവാക്കളുടെ ആത്മസംഘർഷങ്ങളും ജീവിതവും പകർത്തി. അവയിൽ സംവരണവിരുദ്ധത പ്രധാന

പരാമർശമായി. അടിവേരുകൾ, ആര്യൻ, വരവേൽപ്പ്, സന്മനസ്സുള്ള വർക്ക് സമാധാനം, ടി. പി. ബാലഗോപാലൻ എം. എ., ഗാന്ധിനഗർ സെക്കന്റ് സ്ട്രീറ്റ്, അദ്വൈതം തുടങ്ങിയ സിനിമകൾ ഇതിനുദാഹര ണമാണ്.

1988 ൽ പുറത്തിറങ്ങിയ പ്രിയദർശന്റെ ആര്യൻ ബ്രാഹ്മണ പൗരോഹിത്യത്തിന്റെ രാഷ്ട്രീയാധികാരം സ്ഥാപിക്കലായിരുന്നു. കരിയിലക്കാറ്റുപോലെ എന്ന പദ്മരാജൻ സിനിമയിൽ കഥാനാ യകൻ(മമ്മൂട്ടി) കറുത്തവളായ സ്ത്രീ കഥാപാത്രത്തോട് അവളുടെ നിറത്തേയും സൗന്ദര്യത്തേയും ആക്ഷേപിച്ച് സംസാരിക്കുന്നതിങ്ങി നെയാണ്. സൗന്ദര്യമില്ല കാണാൻ കൊള്ളാവുന്ന പെമ്പിള്ളേർക്ക് കിട്ടുന്ന ഒരു റിസപ്ഷനും കിട്ടുന്നില്ല അത് വേറൊരാൾക്കു കിട്ടുമ്പോൾ ഉണ്ടാകുന്ന അസൂയ- അതിന്റെ വൃത്തികെട്ട കോംപ്ലക്സാണ് ആരും തിരിഞ്ഞുനോക്കാനില്ലാതെ നല്ല പ്രായം കഴിഞ്ഞുപോകുമ്പോ എല്ലാ പെണ്ണുങ്ങൾക്കും ഉണ്ടാവുന്ന വെറുപ്പും നിരാശയുമാണ് ഫ്രസ്ട്രേഷൻ കൂടുമ്പോ ആ റോട്ടിലെങ്ങാൻ ചെന്ന് നിന്നുനോക്ക് വേറൊന്നും കിട്ടാതെ ഡെസ്പറേറ്റ് ആയി വരുന്ന ലോറി ഡ്രൈവേഴ്സിനു നിന്നെ പോലുള്ളവരേം മുഷിയില്ല"

അധ്വാനത്തോടുള്ള പുച്ഛം, സ്ത്രീ - കീഴാള വിരുദ്ധത, അതിലൈം ഗികസദാചാരം, അരാഷ്ട്രീയത, അധികാര വിധേയത്വം എന്നി ങ്ങനെ ഉപരിവർഗത്തിന്റെ അടിസ്ഥാന മൂല്യബോധങ്ങളൊക്കെ തന്നെയാണ് ഇക്കാലം മുതലുള്ള സിനിമകളും അവതരിപ്പിച്ചത്. അരാഷ്ട്രീയത മുഖമുദ്രയാക്കിയ സിനിമ, തെരുവിൽ നിന്നും തൊഴി ലിടങ്ങളിൽനിന്നുമൊക്കെ അകന്നുമാറി കുടുംബകഥനങ്ങളിലെത്തി യപ്പോൾ തൊഴിൽസമൂഹം അരികുകളിലേയ്ക്ക് മാറ്റിനിർത്തപ്പെട്ടു. രാഷ്ട്രീയപ്രവർത്തകർ അപഹാസ്യരും കോമാളികളുമായി മാറി. മധ്യവർഗ പൊതുബോധതലങ്ങളിൽ നിർമ്മിക്കപ്പെട്ട ധാരണകളെ സംതൃപ്തിപ്പെടുത്തുക എന്നതുമാത്രമായി ഇക്കാല സിനിമകളുടെ ദൗത്യം. കടുത്ത സദാചാരയുക്തികളും ആഢ്യത്വവും ജാതി/മത ധാർമികമൂല്യങ്ങളും ധാരാളമായി സിനിമയിലേക്ക് കടന്നുവന്നു.

എൺപതുകളുടെ മധ്യത്തോടെ പലതരം പരിഷ്കാരങ്ങൾ ജാതി- മത തലങ്ങളിലുണ്ടായി. പള്ളികൾ പലതാവുകയും അമ്പലങ്ങൾ പുനരുദ്ധരിക്കപ്പെടുകയും ചെയ്തു. (പുറമതിലിൽ അഹിന്ദുക്കൾക്ക് പ്രവേശനമില്ല എന്ന ബോർഡുകളും ഉയർന്നു) മുസ്ലീം സ്ത്രീകൾക്ക് പ്രത്യേക ഡ്രസ്സ് കോഡ് വ്യാപകമാവുന്നതും ഇക്കാലത്താണ്. ഇതിന് മേലാണ് പുരുഷകേന്ദ്രീത മധ്യവർഗം ചുവടുറപ്പിച്ചത്. . മേൽക്കൈ നേടുന്ന അതി സദാചാര ബോധങ്ങളെ രഹസ്യമായി

ലൈംഗിക വൽക്കരിച്ചുകൊണ്ടു, സെക്സിന് പ്രാധാന്യം നൽകുന്ന സിനിമകളുടെ കടന്നു വരവും ഇക്കാലത്താണുണ്ടായത്. പീസ് പടങ്ങൾ എന്നറിയപ്പെട്ടിരുന്ന ഇത്തരം ചിത്രങ്ങൾക്കായി പ്രത്യകം ഷോകളും തിയേറ്ററുകളുമുണ്ടായി. മലയാളി പരസ്യമായി ഇത്തരം പ്രവണതകളെ എതിർക്കുകയും സ്വകാര്യമായി ഇത്തരം സിനിമകളെ ആസ്വദിക്കുകയും ചെയ്തു. ഈ കാഴ്ചാസമൂഹത്തിൽ നിന്നും സ്ത്രീകൾ മാറ്റി നിർത്തപ്പെട്ടു. ആണത്വത്തിന്റെ വ്യാപനവും മേധാവിത്വവും ഇത്തരം ഇടങ്ങൾ അടക്കിവാഴാൻ തുടങ്ങി.

ആണധികാരത്തിന്റെ ഈ വ്യാപനം ആക്ഷൻ - അധോലോക സിനിമകളുടെ (രാജാവിന്റെ മകൻ, ന്യൂഡൽഹി) കടന്നു വരവിലേക്ക് നയിച്ചു. നാടകീയത അപ്രത്യക്ഷമായതും സാങ്കേതികവിദ്യ വിപുലമായതും സിനിമയുടെ അനുകൂല ഘടകങ്ങളായെങ്കിലും കുടുംബത്തോടൊപ്പം കാണാവുന്നവയും പുരുഷന്മാർക്കു മാത്രം കാണാവുന്നവയുമായ രണ്ടുതരം സിനിമകൾ സംജാതമായി. ചുരുക്കത്തിൽ സാമൂഹ്യനവോത്ഥാന പരിശ്രമങ്ങൾക്ക് വിപരീതമായി മധ്യവർഗ്ഗ സവർണ്ണബോധ വ്യാഖ്യാനങ്ങൾ കേരളീയതയുടെ അടയാളങ്ങളായി ഇക്കാലത്ത് അവതരിപ്പിക്കപ്പെട്ടു.

പത്തായത്തിന്റെ പുറംകാഴ്ചകൾ: എലിപ്പത്തായം, അടൂർ ഗോപാലകൃഷ്ണൻ (1981)

ഉൽകൃഷ്ടമായ ചലച്ചിത്ര രചനയുടെ എക്കാലത്തേയും മാതൃകയായി ഉയർത്തിക്കാട്ടുന്ന സിനിമയാണ് അടൂർ ഗോപാലകൃഷ്ണന്റെ എലിപ്പത്തായം. തകരുന്ന ഫ്യൂഡൽ വ്യവസ്ഥയാണ് പ്രമേയം. തനിക്ക് ചുറ്റും നടക്കുന്ന പരിവർത്തനങ്ങളെ കാണാൻ മടിക്കുന്നയാളാണ് ഇതിലെ നായകൻ ഉണ്ണി (കരമന ജനാർദ്ദനൻ നായർ) വീട് മാത്രമാണ് അയാളുടെ ലോകം. മൂന്ന് സഹോദരിമാർ. മൂത്തയാളായ ജാനമ്മയെ (രാജം. കെ. നായർ) അകലെ വിവാഹം ചെയ്തു യച്ചിരിക്കുന്നു. രണ്ടാമത്തെ സഹോദരിയായ രാജമ്മയും (ശാരദ) ഇളയ സഹോദരിയായ ശ്രീദേവിയും (ജലജ) ഒത്താണ് ഒരു വലിയ നാലുകെട്ടിനകത്തയാൾ ജീവിക്കുന്നത്.

കഴിഞ്ഞുപോയ ഫ്യൂഡൽ കുടുംബ മഹിമയുടെ അവശേഷിപ്പുകൾ വീടിനകത്തും അയാളുടെ സ്വഭാവത്തിലും കാണാം. മേലനങ്ങി പണി എടുക്കാനാവാത്ത വിധം തന്നിലേക്ക് തന്നെ ചുരുങ്ങിപ്പോവുകയും ഒരു സഹോദരിയുടെ ഒളിച്ചോട്ടത്തിനും മറ്റേയാളുടെ ആകസ്മിക മരണത്തിനും മൂകസാക്ഷിയായി സ്വയം ഒടുങ്ങിപ്പോകുന്ന നായക ജീവിതമാണ് ഉണ്ണിയുടേത്. വല്ലപ്പോഴും വന്നുപോകുന്ന

വകയിലെ ഒരമ്മാവനും സഹോദരീ പുത്രനുമല്ലാതെ ഒരാൾപോലും അതിഥികളായെത്താത്ത ഒരിടമാണ് അയാളുടെ തറവാട്. പുറം വാതിലുകൾ സ്വയം കൊട്ടിയടച്ച് കൊണ്ട് സ്വയം നിഷ്കാസിതമാകുന്ന ജീവിതമാണ് ഉണ്ണിയുടേത്. ഒടുവിൽ എലി പത്തായത്തിൽ കുടുങ്ങുന്ന എലിതന്നെയായി മാറുന്നുണ്ട് ഉണ്ണി.

വളരെ അപൂർവമായി മാത്രം വീടിനു വെളിയിൽ ഇറങ്ങുന്ന ഉണ്ണിക്ക് മീനാക്ഷി(ജോയ്സി) എന്ന ഒരു കീഴാള സ്ത്രീയെ അഭിമുഖീകരിക്കേണ്ടി വരുന്നുണ്ട്. അവരെ ആദ്യ ദൃശ്യത്തിലൂടെ പരിചയപ്പെടുത്തുന്നത് ഉണ്ണിയുടെ പുരയിടത്തിൽ നിന്നും കശുവണ്ടി (പറങ്കിമാവ കട്ടു പറിക്കുന്ന കുട്ടിക്ക് കാവൽ നിൽക്കുന്നവരായിട്ടാണ്. അവിടെ എത്തുന്ന ഉണ്ണി കുട്ടിയെ അഭിസംബോധന ചെയ്യുന്നത് 'എടാ കഴുവേറ്റി നീയാണോ?' എന്ന് ചോദിച്ചുകൊണ്ടാണ്. പിന്നീട് മീനാക്ഷി ഉണ്ണിയോട് ശൃംഗരിക്കുന്നതും അവളുടെ തോൾ മുണ്ട് താഴേക്ക് ഉതിർന്നു വീഴുന്നതും നിറഞ്ഞ മാറിടം മനപ്പൂർവ്വം ഉണ്ണിക്ക് മുൻപിൽ പ്രദർശിപ്പിക്കാൻ ശ്രമിക്കുന്നതും ഒക്കെ കാണിക്കുന്നു. ഉണ്ണി ആ പ്രലോഭനത്തിൽ ഒരു നിമിഷം പതറി നിന്ന് സ്വയം പിൻവാങ്ങുകയാണ്.

മറ്റൊരു സീനിൽ മീനാക്ഷി എണ്ണ ചോദിച്ചു കൊണ്ട് ഉണ്ണിയുടെ വീട്ടിലേക്ക് കടന്നുവരുന്നുണ്ട് ഉണ്ണി ആ സമയം ഉമ്മറത്തിരുന്ന് നഖം വെട്ടുകയാണ്. മീനാക്ഷിയുടെ വരവും വശ്യതയും ഉണ്ണിയെ ഭയപ്പെടുത്തുന്നു. കത്തി കൊണ്ട് അയാളുടെ വിരലിന് മുറിവേൽക്കുക കൂടി ചെയ്യുന്നു. രാജമ്മയിൽ നിന്നും എണ്ണ വാങ്ങി തലയിൽ തേച്ചതിനുശേഷം തറവാട്ടിലെ കുളത്തിൽ കുളിക്കാൻ മീനാക്ഷിഅനുവാദം ചോദിക്കുന്നുണ്ട്. രാജമ്മ അത് അനുവദിക്കുന്നില്ല. ആ സമയം നഷ്ടപ്പെട്ട പുരുഷത്വം വീണ്ടെടുക്കാനുള്ള പത്രപരസ്യത്തിന്റെ വായനയിലാണ് ഉണ്ണി. മറ്റൊരു രാത്രിയിലും ഉണ്ണി ഇതുപോലെ മീനാക്ഷിയെ കണ്ടു മുട്ടുന്നുണ്ട്. അപ്പോഴും അവളുടെ പ്രലോഭനത്തിന് വഴങ്ങാതെ അയാൾ അവിടെനിന്നും രക്ഷപ്പെടുന്നു.

ജാനമ്മയുടെ മകൻ (പ്രകാശ്) കുറച്ചുകാലം ഉണ്ണിയുടെ വീട്ടിൽ വന്നു നിൽക്കുന്ന സന്ദർഭത്തിലും കൗമാരക്കാരനായ അയാൾ മീനാക്ഷിയെ ലൈംഗിക ഭാവത്തോടെ സമീപിക്കുന്നുണ്ട്. എന്നാൽ അവളത് അപ്പോൾതന്നെ നിരുത്സാഹപ്പെടുത്തുന്നു. എല്ലാ വികാരങ്ങളും തന്നിൽ തന്നെ ഒതുക്കി വെക്കുന്ന ഉണ്ണി ലൈംഗികതയോടും അതേ മനോഭാവമാണ് പുലർത്തുന്നത് എന്ന് വിശദീകരിക്കാനാവും മീനാക്ഷി എന്ന കഥാപാത്രത്തിലൂടെ അടൂർ ഉദ്ദേശിച്ചത്. എന്നാൽ ലൈംഗിക പ്രചോദനത്തിനായി ഒരു കീഴാള സ്ത്രീയെ തിരഞ്ഞെടുത്തു

എന്നിടത്താണ് സവർണ്ണ മനോഭാവത്തിന്റെ കാഴ്ചകൾ മറനീക്കി പുറത്തുവരുന്നത്.

മീനാക്ഷിയുടെ കറുത്ത ഉടലിനെ പരമാവധി പുരുഷകാഴ്ചക്കിണങ്ങും വിധം പരുവപ്പെടുത്തി യെടുക്കാൻ സിനിമ ശ്രദ്ധിക്കുന്നുണ്ട്. മാത്രമല്ല പ്രായത്തിൽ കൂടിയാ ആളാണെങ്കിലും കീഴാള സ്ത്രീയോട് സവർണ്ണ വർഗ്ഗകൗമാരത്തിനും ലൈംഗിക സമീപനം ആവാം എന്നൊരു കാഴ്ചപ്പാടും ഉണ്ണിയുടെ മരുമകന്റെ പെരുമാറ്റത്തിലൂടെ സിനിമ പറഞ്ഞ് ഉറപ്പിക്കുന്നുണ്ട്.

ഉണ്ണിയുടെ കൂടെക്കഴിയുന്ന രണ്ട് സഹോദരിമാരും യൗവനയുക്തരാണ്. എന്നാൽ അവരിലാ രിലുംതന്നെ ലൈംഗികവികാരം പ്രതിഫലിക്കുന്നതായി സിനിമ കാണിക്കുന്നില്ല. ക്യാമറയുടെ (മങ്കട രവിവർമ്മ) ആൺ നോട്ടത്തിലൂടെ സ്വാഭാവികമെന്നവണ്ണം രാജമ്മയുടെ ഉടൽ സൗന്ദര്യത്തെ ഒപ്പിയെടുക്കുന്നുണ്ടെങ്കിലും അവരുടെ വിവിധ ജീവിതനിമിഷങ്ങളിലേക്ക് ലൈംഗിക വിചാരങ്ങൾ കടന്നുവരുന്നില്ല. സവർണ്ണ കുലസ്ത്രീകൾക്ക് ഇത്തരം വികാരങ്ങൾ ഇല്ലെന്നും എന്നാൽ കീഴാള പെണ്ണുടലുകൾ വഴിപിഴച്ച വ്യവഹാര രൂപങ്ങൾ ആണെന്നുമാണ് ഇതിലൂടെ സിനിമ വ്യക്തമാക്കുന്നത്.

കീഴാള സ്ത്രീയുടെ ശരീരത്തെ മാത്രമല്ല അവരുടെ ജീവിതപരിസരത്തെയും അവമതിക്കുന്നുണ്ട് എലിപ്പത്തായം. ഉണ്ണിയുടെ പറമ്പിൽ നിന്നും മോഷ്ടിക്കുന്ന മീനാക്ഷിയുടെ മകന്റെ ചിത്രീകരണത്തിലൂടെ കീഴാള ജീവിതങ്ങൾ വ്യഭിചാരത്തിലും മോഷണത്തിലും മാത്രം ആണ്ടു മുഴുകി കഴിയുന്നവരാണ് എന്ന കാഴ്ചപ്പാടാണ് സിനിമ മുന്നോട്ടുവയ്ക്കുന്നത്. കഴുവേറിയുടെമോനെ എന്ന് ആ സ്ത്രീയുടെ കുട്ടിയെ വിളിക്കുന്ന ഉണ്ണിയുടെ മനോഭാവത്തിലും ഇത് നിഴലിക്കുന്നുണ്ട്. ആർക്കും തെറി വിളിക്കാവുന്ന ഒന്നായി മാത്രമാണ് കീഴാളത ഇവിടെയും വ്യാഖ്യാനിക്കപ്പെടുന്നത്. ൻഉണ്ണി വേറൊരാളെയും ഈ വിധം അഭിസംബോധന ചെയ്യുന്നുമില്ല)

ഫ്യൂഡലിസത്തിനും സവർണ്ണ സംസ്കാരത്തിനും എതിർ നിൽക്കുന്ന ഒന്നാണ് ലോകോത്തരമായ എലിപ്പത്തായം എന്ന് വാഴ്ത്തപ്പെട്ടപ്പോഴും കീഴാള ജീവിതങ്ങൾക്കുമേൽ നിലനിൽക്കുന്ന മേലാള കാഴ്ചപ്പാടിനെ കുടഞ്ഞു കളയാൻ ഈ സിനിമക്കോ വിഖ്യാത സംവിധായകനോ കഴിയുന്നില്ല എന്നിടത്ത് അടൂരിന്റെ എലിപ്പത്തായം, ഒരു കീഴാളവിരുദ്ധ സിനിമയാണെന്നു കൂടി പറയേണ്ടിവരും.

അടിവേരുകൾ തേടുമ്പോൾ: അടിവേരുകൾ, പി. അനിൽ (1986)

പ്രതാപകാലത്തിന്റെ മേന്മകൾ അവകാശപ്പെടുന്ന, ഇപ്പോൾ തികച്ചും ദരിദ്രമായ നായർ തറവാട്ടിൽ ജനിച്ച ബാലചന്ദ്രന്റെ (മോഹൻലാൽ) ജീവിതമാണ് അടിവേരുകൾ. ബിരുദാനന്തര ബിരുദം നേടിയിട്ടും ഉയർന്ന ജാതിയിൽ പിറന്നതിനാൽ സർക്കാർ ജോലി ലഭിക്കാതെ പോയ യുവാവാണ് അയാൾ. ആകെയുള്ള സ്വത്ത് ഒരു ആനയാണ്. അമ്പലത്തിൽ തിടമ്പേറ്റിയും മറ്റും ജീവിത സന്ധാരണം നടത്തുന്ന അയാൾക്ക് ഒരു സുഹൃത്ത് വഴി കാട്ടിലെ കൂപ്പിൽ ജോലി ലഭിക്കുന്നു. വീട്ടിൽ പറയാതെ അയാൾ ആനപ്പാപ്പാനായ കേളുനായരും (കുതിരവട്ടം പപ്പു) ഒത്ത് കാട്ടിലെത്തുന്നു. അവിടമാകട്ടെ രാഘവപണിക്കരുടെയും (തിലകൻ) മകനായ ജയന്റേയും (സുരേഷ് ഗോപി അധീനതയിലാണ്. കള്ളക്കടത്തും കഞ്ചാവ് കൃഷിയും ഒക്കെയായി തന്റെ സാമ്രാജ്യമാക്കി വച്ചിരിക്കയാണവിടം.

അഴിമതിരഹിതനും തന്റെ പഴയ സഹപാഠിയുമായ സണ്ണി വർഗീസ് ആണ് (മുഖേഷ്) അവിടത്തെ റേഞ്ച് ഓഫീസർ . അയാളുടേയും ആദിവാസി നേതാവായ ജോസിന്റേയും (ബാബു നമ്പൂതിരി) സഹായത്തോടെ ബാലചന്ദ്രൻ രാഘവപ്പണിക്കരോട് പോരാടി അയാളെ നിയമപാലകരെ ഏൽപ്പിക്കുന്നതാണ് അടിവേരുകളുടെ പ്രമേയം.

കൂപ്പുപണിക്കായി വനത്തിലെത്തുന്ന ബാലചന്ദ്രൻ ആദ്യം അഭിമുഖീകരിക്കുന്നത് റേഞ്ച് ഓഫീസറെയാണ്. ഓഫീസറെ പ്രേക്ഷകർക്കായി സഹചാരിയായ കേളുനായരുടെ സംഭാഷണത്തിലൂടെ പരിചയപ്പെടുത്തുന്നത് ഇങ്ങനെ

> കേളുനായർ (കുതിരവട്ടം പപ്പു)- *നമ്മുടെ നാട്ടിലെ വേദം കൂടിയ ആ പുലയൻ ചാത്തന്റെ മോനല്ലേ അത്.*
>
> ബാലചന്ദ്രൻ (മോഹൻലാൽ)- *പുലയനല്ല. ക്രിസ്ത്യാനിയാണ്, സണ്ണി വർഗീസ്.*
>
> കേളുനായർ- *ആരായാലെന്താ ചെറുപ്പത്തിലേ ആ ചെക്കൻ കുഞ്ഞിന്റെ അമ്മേടെ കയ്യീന്ന് എത്ര കഞ്ഞിയും ചോറും വാങ്ങി കഴിച്ചതാ. നന്ദിയില്ലാത്ത ജാതി*

തുടർന്ന് സണ്ണി ജോസഫുമായി അടുമ്പോഴും ബാലചന്ദ്രൻ ഓഫീസറുടെ ജാതി പരാമർശിക്കുന്നുണ്ട്. താനും അയാളും ഒരുമിച്ച് ജോലിക്ക് ഇന്റർവ്യൂവിന് പോയതും എന്നാൽ സംവരണം ഇല്ലാത്തതിനാൽ തനിക്ക് കിട്ടാതെ ജോലി സണ്ണിക്ക് ലഭിച്ചുവെന്നും

ബാലചന്ദ്രൻ പറയുമ്പോൾ, അതൊരു ലജ്ജാകരമായ അവസ്ഥ യാണ് സണ്ണിയും സ്വയം തിരിച്ചറിയുന്നത്! മാത്രമല്ല ഒരു നായരായി പിറന്നതിൽ ദുഃഖം തോന്നുന്നു എന്നുവരെ പറഞ്ഞു വയ്ക്കുന്നുണ്ട് ബാലചന്ദ്രൻ.

കാട്ടിൽ വെച്ച് പരിചയപ്പെടുന്ന സോഷ്യാ ചെറിയാൻ (ജഗതി ശ്രീകുമാർ) എന്ന കഥാപാത്രവും ജാതി മേന്മകളേയും മതത്തേയും പറ്റി വാചാലമാകുന്നുണ്ട്. താൻ ക്രിസ്ത്യാനി ആണെങ്കിലും തന്റെ കുടുംബം പാരമ്പര്യവഴിക്ക് നായന്മാരായിരുന്നു എന്നാണ് അയാൾ തെളിയിക്കാൻ ശ്രമിക്കുന്നത്. മറ്റുള്ള ക്രിസ്ത്യാനികൾ പറയരും പുലയരും മാർക്കം കൂടിയവർ ആണെന്നും പറഞ്ഞു വെക്കാൻ മറക്കുന്നില്ല അയാൾ. താൻ ഗുരുവായൂർ ക്ഷേത്രത്തിൽ പോയി ട്ടുണ്ട് എന്നുള്ള ചെറിയാന്റെ പരാമർശത്തെ എതിർത്തുകൊണ്ട് കേളുനായർ പറയുന്നതിങ്ങനെയാണ്

> കേളുനായർ (കുതിരവട്ടം) - *കൊന്നുകളയും ഞാൻ. അഹിന്ദുക്കൾ കടന്നാൽ കാലിന്റെ എല്ല് പൊട്ടിച്ചു കളയും ഞാ... അത് കള. ഗുരുവായൂരിൽ പ്രധാനം രാസക്രീഡ ആണ്. കൃഷ്ണനാട്ടം. പതിനാറായിരത്തെട്ട് ഭാര്യമാരായിരുന്നു ഭഗവാന് അറിയോ?*
>
> സോഷ്യാ ചെറിയാൻ (ജഗതി ശ്രീകുമാർ) - *എന്റെ ഈശോ മറിയം ഔസേപ്പേ അതിത്തിരി കൂടിയതാണല്ലോ നായരെ.*
>
> കേളുനായർ - *തനിക്ക് തോന്നും ഭഗവാന്റെ ലീലാവിലാസങ്ങൾ ഓർത്താൽ നിന്റെ ക്രിസ്ത്യാനികൾക്ക് സഹിക്കില്ല. അസൂയ*

അടിവേരുകൾ അടിസ്ഥാനപരമായിത്തന്നെ കീഴാള വിരുദ്ധ സിനിമയാണ്. ഭരണഘടന ഉറപ്പുനൽകുന്ന സംവരണത്തെ പരിഹ സിക്കുകയും കുറ്റപ്പെടുത്തുകയും ചെയ്യുന്നതിനൊപ്പം മേൽജാതി ജീവിത ചരിത്രത്തെ മറച്ചുവയ്ക്കുകയും അതിന്റെ വർത്തമാനകാലത്തെ കരുണാ ത്മകമായി ആവിഷ്കരിക്കുകയും ചെയ്യുന്നു. എന്നാൽ ഇത്തരം മേൽജാതി സമൂഹം കൈ വച്ചുകൊണ്ടിരിക്കുന്ന അമിതാധികാരത്തെ ന്യായീകരിക്കുകയും അതിനെതിരെ ഏതെങ്കിലും തരത്തിലുള്ള വിമർശനം ഉയർത്താതിരിക്കുകയും ചെയ്യുന്നതും ശ്രദ്ധേയമാണ്. അതിന്റെ ഏറ്റവും വലിയ ഉദാഹരണമാണ് സിനിമയുടെ ആദ്യഭാഗം.

സിനിമ തുടങ്ങുന്നത് ദേവസ്വംവക സ്കൂളിൽ അധ്യാപകനായി തനിക്ക് ജോലി ലഭിക്കുമോ എന്നുള്ള ബാലചന്ദ്രന്റെ അന്വേഷ ണത്തിൽ നിന്നാണ്. എന്നാൽ ദേവസ്വം ബോർഡ് പ്രസിഡന്റ്

(ജഗന്നാഥ വർമ്മ) നിയമനത്തിനായി തലവരി ചോദിക്കുന്നു. അതു കൊടുക്കാൻ സാധിക്കാത്തതിനാൽ ബാലചന്ദ്രന് ജോലി ലഭിക്കുന്നില്ല. ഇവിടെ സ്വസമുദായം അതിലെ ദരിദ്രരോട് പെരുമാറുന്നത് വിമർശനവിധേയമാക്കുന്നില്ല സിനിമ. കീഴാള സമുദായങ്ങൾക്ക് സ്വന്തമായി കേരളത്തിൽ സ്ഥാപനങ്ങൾ ഇല്ല എന്നതാണ്. അതു കൊണ്ടുതന്നെ സർക്കാർ സംവിധാനത്തിൽ മാത്രമേ ഇത്തരം വിഭാഗങ്ങൾക്ക് ജോലി സാധ്യതയുള്ളൂ എന്ന സാമൂഹികാവസ്ഥയെ സിനിമ പരാമർശിക്കാതെ പോകുന്നത്, അത് എത്തുമാത്രം കീഴാള വിരുദ്ധം ആയിരിക്കുന്നു എന്നതിന്റെ തെളിവാണ്

നായന്മാർ (വെറും നായരല്ല കിരിയാത്തി നായർ) പഴയ പടയാളികൾ ആണെന്നും അതുകൊണ്ടുതന്നെ സമൂഹത്തെ കാത്തുസൂക്ഷിക്കാൻ അവർക്കാവും എന്നൊരു സന്ദേശവും സിനിമ നൽകുന്നുണ്ട്. സണ്ണി ജോസഫ് എന്ന കീഴാളൻ അത്രമേൽ സത്യസന്ധനും ജോലിയോട് ആത്മാർത്ഥത പുലർത്തുന്ന ഉയർന്ന ഉദ്യോഗസ്ഥൻ ആയിട്ടുപോലും അയാളുടെ ജാതി അയാളുടെ എല്ലാ ഔന്നത്യത്തെയും തളർത്തുന്നതായി കാണാം. അവിടെ അയാളെ മറികടന്നുകൊണ്ട് കേവലം ഒരു ആനക്കാരൻ ആണെങ്കിലും ജാതിയിൽ മുന്നോക്കം ആയതുകൊണ്ടുമാത്രം ജനസമ്മതനായ നായർ നായകൻ തന്നെ വേണ്ടിവന്നു സാമൂഹികരക്ഷയ്ക്ക്

ജാതീയതയിൽ അടിമുടി അഭിരമിക്കുന്ന ഈ സിനിമ പിൽക്കാല സവർണ്ണ വീണ്ടെടുപ്പ് സിനിമകൾക്ക് നാന്ദികുറിച്ചു എന്നു തന്നെ പറയാം അടിവേരുകളിൽ സാധാരണ ചന്ദനക്കുറി തൊട്ട് വരുന്ന നായകൻ ൻമോഹൻലാൽ) പിൽക്കാലത്ത് ചുവന്ന കുറിയും കൈച്ചരടും മീശ പിരിക്കലുമൊക്കെയായി അവതരിച്ചതിന്റെ ആദ്യ പടിയായി വേണം അടിവേരുകളെ വിലയിരുത്താൻ.

ആര്യാധിനിവേശങ്ങൾ:
ആര്യൻ, പ്രിയദർശൻ (1988)

മൂന്ന് സഹോദരിമാരുമടങ്ങുന്ന ദരിദ്രമായ ഒരു ബ്രാഹ്മണ കുടുംബത്തിൽ ജനിച്ച ക്ഷേത്ര പുരോഹിതനാണ് ദേവനാരായണൻ(മോഹൻലാൽ) അയാളോടുള്ള വൈരാഗ്യവും ഭൂമി കയ്യടക്കാനുള്ള ആഗ്രഹവും മൂത്ത അറുമുഖൻ(സോമൻ) ക്ഷേത്രത്തിലെ മോഷണം ആരോപിച്ച് ദേവനാരായണനെ ജയിലിടയ്ക്കുന്നു. അപമാനിതനായ അച്ഛൻ (തിക്കുറിശ്ശി സുകുമാരൻ നായർ) അയാളെ വീടിന് പുറത്താക്കുന്നു.

ദേവനാരായണൻ നാട്ടുവിട്ട് ബോംബെയിൽ എത്തുന്നു. അവിടെ

വഴിയോര കച്ചവടക്കാരനായ കുഞ്ഞാലിയേ യും(ബാലൻ. കെ. നായർ) ഹസ്സനേയും (കുതിരവട്ടം പപ്പു) പരിചയപ്പെടുകയും അവരുടെ ആശ്രിതത്വത്തിൽ കഴിയുകയും ചെയ്യുന്നു. അധോലോകത്തിന്റെ പീഡനങ്ങൾക്കിരയാകുന്ന അയാൾ പതിയെ കരീമിന്റെ (ഗോവ കപൂർ) വിശ്വസ്തനായ സഹായിയായി മാറിക്കൊണ്ട് അധോലോക ത്തിന്റെ ഭാഗമാകുന്നു. ഒരു അധോലോക ഗുണ്ടയായിത്തീരുന്ന ദേവ നാരായണൻ പണം ലഭിക്കാനായി എന്തും ചെയ്യാൻ മടിയില്ലാത്ത ആളായി മാറുന്നു.

വർഷങ്ങൾക്കുശേഷം തന്റെ കാമുകിയായ നിർമ്മലയുമായി(രമ്യാ കൃഷ്ണൻ) പ്രതികാരദാഹത്തോടെ നാട്ടിലെത്തുന്ന അയാൾ, തന്നെ നശിപ്പിച്ചവരോട് പലരീതിയിൽ പകരം വീട്ടുന്നു. ബോംബെയിലെ പ്രധാന അധോലോകനായകരിലൊരാളായ മജീദ്ഖാനെ (ശരത് സക്സേന) ഇല്ലാതാക്കാൻ കഴിയുന്നുണ്ടെങ്കിലും അയാൾക്ക് കാമുകി യടക്കം പലരെയും നഷ്ടപ്പെടുകയാണ്. ഒടുവിൽ കോടതിമുറിയിൽ നിയമസംഹിതയെ വെല്ലുവിളിച്ച്ലറുന്ന നായകന്റെ ദൃശ്യത്തോടെ സിനിമ അവസാനിക്കുകയാണ്.

കേരളത്തിലെ ഗ്രാമീണ ജീവിതം, ബോംബെയിലെ നഗര ജീവിതം, തന്റെ ഗ്രാമത്തിലേക്കുള്ള മടങ്ങിവരവ് എന്നിങ്ങനെ ദേവനാരായണന്റെ ഓർമ്മകളിലൂടെയും മറ്റുമായി കടന്നുപോകുന്ന സിനിമയിൽ അയാളുടെ മൂന്ന് ജീവിത ഘട്ടങ്ങൾ കാണാം. ഗ്രാമം, നഗരം എന്നിങ്ങനെയുള്ള വിരുദ്ധദ്വന്ദങ്ങൾ കാണിക്കുന്നതിനോ ടൊപ്പം ജാതി, മതം, സംവരണം എന്നിവയെ തങ്ങളുടേതായ കാഴ്ചപ്പാടിലൂടെ അവതരിപ്പിക്കുന്നു സിനിമയുടെ സംവിധായകനും (പ്രിയദർശൻ) തിരക്കഥാകൃത്തും (ടി. ദാമോദരൻ)

1982 മെയ് ഒൻപതിന് മുംബൈയിൽ എത്തുന്ന ദേവനാരായ ണന്റെ കാഴ്ചയിലൂടെ അധോലോക ഗുണ്ടാസംഘങ്ങളുടെ അതിക്ര മങ്ങളും പോലീസിന്റെ മനുഷ്യത്വമില്ലായ്മയും കാണിച്ചുകൊണ്ടാണ് സിനിമ ആരംഭിക്കുന്നത്. അവിടെവെച്ച് തന്റെ പക്കലുള്ള പണം പോലീസ് അപഹരിക്കുന്നതിനാൽ നിരാശാഭരിതനായിത്തീർന്ന ദേവനാരായണൻ ഒരു സന്യാസിയെ കാണുകയും അയാൾക്ക് മുൻപിൽ തന്റെ പൂണൂൽ ഉയർത്തിക്കാട്ടി താൻ ബ്രാഹ്മണനാണ് എന്ന് സ്ഥാപിച്ചുകൊണ്ട് അന്നത്തിനു വഴി തേടുകയും ചെയ്യുന്നുണ്ട്. ഇതുവഴി, എവിടെയും ഉയർത്തിപ്പിടിക്കാവുന്ന ഒരു അടയാളമായി പൂണൂൽ സ്ഥാപിക്കപ്പെടുകയാണ് . തുടർന്ന് സിനിമയിലുടനീളം ഈ പൂണൂൽ രാഷ്ട്രീയം മേധാവിത്വം പുലർത്തുന്നതായി കാണാം. പ്രാദേശിക ബ്രാഹ്മണ്യത്തെ ദേശീയ ബ്രാഹ്മണ്യവുമായി കൂട്ടിയിണ ക്കുന്ന ഒരു തലം കൂടി ഈ ദൃശ്യത്തിനുണ്ട്.

ബോംബെയിലെ ക്ഷേത്രത്തിൽ നിന്നും ദേവനാരായണന്റെ ഓർമ്മകൾ, ഒരു ഗാനത്തിന്റെ (എന്തിനെന്നെ ഗായത്രിയായി തൊട്ടുണർത്തി... . ം അകമ്പടിയോടെ തന്റെ ഗ്രാമത്തിലേക്കും ബാല്യകാലത്തേക്കും പറന്ന ണയുമ്പോൾ ഒരു ബ്രാഹ്മണ്യ ജീവിത ത്തിന്റെ എല്ലാ വിശദീകരണവും നൽകാൻ സിനിമ ശ്രമിക്കുന്നുണ്ട്. വേദപഠനംനാവൂര്, തമ്പുരാനു മുമ്പിൽ കാഴ്ചവെക്കൽ, ക്ഷേത്രം, മറക്കു ടകൾക്കിടയിലെ തമ്പുരാട്ടിമാർ, ഉപനയനം കഥകളി, ഹോമങ്ങളും യാഗങ്ങളും എന്നിങ്ങനെ തികച്ചും 'സൗഭാഗ്യകരം' ആയിരുന്ന പശ്ചാത്തലത്തിലുള്ള ജീവിതമായിരുന്നു നായകന്റേത് എന്ന് ചൂണ്ടി ക്കാണിക്കപ്പെടുന്നു.

ക്ഷേത്ര പൂജാരിയായി മാറുന്ന ദേവനാരായണനും ഗുരുവായ കോയിക്കലും(കൈതപ്രം ദാമോദരൻ നമ്പൂതിരി) തമ്മിലുള്ള സംഭാഷണത്തിലൂടെ ക്ഷേത്രഭരണം ദേവസ്വം ബോർഡുകൾ ഏറ്റെടുത്തതോടെ എല്ലാം നശിച്ചു എന്ന നിലയിൽ പരാമർശിക്ക പ്പെടുന്നതായി കാണാം. അമ്പലത്തിലെ നിവേദ്യച്ചോറ് മാത്രമാണ് ദേവനാരായണന്റെ കുടുംബത്തിന്റെ ഏക ആശ്രയം. പൂജ കഴിഞ്ഞ് നിവേദ്യച്ചോറുമായി എത്തുന്ന അയാളോട് സഹോദരി താത്രിക്കുട്ടി (സിതാര)ചോദിക്കുന്നു

താത്രിക്കുട്ടി - *ഇന്നെന്താ കുറച്ച്*

ദേവനാരായണൻ - *ദൈവങ്ങൾക്കും ദാരിദ്ര്യം. ദേവ സ്വംബോർഡ്കാര് റേഷൻ ഏർപ്പെടുത്തിയിരിക്കാണ് എല്ലാത്തിനും.*

ദേവസ്വം ബോർഡ് എന്ന ജനാധിപത്യ സംവിധാനത്തെ എത്രമേൽ ബ്രാഹ്മണ വിരുദ്ധമായിട്ടാണ് ഇവിടെ അവതരിപ്പിക്കു ന്നത് എന്ന് നോക്കുക. തങ്ങളുടെ അധികാര അവകാശങ്ങളെ മുഴുവൻ കവർന്നത് ജനാധിപത്യ വ്യവസ്ഥിതിയാണെന്ന സവർണ്ണ ആത്മഗ തങ്ങളെ അരക്കിട്ടുറപ്പിക്കുകയാണ് ഇത്തരം സംഭാഷണങ്ങളിലൂടെ സിനിമ.

ഗ്രാമത്തിലെ വായനശാലയിൽ കീഴാള ജാതിയിൽപെട്ടവനും കമ്മ്യൂണിസ്റ്റുകാരനുമായ കരുണന്റെ (ശ്രീനിവാസൻ) സംവിധാന ത്തിൽ ചങ്ങമ്പുഴയുടെ വാഴക്കുല എന്ന കവിതയുടെ നാടകാവിഷ്കാ രത്തിന്റെ റിഹേഴ്സൽ നടക്കുന്നു. അവതരണസമയത്ത് തമ്പുരാനായി ഒന്ന് നിന്നു തരാൻ ദേവനാരായണനോട് കരുണൻ ആവശ്യപ്പെട്ടു മ്പോൾ അയാളത് നിരസിക്കുന്നു. അത് കേട്ട് സുഹൃത്തായ വിശ്വൻ (ടോണി) പറയുന്നു

ടോണി - *അതെന്താടോ? ജന്മിയായിട്ട് വേഷം കെട്ടാൻ തന്നെപ്പോലെ വേറൊരാൾ ഈ ദേശത്ത് ഇല്ല.*

ദേവനാരായണൻ - *ഉണ്ട് , തന്റെ അച്ഛൻ അറുമുഖൻ മുതലാളി. കൊറ്റിനില്ലാത്ത ഞങ്ങൾ നമ്പൂതിരിമാർ നിങ്ങൾക്ക് ഇപ്പോഴും വർഗ്ഗ ശത്രുക്കളാണ്*

കരുണൻ - *അയ്യോ ഞങ്ങളതൊന്നും ഉദ്ദേശിച്ചില്ല.*

ദേവനാരായണൻ - *വിപ്ലവം ആവും ഉദ്ദേശം. ചങ്ങമ്പുഴ യുടെ വാഴക്കുലയൊക്കെ പഴയതീമാണെടോ. ഇപ്പോ നമ്പൂതിരിമാരുടെ കാര്യമൊക്കെ വലിയ കഷ്ടാ*

ഇവിടെ രണ്ട് കാര്യങ്ങൾ പ്രത്യേകം ശ്രദ്ധേയമാണ്. വർഗസമര സിദ്ധാന്തത്തെ മേലാള ജീവിത ചിന്തകൊണ്ട് മറികടക്കാൻ ശ്രമി ക്കുന്നതാണ് ഒന്ന്. മറ്റൊന്ന് വിപ്ലവാശയങ്ങളെ പുച്ഛത്തോടെ കണ്ടി രുന്ന പഴയ സവർണ്ണ മാടമ്പിത്തരത്തിന്റെ പുനരവതരണമാണ്. ആത്യന്തികമായി ഇത്രണ്ടും കാലത്തിന്റെ മാറ്റങ്ങളെ അംഗീകരിക്കാ നാവാത്ത മനസ്സിനെ കാണിക്കുന്നതിനോടൊപ്പം സാമൂഹികമായി നിലനിൽക്കുന്ന ജാതിവ്യവസ്ഥയെ ചരിത്രപരമോ രാഷ്ട്രീയപരമോ ആയി സമീപിക്കാൻ തയ്യാറല്ലാത്ത ഉപരിപ്ലവമായ ജീവിതത്തെ കാണിച്ചുതരികയും ചെയ്യുന്നു. പുലയനോടും ഈഴവനോടുമൊക്കെ ചങ്ങാത്തം കൂടുമ്പോഴും അകത്ത് കുടികൊള്ളുന്ന ജാതി മേധാവിത്വ ത്തെ അടക്കി വെക്കാൻ ആകുന്നില്ല ദേവനാരായണന്.

കേരള ചരിത്രത്തിലെ വിപ്ലവകരമായ ഒരു അധ്യായത്തെയാണ് ചങ്ങമ്പുഴയുടെ വാഴക്കുല അഭിസംബോധന ചെയ്തത്. ജന്മിത്വത്തി നുള്ളിൽ കീഴാള ജീവിതത്തെ ആവിഷ്കരിക്കുകയായിരുന്നു അത്. മലയപ്പുലയന്റെ നിസ്സഹായ ജീവിതത്തിന്റെ ആഖ്യാനത്തിലൂടെ ഉൽപ്പാദകന്റെ കൈകളിൽനിന്നും ഉൽപ്പന്നം തട്ടിയെടുക്കുക പ്പെടുന്ന 'കാർഷിക സംസ്കൃതി'യെയും അത് അടയാളപ്പെടുത്തുന്നുണ്ട്. ഈ ചരി ത്രങ്ങളെ അപ്പാടെ നിരാകരിക്കുകയാണ് സിനിമയിൽ വാഴക്കുലയെ പരാമർശിച്ചുകൊണ്ട് നടക്കുന്ന സംവാദം. ചങ്ങമ്പുഴയുടെ വാഴക്കുല വെറും ഭാവനയാണെന്നും എന്നാൽ തന്റേത് യഥാർത്ഥമായ ജീവി തമാണെന്നുമാണ് ദേവനാരായണൻ സ്ഥാപിക്കാൻ ശ്രമിക്കുന്നത്. ഇത് യഥാർത്ഥ ചരിത്രത്തെ വളച്ചൊടിക്കലാക്കി മാറ്റുന്നു.

വിശപ്പടക്കാൻ ചെറുമന്റെ വാഴത്തോട്ടത്തിൽ നിന്നും ദേവനാരാ യണൻ കുക്കുന്നതും അത് കയ്യോടെ പിടിക്കപ്പെടുമ്പോൾ അച്ഛൻ നമ്പൂതിരിക്ക് കുല തോളിലേറ്റി ചെറുമന് പുറകെ പോകേണ്ടി വരുന്നതുമായ 'ദയനീയകാഴ്ച' അവതരിപ്പിക്കപ്പെടുന്നത് വാഴക്കുല യുടെ റിഹേഴ്സൽ ശബ്ദത്തിന്റെ (voice over) പശ്ചാത്തലത്തിൽ

ആണെന്നതും ശ്രദ്ധിക്കപ്പെടേണ്ടതുണ്ട്. യഥാർത്ഥ ചരിത്രത്തിലെ മലയപ്പുലയനു പകരം ജന്മിയെ ദൃശ്യവൽക്കരിച്ചു കൊണ്ട് ചരിത്രത്തെയും തലകീഴായി നടത്തുകയാണ് സിനിമ. വാഴക്കുല പ്രസിദ്ധീകരിക്കുന്നത് 1937 ലാണ്. അൻപത് വർഷങ്ങൾക്കുശേഷം ആര്യൻ എന്ന ഈ ചിത്രം പിറവി കൊള്ളുമ്പോൾ കേരളീയ ചിന്താ മണ്ഡലങ്ങളിലുണ്ടായ ആശയ സംവേദനം എത്ര കീഴാള വിരുദ്ധമാണെന്ന് ബോധ്യപ്പെടും.

"ബ്രാഹ്മണ്യത്തിന്റെ പരിശുദ്ധിയിൽ വിശ്വാസം നഷ്ടപ്പെട്ടെ"ന്നും "പൂണൂലിട്ട നമ്പൂതിരിക്ക് ആരും ജോലി തരില്ലെ"ന്നും "എന്ത് ജോലി ചെയ്തും ജീവിക്കും" എന്നുമൊക്കെ തന്റെ അമ്മയോടും കാര്യസ്ഥന്റെ (ഇന്നസെന്റ്) മകളും കാമുകിയുമായ അശ്വതിയോടും(ശോഭനം ഒക്കെ പറഞ്ഞു ബോധ്യപ്പെടുത്തിയിട്ടാണ് ദേവനാരായണൻ ബോംബെയ്ക്ക് വണ്ടി കയറുന്നത്. എന്ത് ജോലി ചെയ്തും ജീവിക്കാൻ സന്നദ്ധനായ അയാൾ നാട്ടിൽ അതിന് ശ്രമിക്കുന്നില്ല. കേരളത്തിൽ ജീവീക്കുമ്പോൾ അയാളിലുള്ള ഉയർന്ന ജാതിബോധമാണിതിന് കാരണം എന്നാൽ ബോംബെയിൽ അത് അയാൾക്ക് പ്രശ്നമല്ലാതായി തീരുകയും ചെയ്യുന്നു!

തിരുവാഭരണമോഷണകുറ്റം ആരോപിച്ച് ദേവനാരായണനെ അറസ്റ്റുചെയ്യാനെത്തുന്ന പോലീസ് ഉദ്യോഗസ്ഥനും കീഴാളനാണ് (ചന്ദ്രപ്പൻ/സി ഐ പോൾ - കഥാപാത്രത്തിന്റെ പേര് ശ്രദ്ധിക്കുക) താൻ തീണ്ടിയതിനാൽ പരികർമ്മം ക്രിയക്കായി അയാളെക്കൊണ്ട് രണ്ടുരൂപ നമ്പൂതിരിയുടെ നേർക്ക് എറിഞ്ഞു കൊടുക്കുന്നുണ്ട് സിനിമ. അവസാന രംഗത്ത് ഇതിനെതിരെ പണമെറിഞ്ഞ് പ്രതികാരം വീട്ടുന്ന ദേവനാരായണൻ പറയുന്നത്. കീഴാളജാതിക്കാരുടെ ഇൻഫ്യൂരിറ്റി കോംപ്ലക്സിനെക്കുറിച്ചാണ്. ദേഷ്യക്കാനും അഴിമതിക്കാരനുമായിട്ടാണ് ഇതിൽ ഈ ഉദ്യോഗസ്ഥൻ അവതരിപ്പിക്കപ്പെടുന്നത്. അതുകൊണ്ടുതന്നെ അയാളെ മാത്രം കൈവെക്കാൻ ദേവനാരായണൻ മടിക്കുന്നില്ല. എന്നാൽ സമാന കുറ്റംചെയ്ത കാര്യസ്ഥനേയോ (ഇന്നസെന്റ്) മരുമകനേയോ (മണിയൻപിള്ള രാജു) നായകൻ ശാരീരികമായി കൈകാര്യം ചെയ്യുന്നുമില്ല എന്നിടത്ത് കീഴാളന് മേൽ എന്തുമാകാം എന്ന ചിന്തയെ ഉറപ്പിക്കുകയാണ് സിനിമ.

പാർട്ടി പ്രവർത്തകനുമായിരുന്ന കരുണൻ (ശ്രീനിവാസൻ) ദേവനാരായണൻ ബോംബെയിൽ നിന്നും തിരിച്ചെത്തുമ്പോഴേക്കും സ്ഥലത്തെ എംഎൽഎ ആയി തീർന്നിരുന്നു. നാട്ടിലെ സർക്കാർ ഗസ്റ്റ് ഹൗസിൽ വി. ഐ. പി മുറിയെടുത്ത് ഇരുന്ന് ദേവനാരായണന്

എംഎൽഎക്കായി അത് ഒഴിഞ്ഞു കൊടുക്കേണ്ടി വരുന്ന സീനിൽ ഗസ്റ്റ് ഹൗസിലെ പരിചാരകൻ പറയുന്നത് ഇങ്ങനെയാണ്

പരിചാരകൻ - *ക്ഷമിക്കണം സർ. ആ വി.ഐ.പി റൂമായിരുന്നു സാറിന് തന്നത്. അപ്പോഴാണ് ആ യോഗ്യന്റെ വരവ്*

ദേവനാരായണൻ - *ആര്?*

പരിചാരകൻ - *ആ സഖാവ് കരുണൻ. കണ്ട ചെറു മിച്ചാളെ കിടന്നവനാ. ഇപ്പോ അവന് എസി റൂമിൽ കിടന്നാലേ ഉറക്കം വരൂ.*

ജനാധിപത്യപരമായി തിരഞ്ഞെടുക്കപ്പെട്ട എം.എൽ.എ യെയാണ് ആ പരിചാരകൻ (റൂം ബോയ് അവൻ എന്ന് അഭിസം ബോധന ചെയ്യുന്നത്. എന്നാൽ അധോലോക ഗുണ്ടയായ ദേവനാ രായണനെ സാർ എന്നും വിളിക്കുന്നു. ഭൂതകാലത്തിൽ കരുണനേ ക്കാൾ ദരിദ്രമായ സ്ഥിതിയിൽ കഴിഞ്ഞിരുന്ന ദേവനാരായണന്റെ ആ പഴയ കാലം പരിചാരകന് പരിഹാസ്യമായി തോന്നുന്നേയില്ല. സമ്പത്ത്, സവർണ്ണത എന്നീ 'മഹിമ'കൾ പേറുന്നവരെ, അവർ ഏത് നിലക്ക് ജീവിക്കുന്നവരായാലും ബഹുമാനിക്കണമെന്നും എന്നാൽ കീഴാളനായ ഒരാൾ ഏതു സാമൂഹിക പദവിയിൽ എത്തിയാലും അയാളെ അടയാളപ്പെടുത്തുന്നത് അയാളുടെ ജാതി മാത്രമാണെന്നു മാണ് സിനിമ പറഞ്ഞുവയ്ക്കുന്നത്. ഭൂപരിഷ്കരണവും ജനാധിപത്യവും വിദ്യാഭ്യാസവും ചേർന്നാണ് സവർണ്ണസമുദായങ്ങൾക്ക് വിലങ്ങ് തീർത്തത് എന്നാണ് സിനിമയുടെ പൊതുവീക്ഷണം. ജന്മിത്വത്തെ നാടുകടത്തി നേടിയെടുത്ത സംഭവബഹുലമായ ജീവിത പരിസര ത്തെയും അവയുടെ ചരിത്ര സ്മൃതികളേയും പാടെ നിരാകരിച്ചുകൊ ണ്ട്, വരേണ്യ ദർശനങ്ങൾ പുനരാവിഷ്കരിക്കുകയാണ് ഈ സിനിമ. പ്രാദേശികമായ സവർണ്ണതയെ ദേശീയമാക്കുകയും അതിനെ 'ആര്യ ത്വ'മായി പരിണമിപ്പിക്കുകയും ചെയ്യുന്ന സിനിമ, മനോഹരമായ വർണ്ണക്കുപ്പിയിൽ നിറച്ച വർഗീയ ഫാസിസകാളക്കൂടം ആണെന്ന് തീർച്ചയാണ്.

നീലിമാരുടെ ബലികുടീരങ്ങൾ: ആരൂഢം, ഐ. വി. ശശി (1983)

ബോംബേ നഗരത്തിലെ ഉയർന്ന ഉദ്യോഗവും ജീവിത സൗക ര്യങ്ങളും ഉപേക്ഷിച്ച്, ഗ്രാമത്തിലെ തന്റെ തറവാട്ടിലേക്ക് തിരി ച്ചുവരുന്ന, നാട്ടുകാർ വല്യതമ്പ്രാൻ എന്ന് വിളിക്കുന്ന ദാസന്റെ (നെടുമുടി വേണു) ജീവിതം പറയുന്ന സിനിമയാണ് ആരൂഢം.

എം. ടി. വാസുദേവൻ നായരുടെ തിരക്കഥ പതിവ് ചിട്ടവട്ടങ്ങളായ ഗ്രാമീണ നൈർമല്യം, സ്ത്രീ വിരുദ്ധത, സവർണ്ണത, കീഴാള വിരുദ്ധത എന്നിവയെല്ലാം കൃത്യമായി പാകപ്പെടുത്തിയെടുത്തിട്ടുള്ള സിനിമ യാണിത്. നോക്കെത്താ ദൂരത്തോളം പരന്നുകിടക്കുന്ന ഭൂമിയുടെയും നാലുകെട്ടിന്റെയുമൊക്കെ ഉടമസ്ഥനാണ് തനി ഗ്രാമീണനായ ദാസൻ. അയാളുടെ ഭാര്യ സീതയാകട്ടെ (ലക്ഷ്മി) നേർ വിപരീത സ്വഭാവക്കാരിയും. പട്ടണ ജീവിതവും സുഖസൗകര്യങ്ങളും മാത്രം ഇഷ്ട്ടപ്പെടുന്നവൾ. അപ്പോൾ സ്വാഭാവികമായും തന്റേടിയും അഹങ്കാ രിയും പൊരുത്തക്കേടുകളുടെ പ്രതിനിധിയും. ഗോപാലൻ നായരെന്ന (അടൂർ ഭാസി) കാര്യസ്ഥനും നാണിയമ്മയെന്ന (ശാന്തകുമാരി) വേല ക്കാരിയുമാണ് ദാസന്റെ അഭാവത്തിലും തിരിച്ചുവരവിലുമൊക്കെ ആ കുടുംബത്തിന് തുണയായുള്ളവർ.

സവർണ്ണാധിഷ്ഠിതവും ആചാര ബന്ധിതവുമായ അവിടത്തെ ജീവിതത്തോട് ഒരിക്കലും പൊരുത്തപ്പെടാനാവുന്നില്ല സീതക്ക് എന്നാൽ അവരുടെ പത്തുവയസ്സുകാരനായ മകൻ രാജേഷാകട്ടെ (മാസ്റ്റർ വിമൽ) അച്ഛനും അമ്മയ്ക്കും ഇടയിൽ പെട്ടുഴലുന്നവനാണെ ങ്കിലും അച്ഛന്റെ രീതികളോടും മനോഭാവങ്ങളോടും കൂടുതൽ അടുപ്പം കാണിക്കുന്നു. പുഴയിൽ കുളി, മീൻപിടുത്തം, കൂട്ടുചേർന്നുള്ള കളികൾ, ഉത്സവം, തെയ്യം എന്നിങ്ങനെ അച്ഛന്റെ എല്ലാ നൊൾസ്റ്റാജിയാനുഭ വങ്ങളെയും നന്നായി പൂരിപ്പിക്കുന്നുണ്ട് മകൻ. എന്നാൽ അത്തറവാ ടിന് ദുശ്ശകുനമായി, കുടികിടപ്പവകാശത്തിൽ വീടിനു മുമ്പിൽതന്നെ ഒരു ചെറ്റകുടിലുണ്ട്. ആരോരുമില്ലാത്ത തനിക്കു തുണയായി താന്മാ ത്രമുള്ള, യുവതിയായ നീലി (സീമ) എന്ന പുലയ യുവതി. ആ വീടും അവളും ഒരപശകുനവും അപമാനവുമായി മാറുകയാണ് സീതക്ക്. അവർ അവളെ കുടിയൊഴിപ്പിക്കാൻ ആവശ്യപ്പെട്ടപ്പോഴും ദാസൻ അതിനോട് യോജിക്കുന്നില്ല.

കഥ പുരോഗമിക്കെയാണ് ദാസന്റെ മനോഭാവത്തിന്റെ കാരണം പിടികിട്ടുന്നത്. നീലി അയാളുടെ കളിക്കൂട്ടുകാരിയും കാമുകിയുമാ യിരുന്നു. ആഢ്യത്വവും ജാതിവെറിയും കൊണ്ടാണത്ര അയാൾക്ക് ആ 'സൗഭാഗ്യവതി'യെ വിവാഹം കഴിക്കാനാവാതെ പോയത്. രഹസ്യമായ ചില കരുനീക്കങ്ങളോടെ സീത നീലിയെ കുടിയൊഴി പ്പിക്കുന്നു. എന്നാൽ അവരുടെ ജാതിക്കാരും ബന്ധുക്കളിൽ ചിലരും ആ നീക്കത്തെ എതിർക്കുന്നുണ്ട്. പക്ഷെ ഇപ്പോഴും തമ്പുരാനോട് വിധേയത്വം പുലർത്തുന്ന അവൾ അവരെയെല്ലാം പ്രതിരോധിക്കു കയും 'തമ്പ്രാൻ കൽപ്പിക്കുന്നത് അനുസരിച്ചോളാം' എന്ന വ്യവ സ്ഥയിൽ കുടിലൊഴിയുകയും ചെയ്യുന്നു. മറ്റൊരിടത്ത് കുടിൽ വച്ച്

താമസം തുടങ്ങുന്ന നീലി വൈകാതെ ഏതൊക്കെയോ അജ്ഞാത അസുഖം പിടിപെട്ട് മരിക്കുകയാണ്.

നീലിയോട് ദാസന് പ്രേമമുണ്ട് എന്ന് കരുതുന്ന ഭാര്യ സീതയെ അയാൾ തിരുത്തുന്നുണ്ട്. തനിക്ക് ജീവിതത്തിൽ ഒരാളോട് മാത്രമേ പ്രണയം ഉണ്ടായിരുന്നുള്ളൂവെന്നും അത് തന്റെ ഭാര്യയായ സീതയോടു തന്നെയാണെന്നും പറയിപ്പിച്ച് അയാളെ പരിശുദ്ധനും ഉത്തമ കുടുംബനാഥനും ആക്കിയാണ് സിനിമ അവസാനിക്കുന്നത്.

നീലി മരിക്കുമ്പോൾ ആചാരപ്രകാരം രണ്ടുകോടിമുണ്ടും ഒരുപറ നെല്ലും കൊടുത്ത് ആ ബാധ്യതയിൽ നിന്നും അവരെ ഒഴിപ്പിച്ചെടുക്കുകകൂടി ചെയ്യുന്നുണ്ട് സിനിമ. നിലക്കുയിലിലേയും തുലാവർഷത്തിലേയും നീലിമാർക്ക് സംഭവിച്ച അന്ത്യം തന്നെയാണ് ഈ സിനിമയിലെ നീലിക്കും സംഭവിക്കുന്നത്. ജനിച്ച ജാതിയുടെ അവർണ്ണത്വം എല്ലാത്തിൽ നിന്നുമവരെ മരണം കൊണ്ട് ഒഴിവാക്കുകയാണ്. പൊതു സമൂഹത്തിനും സവർണ്ണതക്കും ഒരപമാനം ആവാതെ സ്വയം കാത്ത്സൂക്ഷിക്കുന്ന, അകാലമരണത്തിനു കീഴടങ്ങുന്ന ഇത്തരം കീഴാള നായികമാർ മലയാള സിനിമയുടെ കൃത്യമായ ജാതി അടയാളങ്ങളുടെ നിദർശനമാണ്. നീലിമാരുടെ ബലികുടീരങ്ങളായി മലയാള സിനിമ ഇപ്രകാരമൊക്കെയാണ് സവർണ്ണതയെ ആഘോഷിക്കുന്നത്.

●

മാടമ്പിത്തമ്പ്രാക്കളുടെ പിത്തലാട്ടങ്ങൾ (1990-1999)

മുമ്പെങ്ങുമില്ലാത്ത വിധം 1990 മുതൽ 1999വരെ യുള്ള കാലഘട്ടത്തിൽ ഏഴ്ര പ്രധാന മന്ത്രിമാർ ഇന്ത്യ ഭരിച്ചു എന്നതാണ് ഇക്കാലത്തെ ഏറ്റവും വലിയ വിരോധാഭാസം. അത്രമേൽ രാഷ്ട്രീയ അരക്ഷിതാവസ്ഥ നടമാടിയ കാലമായിരുന്നു ഇത്. ഇന്ദിരാ ഗാന്ധിയുടെ വധത്തെ തുടർന്ന് 1984 ലെ പൊതു തിരഞ്ഞെടുപ്പിൽ രാജീവ് ഗാന്ധി വൻ ഭൂരിപക്ഷത്തോടെ അധികാരത്തിലെത്തിയപ്പോൾ, സാമ്പത്തികവകുപ്പും, പ്രതിരോധവകുപ്പും രാജീവ് ഏൽപ്പിച്ചുകൊടുത്തത് വിശ്വനാഥ് പ്രതാപ് സിങ് എന്ന വി പി സിംഗിനേയായിരുന്നു.

സാമ്പത്തിക വകുപ്പിൽ കാര്യമായ മാറ്റങ്ങൾ വരുത്താൻ സിംഗ് ശ്രമിച്ചു. സ്വർണ്ണ കള്ളക്കടത്ത് കുറക്കാൻ വേണ്ടി സ്വർണ്ണത്തിന്മേൽ ഏർപ്പെടുത്തിയിരുന്ന നികുതി കുറച്ചു. കൂടാതെ അനധികൃതമായി പിടിക്കപ്പെടുന്ന സ്വർണ്ണമൂല്യത്തിന്റെ ഒരു ഭാഗം അത് പിടിച്ച പോലീസ് ഉദ്യോഗസ്ഥർക്ക് സമ്മാനമായും പ്രഖ്യാപിച്ചു. നികുതി വെട്ടിപ്പ നടത്തുന്നവരെ പിടികൂടാൻ വേണ്ടി സിംഗ് എൻഫോഴ്സമെന്റ് വകുപ്പിന് കൂടുതൽ അധികാരം നൽകി. കൂടാതെ നികുതി വെട്ടിപ്പ നടത്തുന്നവരെ കണ്ടെത്താൻ വ്യാപകമായ അന്വേഷണവും ആരംഭിച്ചു. ധിരുഭായി അംബാനി, അമിതാഭ് ബച്ചൻ തുടങ്ങിയവർ പോലും അന്വേഷണപരിധിക്കുള്ളിൽ വന്നു. പോളിയസ്റ്റർ ഫിലിമിന്റെ ഉത്പാദനത്തിലെ മുഖ്യ അസംസ്കൃതവസ്തുവായ പ്യൂരിഫൈഡ് ടെലിഫ്താലിക് ആസിഡിന്റെ ഇറക്കുമതിയിൽ ചില നിയന്ത്രണങ്ങൾ സിംഗ് ഏർപ്പെടുത്തി. ഈ ഉൽപ്പന്നത്തെ ഓപ്പൺ ജനറൽ കാറ്റഗറിയിൽ നിന്നും നീക്കം ചെയ്തു. ഇതുവഴി, റിലയൻസിന്

വൻ തുക നികുതി അടക്കേണ്ടതായി വന്നു. ഇതുപോലുള്ള കാര്യങ്ങൾ ദേശീയ രാഷ്ട്രീയത്തിൽ പ്രശ്നങ്ങൾ സൃഷ്ടിച്ചു. സിംഗിനെ സാമ്പത്തിക വകുപ്പിൽ നിന്നും നീക്കം ചെയ്യാൻ രാജീവ് ഗാന്ധി നിർബന്ധിതനായി. സിംഗിന്റെ സേവനം പ്രതിരോധ വകുപ്പിലാണ് കൂടുതൽ ആവശ്യമെന്ന് പറഞ്ഞ് രാജീവ് ഗാന്ധി സിംഗിനെ സാമ്പത്തിക വകുപ്പിൽ നിന്നും നീക്കം ചെയ്യുകയായിരുന്നു.

പ്രതിരോധവകുപ്പിൽ നടക്കുന്ന ആയുധകച്ചവടത്തിന്റെ ഉള്ളുകള്ളികളെക്കുറിച്ചന്വേഷിച്ച സിംഗ് ദേശീയ രാഷ്ട്രീയത്തെത്തന്നെ പിടിച്ചു കുലുക്കിയ ബോഫോഴ്സ് കുംഭകോണംകണ്ടെത്തി. വി. പി. സിംഗിന്റെ കയ്യിൽ ഈ വൻ ആയുധകോഴയുടെ രേഖകൾ ഉണ്ടെന്നുള്ള വാർത്ത പുറം ലോകമറിഞ്ഞു. ഈ വാർത്ത രാജീവ് ഗാന്ധിയുടെ പ്രതിച്ഛായക്ക് വല്ലാതെ കോട്ടം തട്ടി. സിംഗിന് എന്തെങ്കിലും പ്രവർത്തിക്കാൻ കഴിയുന്നതിനു മുന്നേ തന്നെ അദ്ദേഹത്തെ കേന്ദ്രമന്ത്രിസഭയിൽ നിന്നും പുറത്താക്കി. വൈകാതെ സിംഗ് കോൺഗ്രസ്സ് അംഗത്വം രാജിവെച്ചു.

കോൺഗ്രസ്സിൽ നിന്നും രാജിവെച്ച് സിംഗ്, ആരിഫ് മുഹമ്മദ് ഖാന്റേയും, അരുൺ നെഹ്രുവിന്റേയും ഒപ്പം ജനമോർച്ച എന്ന പുതിയൊരു രാഷ്ട്രീയപാർട്ടി രൂപീകരിച്ചു. അലഹബാദ് മണ്ഡലത്തിൽ നടന്ന ഉപതിരഞ്ഞെടുപ്പിൽ വിജയിച്ച് സിംഗ് വീണ്ടും ലോക്സഭയിലേക്കെത്തി. ജനതാപാർട്ടിയുടെ നേതാവായിരുന്ന ജയപ്രകാശ് നാരായണന്റെ ജന്മദിനമായ 1988 ഒക്ടോബർ 11 ന് ജനതാദൾ എന്നൊരു പാർട്ടി രൂപീകരിക്കപ്പെട്ടു. ജനമോർച്ച, ജനതാ പാർട്ടി, ലോക്ദൾ, കോൺഗ്രസ്സ് (എസ്) എന്നീ പാർട്ടികൾ ലയിച്ചാണ് ജനതാദൾ രൂപംകൊണ്ടത്. വി. പി. സിംഗ് പാർട്ടിയുടെ പ്രസിഡന്റായി തിരഞ്ഞെടുക്കപ്പെട്ടു. കോൺഗ്രസ്സിനെ എതിർക്കുന്ന മറ്റു ചില പ്രാദേശിക പാർട്ടികൾ കൂടി ജനതാ ദളിനെ പിന്തുണക്കുകയുണ്ടായി. ദ്രാവിഡ മുന്നേറ്റ കഴകം, തെലുങ്കുദേശം പാർട്ടി, ആസാം ഗണപരിഷത്, എന്നീങ്ങനെയുള്ള ദേശീയ പാർട്ടികൾ ജനതാദളുമായി ചേർന്ന് നാഷണൽഫ്രണ്ട് എന്ന ഒരു ദേശീയ മുന്നണി രൂപീകരിച്ചു. ബി. ജെ. പിക്കും, കോൺഗ്രസ്സിനും ഉള്ള ബദൽ എന്ന നിലയിലായിരുന്നു നാഷണൽ ഫ്രണ്ട് രൂപംകൊണ്ടത്. വി. പി. സിംഗ് കൺവീനറും, എൻ. ടി. രാമറാവു പ്രസിഡന്റുമായി തിരഞ്ഞെടുക്കപ്പെട്ടു.

1989 ലെ പൊതു തിരഞ്ഞെടുപ്പിൽ ഒരു രാഷ്ട്രീയപാർട്ടിക്കും വ്യക്തമായി ഭൂരിപക്ഷം ലഭിച്ചില്ല. എന്നാൽ ഇടതുപക്ഷ പാർട്ടികളുടെ പുറത്തു നിന്നുള്ള പിന്തുണയോടെ, മന്ത്രിസഭ രൂപീകരിക്കുവാനുള്ള നേരിയ ഭൂരിപക്ഷം നാഷണൽ ഫ്രണ്ടിനു ലഭിച്ചു. വി. പി. സിംഗിന്റെ

നേതൃത്വത്തിൽ ജനതാദൾ-കൂട്ടുകക്ഷി മന്ത്രിസഭ നിലവിൽവന്നു. ബി. ജെ. പി. ഈ മന്ത്രിസഭയെ പുറമേനിന്നു പിന്താങ്ങി. മന്ത്രിസഭയിൽ ചേരാനുള്ള ക്ഷണം ഇടതുപക്ഷം നിരസിക്കുകയായിരുന്നു. മന്ത്രിസഭയെ പുറത്തു നിന്നും പിന്തുണക്കാനുള്ള തീരുമാനത്തിൽ സി. പി. ഐ (എം) അടക്കമുള്ള ഇടതുപക്ഷകക്ഷികൾ ഉറച്ചു നിൽക്കുകയായിരുന്നു.

രാമജന്മഭൂമിയിൽ ക്ഷേത്രം പണിയുക എന്ന ഉദ്ദേശവുമായി ഭാരതീയ ജനതാ പാർട്ടി പ്രസിഡന്റ് അദ്വാനിയുടെ നേതൃത്വത്തിൽ ഒരു രഥയാത്ര സംഘടിപ്പിക്കുകയുണ്ടായി. വടക്കേ ഇന്ത്യയിലെ സംസ്ഥാനങ്ങളിലൂടെ കടന്നു പോകുന്ന ഈ യാത്രയിലൂടെ ജനങ്ങളുടെ പിന്തുണ പിടിച്ചു പറ്റുക എന്നതായിരുന്നു ബി. ജെ. പി. നേതൃത്വത്തിന്റെ ലക്ഷ്യം. എന്നാൽ അയോദ്ധ്യയിലെ തർക്ക പ്രദേശത്ത് യാത്ര എത്തുന്നതിനു മുമ്പ് തന്നെ അദ്വാനി അറസ്റ്റ് ചെയ്യപ്പെട്ടു. അദ്വാനിയുടെ രഥയാത്ര മതവികാരങ്ങളെ ഹനിക്കുമെന്നും തദ്വാരാ സമാധാനത്തിനു ഭംഗം സംഭവിക്കുമെന്നും പറഞ്ഞ് സിംഗിന്റെ പ്രത്യേക ഉത്തരവു പ്രകാരമാണ് സമസ്തിപൂർ എന്ന സ്ഥലത്തു വെച്ച് അദ്വാനിയെ അറസ്റ്റു ചെയ്യുന്നത്. 1990 ഒക്ടോബർ 30 ന് അയോദ്ധ്യയിലെ തർക്ക ഭൂമിയിൽ അദ്വാനി പ്രഖ്യാപിച്ച കർ-സേവയും ഇതോടെ തടയപ്പെട്ടു. ബി. ജെ. പി നാഷണൽ ഫ്രണ്ടിനു നൽകിയിരുന്ന പിന്തുണ പിൻവലിച്ചു. വി. പി. സിംഗ് വിശ്വാസവോട്ട് തേടേണ്ടി വന്നു.

പാർലിമെന്റിൽ വിശ്വാസവോട്ട് തേടാൻ സിംഗിനായില്ല. താൻ മതേതരത്വത്തിനായാണ് നിലകൊണ്ടതെന്നും, ബാബരി മസ്ജിദ് സംരക്ഷിക്കുവാൻ തനിക്കു കഴിഞ്ഞുവെന്നും സിംഗ് അവിശ്വാസപ്രമേയത്തിന്മേലുള്ള ചർച്ചയിൽ പറയുകയുണ്ടായി. 346 ന് എതിരേ 142 വോട്ടുകൾക്ക് പ്രമേയം പരാജയപ്പെട്ടു. സിംഗിന് സഭയിൽ വിശ്വാസം തെളിയിക്കാനായില്ല. സിംഗ് ഉടൻ തന്നെ രാജിവെച്ചു. ഇന്ത്യ കണ്ട ഏറ്റവും ശക്തനും ആദർശ ശുദ്ധനുമായിരുന്നു വി. പി. സിങ്. ഹൈന്ദവതയുടെ പിത്തലാട്ടങ്ങൾക്ക് അദ്ദേഹം വശംവദനായില്ല. ഇദ്ദേഹത്തിന്റെ കാലത്താണ് മണ്ഡൽ കമ്മീഷൻ റിപ്പോർട്ട് നടപ്പിലാക്കാനുള്ള ശ്രമങ്ങൾ ഉണ്ടായത് .

1979 ജനുവരിയിൽ മൊറാർജി ദേശായി സർക്കാർ രൂപീകരിച്ച ഒന്നാണ് മണ്ഡൽ കമ്മീഷൻ. പിന്നോക്ക വിഭാഗങ്ങളെ സാമൂഹ്യ പുരോഗതിയിലെത്തിക്കാനാണ് ബിഹാറിലെ ഇടക്കാല മുഖ്യമന്ത്രിയായിരുന്ന ബിന്ദേശ്വരി പ്രസാദ് മണ്ഡലിന്റെ നേതൃത്വത്തിൽ കമ്മീഷൻ രൂപീകരിച്ചത്. 1980 ഡിസംബർ 30 ന് കമ്മീഷൻ

റിപ്പോർട്ട് പ്രസിഡന്റിന് സമർപ്പിച്ചു. ആ അന്വേഷണ കമ്മീഷൻ റിപ്പോർട്ട് ഇന്ത്യയുടെ സംവരണ ചരിത്രത്തിലെ ഒരു നാഴികക്കല്ലാണ്. ഫ്രഞ്ച് രാഷ്ട്രതന്ത്രജ്ഞനായിരുന്ന ക്രിസ്റ്റോഫ് ജാഫർലോട്ട് മണ്ഡൽ പ്രസ്ഥാനത്തെ "ഇന്ത്യയുടെ നിശ്ശബ്ദ വിപ്ലവം" എന്നാണ് വിശേഷിപ്പിച്ചത്. ഒബിസിക്ക് 27% റിസർവേഷൻ ക്വാട്ട ശുപാർശ ചെയ്തു, അതിന്റെ ഫലമായി സർക്കാർ ജോലികളിലും പൊതു സർവ്വകലാശാലകളിലും മൊത്തം 49. 5 ശതമാനം ക്വാട്ട ലഭിച്ചു. എന്നാൽ അത് നടപ്പിലാക്കാതെയിരിക്കാനാണ് സർക്കാർ ശ്രമിച്ചത് .

1990 ആയപ്പോൾ വി. പി സിംഗ്, മണ്ഡൽ കമ്മീഷൻ റിപ്പോർട്ട് നടപ്പാക്കാൻ തീരുമാനിച്ചു. ഇന്ത്യയുടെ തെരുവുകൾ സംവരണവിരുദ്ധവികാരം കൊണ്ട് നിന്ന് കത്തിയ കാഴ്ചയാണ് പിന്നീട് കണ്ടത്. മണ്ഡൽകമ്മീഷൻ റിപ്പോർട്ട് നടപ്പാക്കുന്നതിനെതിരെ രാജ്യമെമ്പാടും വൻ പ്രക്ഷോഭങ്ങൾ നടന്നു. ദില്ലിയിൽ നടന്ന പ്രക്ഷോഭത്തിനിടെ ദില്ലി സർവകലാശാലയിലെ വിദ്യാർഥിയായിരുന്ന രാജീവ് ഗോസ്വാമി ദേഹത്ത് തീ കൊളുത്തി ആത്മഹത്യക്ക് ശ്രമിച്ചു. 50 ശതമാനം പൊള്ളലുമായി രാജീവ് ഗുരുതരാവസ്ഥയിലായി. ദേഹമാകെ തീയുമായി രാജീവിനെ പൊലീസ് അറസ്റ്റു ചെയ്യുന്ന ഫോട്ടോകൾ രാജ്യമൊട്ടാകെയുള്ള പത്രങ്ങളിൽ അടിച്ചുവന്നു. കാട്ടുതീ പോലെ ഈ ട്രെൻഡ് കത്തിപ്പടർന്നു. ഉത്തരേന്ത്യയിൽ പലയിടത്തും സമാനമായ രീതിയിൽ വിദ്യാർഥികളും ഉദ്യോഗാർഥികളും ആത്മഹത്യക്ക് ശ്രമിച്ചു. ആത്മഹത്യകളും പ്രക്ഷോഭങ്ങളും കൊണ്ട് ഉത്തരേന്ത്യയാകെ കലുഷിതമായപ്പോൾ റിപ്പോർട്ട് നടപ്പാക്കുന്നത് നിർത്തിവെക്കാൻ സുപ്രീം കോടതി ഉത്തരവിട്ടു. അപ്പോഴേക്കും വി. പി സിംഗ് സർക്കാരിലും പ്രതിസന്ധികൾ ആരംഭിച്ചിരുന്നു. പക്ഷെ, കമ്മീഷൻ റിപ്പോർട്ട് നടപ്പാക്കുമെന്ന നിലപാടിൽ അദ്ദേഹം ഉറച്ചു നിന്നു. ബിജെപിയുടെ പുറത്തു നിന്നുള്ള പിന്തുണയോടെയാണ് വി. പി സിംഗ് സർക്കാർ നിലനിന്നിരുന്നത്. ഈ സമയത്ത് ബിജെപി വി. പി സിംഗ് സർക്കാരിനുള്ള പിന്തുണ പിൻവലിച്ചെങ്കിലും മണ്ഡൽ കമ്മീഷൻ റിപ്പോർട്ട് നടപ്പാക്കുക തന്നെ ചെയ്തു. ഇന്ത്യൻ രാഷ്ട്രീയ, സാമൂഹിക, സാംസ്കാരിക, സാമ്പത്തിക പരിസരത്തെ പിടിച്ചു കുലുക്കിയ ഒന്നായിരുന്നു മണ്ഡൽ കമ്മീഷൻ ശുപാർശകൾ നടപ്പിലാക്കൽ.

വി. പി സിങ് സ്ഥാനഭ്രഷ്ടനാക്കപ്പെട്ടതിനെ തുടർന്ന് നടന്ന തിരഞ്ഞെടുപ്പിൽ നരസിംഹ റാവുവിന്റെ നേതൃത്വത്തിലുള്ള കോൺഗ്രസ്സ് അധികാരത്തിൽ വന്നു. ഹൈന്ദവ സ്ഥാപനത്തിന് ബാബരി മസ്ജിദ് പൊളിക്കലിലൂടെ വേദിയൊരുക്കിയത് അദ്ദേഹമായിരുന്നു.

1992 ഡിസംബർ 6 ന് വിഎച്ച്പിയും ബിജെപിയും 150, 000 കർസേവക് പ്രവർത്തകരെ പങ്കെടുപ്പിച്ചുകൊണ്ട് ഒരു റാലി സംഘടിപ്പിച്ചു. റാലി അക്രമാസക്തമായി, ജനക്കൂട്ടം സുരക്ഷാ സേനയെ കീഴടക്കി പള്ളി തകർത്തു. സംഭവത്തെക്കുറിച്ച് തുടർന്നുള്ള അന്വേഷണത്തിൽ ബിജെപിയുടെയും വിഎച്ച്പിയുടെയും നിരവധി നേതാക്കൾ ഉൾപ്പെടെ 68 പേർ ഉത്തരവാദികളാണെന്ന് കണ്ടെത്തി. പൊളിച്ചുമാറ്റിയതിന്റെ ഫലമായി ഇന്ത്യയിലെ ഹിന്ദു - മുസ്ലീം സമുദായങ്ങൾ തമ്മിൽ മാസങ്ങളായി നടന്ന കലാപത്തിൽ, രണ്ടായിരം പേരെങ്കിലും മരിച്ചു. ബാബ്രി പള്ളി തകർക്കൽ രാജ്യമെമ്പാടും മുസ്ലീം പ്രകോപനം സൃഷ്ടിച്ചു, ഹിന്ദുക്കളും മുസ്ലീങ്ങളും പരസ്പരം ആക്രമിക്കുകയും വീടുകളും കടകളും സ്ഥലങ്ങളും കത്തിക്കുകയും കൊള്ളയടിക്കുകയും ചെയ്തു. ഇത് നിരവധി മാസങ്ങൾ നീണ്ടു നിന്ന വർഗീയ കലാപത്തിന് കാരണമായി. നിരവധി ബിജെപി നേതാക്കളെ കസ്റ്റഡിയിലെടുത്തു, വിഎച്ച്പിയെ സർക്കാർ ഹ്രസ്വമായി വിലക്കി.

ഇതൊക്കെയാണെങ്കിലും, തുടർന്നുണ്ടായ കലാപങ്ങൾ മുംബൈ, സൂറത്ത്, അഹമ്മദാബാദ്, കാൺപൂർ, ദില്ലി, ഭോപ്പാൽ തുടങ്ങി നിരവധി നഗരങ്ങളിലേക്ക് വ്യാപിച്ചു. ഇത് 2000 ത്തിലധികം പേരുടെ മരണത്തിന് കാരണമായി, ഇവരിൽ ഭൂരിഭാഗവും മുസ്ലീം ആയിരുന്നു. ശിവസേന വലിയ പങ്കുവഹിച്ച ഡിസംബർ 1992, ജനുവരി 1993-ൽ സംഭവിച്ച മുംബൈ കലാപത്തിൽ മാത്രം 900 ആളുകൾ മരണപ്പെടുകയും, 9, 000 കോടി രൂപ കണക്കാക്കപ്പെടുന്ന പൊതുസ്വത്ത് നശിപ്പിക്കപ്പെടുകയും ചെയ്തു. പള്ളി പൊളിച്ചുനീക്കലും തുടർന്നുള്ള കലാപങ്ങളും 1993 ലെ മുംബൈ ബോംബാക്രമണത്തിനും പിന്നീടുള്ള ദശകത്തിൽ നടന്ന തുടർച്ചയായ നിരവധി കലാപങ്ങൾക്കും പിന്നിലെ പ്രധാന ഘടകങ്ങളാണ്. ഇന്ത്യൻ മുജാഹിദീൻ ഉൾപ്പെടെ ജിഹാദി ഗ്രൂപ്പുകൾ അവരുടെ ഭീകരാക്രമണങ്ങൾ നടത്താൻ കാരണം ബാബറി മസ്ജിദ് തകർത്തതാണെന്ന് പരാമർശിച്ചിട്ടുണ്ട്.

നരസിംഹ റാവുവിന്റെ സാമ്പത്തിക പരിഷ്കാരങ്ങളിലൂടെ ആഗോളവൽക്കരണം ഇന്ത്യയിലെത്തി. ആശയങ്ങൾ, ആശയവിനിമയം, സാങ്കേതികവിദ്യ, മൂലധനം, ആളുകൾ, ധനകാര്യം, ചരക്കുകൾ, സേവനങ്ങൾ, വിവരങ്ങൾ എന്നിവയുടെ അതിർത്തി കടന്നുള്ള പ്രവാഹങ്ങളിലൂടെ സമൂഹങ്ങളെയും സമ്പദ്‌വ്യവസ്ഥകളെയും സംയോജിപ്പിക്കുന്ന പ്രക്രിയയാണ് ആഗോളവൽക്കരണത്തെ സൈദ്ധാന്തികർ വിശേഷിപ്പിക്കുന്നത്. എന്നാൽ നമ്മുടെ സംസ്കാരത്തെയും സാമ്പത്തിക മേഖലയേയും തകർക്കുകയായിരുന്നു ആഗോളവൽക്കരണം.

രാഷ്ട്രീയത്തിൽ നിന്നും വിരമിച്ചശേഷം റാവുവിന് വളരെയധികം

സാമ്പത്തിക ബുദ്ധിമുട്ടുകൾ ഉണ്ടായിരുന്നു. മകളുടെ വിദ്യാഭ്യാസത്തിനായി എടുത്ത വായ്പ മുഴുവൻ തിരിച്ചടക്കാൻ കഴിയാതെ താൻ മരിക്കുമോ എന്നു പോലും അദ്ദേഹം ഭയപ്പെട്ടിരുന്നു. ഇക്കാലഘട്ടത്തിലാണ് അദ്ദേഹം തന്റെ ആത്മകഥയായ ദ ഇൻസൈഡർ രചിക്കുന്നത്. 2004 ഡിസംബർ 9 ന് ഒരു ഹൃദയാഘാതം മൂലം ഓൾ ഇന്ത്യാ ഇൻസ്റ്റിറ്റ്യൂട്ട് ഓഫ് മെഡിക്കൽ സയൻസിൽ വെച്ച് പി. വി. നരസിംഹറാവു അന്തരിച്ചു. ഡെൽഹിയിൽ എ. ഐ. സി. സി മന്ദിരത്തിൽ റാവുവിന്റെ മൃതദേഹം അന്തിമോപചാരമർപ്പിക്കാനായി വെക്കാൻ കോൺഗ്രസ്സ് നേതാക്കൾ സമ്മതിച്ചില്ല. ആന്ധ്രാപ്രദേശിൽ മുഖ്യമന്ത്രി വൈ. രാജശേഖരറെഡ്ഡി ഇടപെട്ടതിനുശേഷം മാത്രമാണ് മൃതദേഹം സംസ്ഥാന ബഹുമതികളോടെ സംസ്കരിക്കാൻ തയ്യാറായത്.

ഈ കോഗ്രസ് ഗവണ്മെന്റിനു ശേഷം ഇന്ത്യ അഞ്ചു വർഷത്തോക്ക് വാജ്പേയുടെ നേതൃത്വത്തി ബി. ജെ പി ഭരിച്ചു. (ഇതിനിടയിൽ ദേവഗൗഡയും ഐ. കെ ഗുജറാളും ഇന്ത്യൻ പ്രധാനമന്ത്രിമാരായി). ചെറിയ കാലയളവുകളും ദീർഘ കാലഘട്ടവും അദ്ദേഹത്തിന്റെ ജിവിഹത്തിലുണ്ടായി. 1996ലെ പൊതു തിരഞ്ഞെടുപ്പിൽ ഏറ്റവും വലിയ ഒറ്റക്കക്ഷിയായി തിരഞ്ഞെടുക്കപ്പെട്ടപ്പോൾ അന്നത്തെ രാഷ്ട്രപതിയായ ശങ്കർ ദയാൽ ശർമ്മ ബി. ജെ. പി. പാർലിമെന്ററി പാർട്ടിനേതാവായ വാജ്പേയിയെ മന്ത്രി സഭയുണ്ടാക്കാൻ ക്ഷണിച്ചു. ഇന്ത്യയുടെ പതിനൊന്നാമത്തെ പ്രധാന മന്ത്രിയായി മെയ് 16ന് വാജ്പേയി സത്യപ്രതിജ്ഞ ചെയ്ത് അധികാരമേറ്റു. ലോകസഭയിൽ ഭൂരിപക്ഷം തികയ്ക്കാൻ മറ്റു കക്ഷികളുടെ പിന്തുണ ലഭിക്കാതെ വന്നപ്പോൾ പതിമൂന്നു ദിവസത്തിനു ശേഷം അദ്ദേഹം രാജിവെച്ചു.

ആവശ്യത്തിനു ഭൂരിപക്ഷമില്ലാതെ രണ്ടു ഐക്യ മുന്നണി മന്ത്രിസഭകളുടെ പതനങ്ങൾ കാരണം 1998ൽ ലോകസഭ പിരിച്ചുവിട്ടു വീണ്ടും പൊതു തിരഞ്ഞെടുപ്പ് നടത്തി. ഈ തിരഞ്ഞെടുപ്പിലും ബി ജെ പി ഏറ്റവും വലിയ ഒറ്റക്കക്ഷിയായി തിരഞ്ഞെടുക്കപ്പെട്ടു. മറ്റു കക്ഷികളുമായി ചേർന്ന് ദേശീയ ജനാധിപത്യ സഖ്യം (എൻ. ഡി. എ) എന്ന മുന്നണിയുണ്ടാക്കാൻ ബി ജെ പിക്ക് കഴിഞ്ഞു. വാജ്പേയി വീണ്ടും പ്രധാനമന്ത്രിയായി സത്യപ്രതിജ്ഞ ചെയ്ത് അധികാരമേറ്റു. പിന്നീട് നടന്ന വിശ്വാസ വോട്ടെടുപ്പിൽ എൻ. ഡി. എ കേവല ഭൂരിപക്ഷം തെളിയിച്ചു. പക്ഷേ മന്ത്രിസഭക്ക് പതിമൂന്നു മാസത്തെ ആയുസ്സുമാത്രമേ ഉണ്ടായിരുന്നുള്ളൂ. തുടർച്ചയായി സമ്മർദം ചെലുത്തിയിരുന്ന എ. ഐ. എ. ഡി. എം. കെ. യുമായുള്ള അനുരഞ്ജനചർച്ചകളെല്ലാം പരാജയപ്പെട്ട് മുന്നണി വിട്ടപ്പോൾ കേവലഭൂരിപക്ഷം നഷ്ടപ്പെട്ട

വാജ്പേയി മന്ത്രിസഭ വിശ്വാസവോട്ടെടുപ്പിൽ ഒരു വോട്ടിനു പരാജയപ്പെട്ടു. പ്രതിപക്ഷ കക്ഷികൾക്കൊന്നും മന്ത്രിസഭയുണ്ടാക്കാനുള്ള ഭൂരിപക്ഷമില്ലാതിരുന്നതുകൊണ്ട് ലോകസഭ പിരിച്ചുവിട്ടു വീണ്ടും പൊതു തിരഞ്ഞെടുപ്പ് നടത്തി. വാജ്പേയി മന്ത്രിസഭ കാവൽ മന്ത്രിസഭയായി തിരഞ്ഞെടുപ്പ് വരെ തുടർന്നു.

1999ലെ പൊതു തിരഞ്ഞെടുപ്പിൽ 303 സീറ്റുകളിൽ വിജയിച്ച ദേശീയ ജനാധിപത്യ സഖ്യം ലോകസഭയിൽ മൂന്നിൽ രണ്ടു ഭൂരിപക്ഷം നേടി. 1999 ഒക്ടോബർ 13നു വാജ്പേയി പ്രധാനമന്ത്രിയായി സത്യപ്രതിജ്ഞ ചെയ്ത് ചുമതലയേറ്റു, വ്യക്തമായ ഭൂരിപക്ഷമുണ്ടായിരുന്ന മുന്നണി അഞ്ചു വർഷക്കലാവധി പൂർത്തിയാക്കുന്ന ആദ്യത്തെ കോൺഗ്രസ് ഇതര മന്ത്രിസഭയായി. 1998 മെയ് മാസത്തിൽ രാജസ്ഥാനിലെ പൊഖ്റാൻ മരുഭൂമിയിൽവെച്ച് ഇന്ത്യ രണ്ടാം ആണവ പരീക്ഷണം, ഇന്ത്യയും പാകിസ്ഥാനും തമ്മിലുള്ള നയതന്ത്രബന്ധം മെച്ചപ്പെടുത്തിയ ലാഹോർ കരാർ. കശ്മീരിലെ കാർഗിൽ പ്രദേശത്ത് 1999 മെയ് മുതൽ ജൂലൈ വരെ ഇന്ത്യയും പാകിസ്ഥാനും തമ്മിൽ നടന്ന കാർഗിൽ യുദ്ധം തുടങ്ങിയവ ഈ കാലഘട്ടത്തിലായിരുന്നു. പൊതുവെ മൃദു ഹിന്ദു സമീപനം സ്വികരിച്ചിരുന്ന വാജ്പേയ് പി. വി. നരസിംഹറാവു മന്ത്രിസഭ ആവിഷ്കരിച്ച സാമ്പത്തിക ഉദാരീകരണവും സ്വകാര്യവൽക്കരണവും വിപുലപ്പെടുത്തുകയും ചെയ്തു.

വി. പി. സിങ് ശക്തമായി പ്രതിരോധിച്ച ഹൈന്ദവ ധ്രുവീകരണത്തെ താലോലിച്ച നരസിംഹ റാവുവിലൂടെയാണ് ഹൈന്ദവ ശക്തികൾ ഭരണം സ്ഥാപിച്ചതെന്ന് ഇന്ന് തിരിച്ചറിയാനാവും. ഉപരിപ്ലവമായി ശാന്തത പ്രദർശിപ്പിച്ചിരുന്ന അത് അതിശക്തമായി സമൂഹത്തിൽ അടിവേരുകൾ താഴ്ത്തിയതും അതിനു സിനിമയടക്കമുള്ള മാധ്യമങ്ങളെ ഉപയോഗിച്ചതും ഭൂരിപക്ഷ രാഷ്ട്രീയ പാർട്ടികളും തിരിച്ചറിയാതെ പോയി എന്നതാണ് സത്യം.

എൺപതുകളുടെ മധ്യത്തിൽ രാമായണവും മഹാഭാരതവും ടെലിവിഷൻ പരമ്പരയായി പ്രത്യക്ഷപ്പെട്ടു തുടങ്ങിയപ്പോൾ തന്നെ അത് ഹൈന്ദവതയുടെ പാഠശാലകളായി മാറിയതിനൊപ്പം ഹൈന്ദവവാദത്തെ ഇന്ത്യൻ രാഷ്ട്രീയ മണ്ഡലത്തിൽ ധ്രുവീകരണത്തിന്റെ ശക്തമായ സ്വാധീനമായിത്തീരുകയും ചെയ്തു. ബാബറിമസ്ജിദിന്റെ തകർക്കലിലൂടെയാണിതാദ്യമായി പ്രയോഗവൽക്കരിക്കപ്പെട്ടത്. നാട്ടുവാഴിത്തത്തേയും സവർണ്ണതയേയും പുനരാനയിച്ചുകൊണ്ട്, ഹൈന്ദവതയാണ് ഇന്ത്യയുടെ സാംസ്കാരിക മൂലധനമെന്ന് ഇതുവഴി സ്ഥാപിക്കാൻ ശ്രമിച്ചു. കാശ്മീർ പ്രശ്നം

ബോളിവുഡ് സിനിമകളുടെ ഭാഗമാകുന്നത് ഇക്കാലത്താണ്. ഇത് കാശ്മീരികൾക്ക് തീവ്രവാദികളുടെ പരിവേഷം നൽകി. ബോളിവുഡ് സിനിമകൾ ഇങ്ങനെ വർഗീയ ധ്രുവീകരണത്തിനുള്ള ഇന്ധനം പകർന്നു.

സംവരണവിഷയമാകട്ടെ ഒരു തൊഴിൽ പ്രശ്നമെന്നതിനപ്പുറം ഒരു പ്രത്യയശാസ്ത്ര ഉപകരണമായി ഉയർന്നുവന്നില്ല. ഒരർത്ഥത്തിൽ മുഖ്യധാരാ രാഷ്ട്രീയ പ്രസ്ഥാനങ്ങളിൽ ആന്തരവൽക്കരിക്കപ്പെട്ടിരിക്കുന്ന സവർണ്ണ ജാതി ബോധമാവാം കാരണം. കാലങ്ങളായി സർക്കാർ മേഖലയിലെ ഉയർന്ന സ്ഥാനങ്ങളിൽ സേവനമനുഷ്ഠിച്ചിരുന്ന 'വിശിഷ്ടരായവരുടെസ്ഥാനത്തേക്ക് പാരമ്പര്യം'അവകാശപ്പെടാനില്ലാത്ത കീഴാളർ കടന്നു വന്നാലുണ്ടായേക്കാവുന്ന 'ക്ഷയോൻമുഖാ'വസ്ഥയെക്കുറിച്ചുള്ള ആശങ്കയുമാവാം.

എൺപതുകളിലേയും തൊണ്ണൂറുകളിലേയും സിനിമകൾ സംവരണരാഷ്ട്രീയത്തെ കൈകാര്യം ചെയ്തരീതി പരിശോധിച്ചാലിതു വ്യക്തമാവും. സംവരണം കൊണ്ട് തങ്ങൾക്ക് ജോലി ലഭിക്കാതെ പോകുന്ന സവർണ്ണ യുവാക്കളുടെ ആത്മസംഘർഷങ്ങളായിരുന്നു എൺപതുകളിലെ മിക്കസിനിമകളുടേതുമെങ്കിലും അതിന്റെ കുറേക്കൂടി ഉയർന്ന തലമാണ് ഈ വിഷയത്തിൽ തൊണ്ണൂറുകൾ കാഴ്ചവച്ചത്. തൊണ്ണൂറുകളിൽ കീഴാള പ്രമേയങ്ങൾ കൈകാര്യം ചെയ്യുന്ന സിനിമകൾ വിരളമായി മാറി. 1994 ൽ പുറത്തിറങ്ങിയ ശേഖർ കപൂറിന്റെ 'ബാണ്ഡിറ്റ് ക്വീൻ' ജാതിപ്രശ്നത്തെക്കുറിച്ചും ജാതി രാഷ്ട്രീയത്തെക്കുറിച്ചും ചിലകാര്യങ്ങൾ മുന്നോട്ട് വെച്ച സിനിമയാണ്. വടക്കെ ഇന്ത്യൻ ഗ്രാമങ്ങളിലെ ജാതിയുടെ വിനാശകരമായ ശക്തി കൃത്യമായും കാണിച്ചു തരുന്ന 'ബാണ്ഡിറ്റ് ക്വീൻ' അന്താരാഷ്ട്രതലത്തിലും ശ്രദ്ധിക്കപ്പെട്ടു. മണ്ഡൽകമ്മീഷന് ശേഷം ബ്രാഹ്മണരെ പീഡിതരാക്കി അവതരിപ്പിക്കുന്ന സിനിമകളാണ് തമിഴിൽ മണിരത്നം, ഷങ്കർ എന്നിവർ ചെയ്തത്.

സംവരണവിരുദ്ധ രാഷ്ട്രീയത്തിനുദാഹരണമാണ് മയൂഖം (ഹരിഹരൻ) കീഴാള യോഗ്യതയിലെ സവർണ്ണ ആശങ്കകളാണ് ഈ സിനിമ പങ്കുവയ്ക്കുന്നത്. വല്ല്യേട്ടൻ സിനിമയിൽ, വല്ല്യേട്ടന്റെ അനുജന്മാരിലൊരാൾ പ്രേമിക്കുന്ന കീഴാള സ്ത്രീയെ വിവാഹം ചെയ്യുന്നതിൽ വിശാലമനസ്കനായ അറയ്ക്കൽ മാധവനുണ്ണി തടസ്സം നിന്നില്ലെന്നു മാത്രമല്ല, അനുജനെ അഭിനന്ദിക്കുകയും വിവാഹം നടത്തിക്കൊടുക്കാമെന്നു വാഗ്ദാനവും നൽകുന്നുണ്ട്. എന്നാൽ തറവാട്ടുകുളത്തിൽ ജഡമായിട്ടാണ് അവളെ പിന്നീട് സിനിമ കാണിക്കുന്നത്. പ്രമേയത്തിലും സംഭാഷണങ്ങളിലും കീഴാള/

സ്ത്രീ/മുസ്ലീം വിരുദ്ധത കളിയാടി. ദേശീയപാതയിൽ ഒന്നു സഞ്ചരിച്ചുനോക്കു റോഡിനിരുവശവും ഉയർന്നു നിൽക്കുന്ന രമ്യഹർമ്മ്യങ്ങൾ മുഴുവൻ ഏതു സമുദായക്കാരുടേതാണ്? ഒരൊറ്റ ബ്രാഹ്മണന്റെ വീടും അതിലില്ല (മഹാത്മ), ബോംബിവിടെ ഇഷ്ടം പോലെ മലപ്പുറത്തു കിട്ടുമല്ലോ (ആറാം തമ്പുരാൻ), ഭൂരിപക്ഷ സമുദായത്തിൽ പെട്ട ഒരു സ്ത്രീയെ ന്യൂനപക്ഷക്കാരൻ കെട്ടിയാൽ അതു ദേശീയോദ്ഗ്രഥനവും മതസൗഹാർദവും മറിച്ചായാൽ ഇവിടെ വർഗീയ ലഹള (ആര്യൻ) എന്നിവ ചില ഉദാഹരണങ്ങൾ മാത്രം.

സംവരണത്തിന്റെ ഇരയാവുന്ന ഇത്തരം സവർണ്ണപുരുഷന്മാർ പൊതുസമൂഹത്തിന് കൂടുതൽ സ്വീകാര്യമായി. (മണ്ഡൽ വിരുദ്ധ സമരത്തിൽ പങ്കെടുത്തു കൊണ്ട് ഡൽഹിയിലെ കോളേജ് വിദ്യാർത്ഥിനികൾ നടത്തിയ ഒരു പ്രതിഷേധ പ്രകടനത്തിൽ തൊഴിൽ രഹിതരായ ഭർത്താക്കൻമാരെ ഞങ്ങൾക്ക് വേണ്ട" എന്നെഴുതിയ പ്ലക്കാർഡാണ് ഉയർത്തിപ്പിടിച്ചത്. വിദ്യാർത്ഥിനികൾ തങ്ങൾക്കു വേണ്ടിയല്ല സംവരണം മൂലം പുറത്താവേണ്ടി വരുന്ന സമർത്ഥരായ തങ്ങളുടെ വരുംകാല ഭർത്താക്കന്മാർക്കുവേണ്ടിയായിരുന്നു പ്രതിഷേധിച്ചതെന്നർത്ഥം.)

ജോഷി സംവിധാനം നിർവ്വഹിച്ച ധ്രുവം (1992-ബാബരി മസ്ജിദ് തകർത്ത വർഷം) എന്ന ചിത്രത്തിന്റെ വിജയം സവർണവർഗീയ പ്രവണതകൾക്ക് തുടക്കമിട്ടെന്നു പറയാം. ഇതിന്റെ അപകടത്തെ പറ്റി അന്ന് പല സിനിമാ നിരൂപകരും പറഞ്ഞുവെങ്കിലും ആരും അത് വേണ്ടത്ര ഗൗരവത്തിലെടുത്തില്ല. എന്നാൽ, പിന്നീട് ഈ സവർണാധികാര പ്രവണത പടർന്നു പിടിക്കുകയും അതിശക്തമായി തുടരുകയുംചെയ്തു. കഥാഗതിയിലും കഥാപാത്രസൃഷ്ടിയിലും മാത്രമല്ല സിനിമയുടെ എല്ലാ തലങ്ങളിലും സജീവമായ ഇടപെട്ടുകൊണ്ടാണ് സവർണത അതിന്റെ രഥയാത്രകൾ ആരംഭിച്ചത്.

നാട്ടുവാഴിത്തവും ജാതിയിൽ ഉയർന്ന ഹിന്ദുക്കളുടെ ജീവിതരീതികളും സിനിമകളിൽ വ്യാപകമായി. അനുഷ്ഠാനങ്ങളും ആത്മീയനാട്യങ്ങളും അന്ധവിശ്വാസങ്ങളും പുതിയ രൂപഭാവങ്ങളോടെ പ്രത്യക്ഷപ്പെട്ടു. ജനാധിപത്യ പ്രക്രിയയെപ്പോലും സവർണ്ണമാടമ്പിത്തരത്തിന്റെ കണ്ണിലൂടെയാണ് കണ്ടത്. നാട്ടുവാഴിയുടെ വീട്ടിലെ അരിവെപ്പുകാരന്റെ സഹായിയായി തുടങ്ങിയ ആൾ ജനപ്രതിനിധിയാവുന്നതും (ധ്രുവം), പട്ടികജാതിക്കാരൻ ദേവസ്വം ബോർഡ് മെമ്പറാകുന്നതും (അദ്വൈതം), സബ് ഇൻസ്പെക്ടറാവുന്നതും (ആര്യൻ), ക്ഷുരകൻ മന്ത്രിയാകുന്നതും (ഏകലവ്യൻ) ജനാധിപത്യ സംവിധാനത്തിന്റെ വീഴ്ച്ചയായി വ്യാഖ്യാനിക്കപ്പെട്ടു. മുസ്ലിംജനവിഭാഗമാകട്ടെ

കള്ളക്കടത്തും സാമൂഹ്യവിരുദ്ധ പ്രവർത്തനങ്ങളും കൊണ്ടാണ് (ദേവാസുരം, മഹാത്മ) വർഗീയത വളർന്നതെന്നും ഇത്തരം സിനിമകൾ പറഞ്ഞുവെച്ചു. കലർപ്പുകളെ പരിഹസിക്കുകയും വംശ മഹിമയെ ആദർശവല്ക്കരിക്കുകയും ചെയ്തു. (ഫാസിസ്റ്റ് പ്രത്യയശാസ്ത്ര ങ്ങളെന്നും വംശമഹിമയെ പ്രകീർത്തിച്ചിട്ടേയുള്ളൂ) തന്തയില്ലായ്മ ഒരു 'അസ്തിത്വ'ദുഃഖമായി മാറി (ആറാം തമ്പുരാൻ, ദേവാസുരം)സംബന്ധം എന്ന ആചാരം നവോത്ഥാനത്തിലൂടെ പൊളിച്ചടക്കപ്പെട്ടപ്പോളു ണ്ടായ സനാഥനത്വത്തിന്റെ മൂല്യാന്വേഷണമായിരിക്കാം ഇത്.

ധ്രുവം, ആര്യൻ, അദ്വൈതം, അഭിമന്യു, ദേവാസുരം, ആറാംതമ്പു രാൻ, നരസിംഹം പോലുള്ള സിനിമകളിൽ, നായകർ ബ്രാഹ്മണ/ ക്ഷത്രിയ വംശജരായി മാറിയതും പ്രതിനായകസ്ഥാനത്ത് മുസ്‌ലിം ങ്ങളോ, കീഴാളരോ സ്ഥാപിക്കപ്പെട്ടതും യാദൃശ്ചികമല്ലായിരുന്നു. യഥാക്രമം നന്മയുടെയും തിന്മയുടെയും പ്രതീകങ്ങളായി അവ മാറി. ഇങ്ങനെ നായക-പ്രതിനായക കഥാപാത്രങ്ങളെ സാമർത്ഥ്യ ത്തോടെ രാഷ്ട്രീയവത്ക്കരിച്ചുകൊണ്ടാണ് ഹൈന്ദവാധിനിവേശം മലയാള സിനിമ അടയാളപ്പെടുത്തുന്നത്. അക്രമകാരികളായ അന്യ യായികളുടേയും ദേവാസുരം/ആറാംതമ്പുരാൻ) അസ്തിത്വമില്ലാത്ത അനുജന്മാരുടേയും (വല്ല്യേട്ടൻ) അഴിമതിക്കാരായ കീഴ്ജീവന ക്കാരുടേയും (കിംഗ്/ കമ്മീഷണർ) അകമ്പടിയോടെയാണിവർ തകർത്താടിയത് .

കേരള ചരിത്രത്തിൽ അതുവരെ നിർണ്ണായകമായിരുന്ന വർഗ്ഗരാ ഷ്ട്രീയത്തെ പിന്തള്ളിക്കൊണ്ടാണ് എൺപതുകളോടെ ശക്തിയാർ ജ്ജിച്ച സവർണ്ണത തൊണ്ണൂറുകളോടെ സിനിമയിലടക്കം വ്യാപക മാകുന്നത്. നവോത്ഥാനം നാലുകെട്ടുകൾ പൊളിക്കുന്ന നായകരെ കാഴ്ചവച്ചപ്പോൾ തൊണ്ണൂറുകൾ നാലുകെട്ടുകൾ തിരിച്ചുപിടിക്കുന്ന മാടമ്പിമാരെ പ്രദാനം ചെയ്തു. ഇക്കാലയളവിൽ സിനിമ ഒരുഭാഗത്ത് മുണ്ട് പൊക്കിയുടുത്ത, മീശപിരിയൻ നായകന്മാരെക്കൊണ്ടു നിറ ച്ചപ്പോൾ മറുഭാഗത്ത് രതിചിത്രങ്ങളുടെ മറ്റൊരു കാഴ്ചാ സംസ്കാരം ആരംഭിച്ചു കഴിഞ്ഞിരുന്നു. സവർണ്ണത കെട്ടിപ്പൊക്കിയെടുക്കാൻ ശ്രമിച്ച കപട സദാചാരങ്ങൾക്കു നേരെയുള്ള വെല്ലുവിളിയായിരുന്നു രതിചിത്രങ്ങളുടെ ഈ തുടക്കവും. തൊണ്ണൂറുകളുടെ ഒടുവിലാരംഭിച്ച ഈ തരംഗം ഏകദേശം രണ്ടായിരത്തി നാലുവരെ നീണ്ടുനിന്നുവെ ന്ന് കാണാം.

1989 ലാണ് തുളസീദാസ് സംവിധാനം ചെയ്ത ലയനം റിലീസ് ചെയ്തത്. മുതിർന്ന സ്ത്രീയും(സിൽക്ക് സ്മിത) കൗമാരക്കാരനും (നടി ഉർവ്വശിയുടെ സഹോദരൻ നന്ദു) തമ്മിലുള്ള രതിയധിഷ്ഠിതമായ

പ്രണയം. ഒറ്റയ്ക്ക് താമസിക്കുന്ന യുവതിയുടെ വീട്ടു വേലക്കാരനായി എത്തുന്ന അനാഥൻ തുടർന്ന് അവളുമായി അടുക്കുകയും പ്രണയവും, രതിയും സംഭവിക്കുകയും ഒടുവിൽ ദുരന്ത പര്യവസായിയാകുകയും ചെയ്യുന്ന കഥ. അക്കാലത്തെ താരമൂല്യമുണ്ടായിരുന്ന മറ്റൊരു മാദക നടി അഭിലാഷയുടെ സാനിധ്യവും ചിത്രത്തിന് ഗുണമായി. ചിത്രം നൂറ് ദിവസത്തിലേറെ പ്രദർശിപ്പിച്ച് വലിയ കളക്ഷനുണ്ടാക്കി .

തൊണ്ണൂറുകളിൽ കേരളത്തിലെ മധ്യവർഗ്ഗം വലിയൊരു പ്രതിസന്ധിയെ നേരിടുന്നു. സാമ്പത്തിക ഉദാരവൽക്കരണത്തിന്റെയും ആഗോളവൽക്കരണത്തിന്റെയും ഭാഗമായി സേവന മേഖലയിൽ നിന്നും ഭരണകൂടം പിൻവാങ്ങിത്തുടങ്ങി. സേവനമേഖലയെ ആശ്രയിച്ച് ശക്തിയാർജ്ജിച്ച മധ്യവർഗ്ഗ സമൂഹം ഈ പ്രതിസന്ധിയിലൂടെയാണ് കടന്നുപോകുന്നത്. വ്യവസായം, വികസനം തുടങ്ങിയവയിൽ സ്വകാര്യമൂലധനം ആവാമെന്ന നിലപാടിലേക്ക് വ്യവസ്ഥാപിത ഇടതുപക്ഷം വ്യതിചലിച്ചപ്പോൾ ഈ മധ്യവർഗ്ഗത്തിന് പ്രത്യയശാസ്ത്രപരമായ തണലും നഷ്ടപ്പെടുന്നു. പൊതുമേഖലയ്ക്കുവേണ്ടിയുള്ള മുറവിളികളും സർക്കാർ ജീവനക്കാരുടെ സമരവുമെല്ലാം ഈ പ്രതിസന്ധിയുടെ പ്രകടിതരൂപങ്ങളായി നിരീക്ഷിക്കപ്പെടുന്നു. വിവരസാങ്കേതികവിദ്യ ഉൾപ്പെടെയുള്ള പുത്തൻ സാമ്പത്തിക മേഖലകളിലേക്ക് ചെറിയൊരു വിഭാഗം എത്തിപ്പിടിച്ചുവെങ്കിലും മറ്റൊരു വിഭാഗം തികച്ചും അരക്ഷിതമായ സാമ്പത്തിക- സാമൂഹ്യ സമ്മർദ്ദത്തിൽ പിന്തള്ളപ്പെട്ടുപോകുന്നു. ഈ വർത്തമാന പ്രതിസന്ധിയിലാണ് ജാതി വീണ്ടും ഉന്നയിക്കാവുന്ന രാഷ്ട്രീയ പ്രശ്നമായി ഉയർന്നുവരുന്നത്. അത് സംവരണവിരുദ്ധ പ്രത്യയശാസ്ത്രത്തെ പ്രക്ഷേപണം ചെയ്യുകയും സവർണ്ണതയെ ആധികാരികമായൊരു സാംസ്കാരിക മൂലധനമായി പുനഃപ്രതിഷ്ഠിക്കുകയും ചെയ്യുന്നു.

സംവരണത്തിലെ അസ്വസ്ഥത: ഏയ് ഓട്ടോ, വേണു നാഗവള്ളി (1990)

സുധി (മോഹൻലാൽ) ഒരു ഓട്ടോറിക്ഷ ഡ്രൈവറാണ്. മീനാക്ഷിയെ (രേഖ) കണ്ടുമുട്ടുന്നു, ഒരു വലിയ സമ്പന്ന കുടുംബത്തിലെ പേരക്കുട്ടിയാണ് മീനാക്ഷി. സുധിയും മീനാക്ഷിയും പ്രണയത്തിലാണെങ്കിലും അവരുടെ കുടുംബത്തിന്റെ ശക്തമായ എതിർപ്പ് നേരിടുന്നു. മുത്തച്ഛനായ കൃഷ്ണപിള്ള (തിക്കുറിശി സുകുമാരൻ നായർ) മാത്രമാണ് അവർക്ക് പിന്തുണ. ഒടുവിൽ അവർ വിവാഹിതരാവുന്നു.

വളരെ ലളിതമായി സിനിമയുടെ പ്രമേയത്തെ ഇങ്ങനെ അവതരിപ്പിക്കാമെങ്കിലും ജാതീയമായ ചില പരാമർശങ്ങൾ സിനിമയിലൂടെ

കടന്നു പോകുന്നതായി കാണാം. പ്രത്യക്ഷമായും പരോക്ഷമായുമുള്ള അത്തരം സൂചനകളാകട്ടെ കീഴാളതയോടുള്ള ഉപരിവർഗ്ഗ കാഴ്ചപ്പാട് അവതരിപ്പിക്കുകയും ചെയ്യുന്നു.

ശ്രീനിവാസൻ അവതരിപ്പിക്കുന്ന പോലീസ് ഓഫിസർക്ക് പേരില്ലെങ്കിലും രമണൻ (കുഞ്ചൻ) അദ്ദേഹത്തെ എപ്പോഴും പരിഹസിച്ചു കൊണ്ട് മുണ്ടൻ (പൊക്കം കുറഞ്ഞവൻ) എന്നാണു വിളിക്കുന്നത്. പൊതുവെ പോലീസിന്റെ ശാരീരിക ക്ഷമതയിൽ കീഴാളസംവരണ വിഭാഗങ്ങൾക്ക് ചില ഇളവുകൾ ഏർപ്പെടുത്തിയിട്ടുണ്ട്. അതുകൊണ്ട് ഈ ഇൻസ്പെക്ടർ കീഴാളനാണെന്ന സൂചന നൽകുക മാത്രമല്ല ആ സംവരണത്തെ പരിഹസിക്കുകൂടി ചെയ്യുകയാണ് സിനിമ.

മറ്റൊന്ന് ഓട്ടോ സ്റ്റാൻഡിൽ പുതുതായി എത്തുന്ന സുരേഷ് (ഗണേഷ്) എന്ന യുവാവിന്റെ ജീവിത പശ്ചാത്തലമാണ്. അയാൾ നമ്പൂതിരി സമുദായത്തിൽ പെടുന്നു. അയാളുടെ അച്ഛന് ശാന്തിപ്പണിയാണ്. അവിടെയും അയാൾക്ക് മറ്റു ജോലികൾ കിട്ടാതെ പോയത് സംവരണം നിലനിൽക്കുന്നതുകൊണ്ടാണെന്നു സൂചിപ്പിക്കുന്നുണ്ട്.

നായികയായ മീനുക്കുട്ടി, കൃഷ്ണപിള്ളയുടെ മകൾക്ക് ഒരു ക്രിസ്ത്യാനിയിൽ ഉണ്ടായ മകളാണെന്നും സിനിമ വ്യക്തമാക്കുന്നുണ്ട്. "അന്നത്തെ വിവരമില്ലായ്മകൊണ്ട്" അവർ മകളെ ഉപേക്ഷിച്ചതായും സിനിമ പറഞ്ഞു വയ്ക്കുന്നു. കാലം വരുത്തിയ മതരഹിതചിന്തയെ ഇങ്ങനെ ന്യായീകരിക്കുന്നുണ്ടെങ്കിലും വർത്തമാന കാലത്തും അന്യം നിന്ന് പോയിട്ടില്ലാത്ത സാമൂഹിക ജാതിയധാരണകളെ ഉള്ളടക്കം കൊണ്ട് അംഗീകരിക്കുകയാണ് ഈ സിനിമ എന്ന് പറയാം.

തമ്പുരാക്കന്മാർ വാഴുമ്പോൾ:
ആറാം തമ്പുരാൻ, ഷാജി കൈലാസ് (1997)

മുംബൈയിലെ ബിസിനസുകാരനായ നന്ദകുമാറിന് (സായ്കുമാർ) ബിസ്സിനസ്സിൽ വലിയ സാമ്പത്തിക നഷ്ടം നേരിടുന്നു. ജഗൻ എന്ന് വിളിക്കപ്പെടുന്ന ജഗന്നാഥൻ(മോഹൻലാൽ) ഗുണ്ടായിസം കൊണ്ട് നന്ദന്റെ എതിരാളികളെ കീഴടക്കി അയാൾക്ക് വലിയ ലാഭം കൊണ്ടുവരുന്നു. പകരമായി നന്ദൻ, ജഗന്നാഥന്റെ ഏതിഷ്ടവും സാധിച്ചു കൊടുക്കാമെന്ന് വാഗ്ദാനം ചെയ്യുമ്പോൾ അയാൾ കേരളത്തിലെ കണിമംഗലത്തുള്ള ഒരു പഴയ കൊട്ടാരം സ്വന്തമാക്കാൻ ആഗ്രഹിക്കുന്നതായി അറിയിക്കുന്നു. നന്ദന്റെ പേരിൽ ജഗൻ ബിനാമിയായി കൊണ്ട് ആ കൊട്ടാരം വാങ്ങുന്നു. എന്നാൽ നാട്ടിലെ പ്രമാണിയും കണിമംഗലത്തുകാരുടെ ശത്രുവുമായ കുളപ്പുള്ളി അപ്പൻ (നരേന്ദ്രപ്രസാദ്) ജഗനെ എതിർക്കുന്നു. അവയെ കയ്യൂക്കുകൊണ്ടും

ഉപായങ്ങൾകൊണ്ടും മറികടന്ന് ജഗൻ കൊട്ടാരം സ്വന്തമാക്കുന്നു. അവിടത്തെ അന്തേവാസിയായ കൃഷ്ണവർമ്മയുടെ (ഒടുവിൽ ഉണ്ണികൃഷ്ണൻ) വളർത്തുമകൾ ഉണ്ണിമായയെ (മഞ്ജു വാര്യർ) അയാൾ ഇഷ്ടപ്പെടുന്നു മുടങ്ങിക്കിടന്ന തറവാട്ടുത്സവം നടത്താൻ ജഗൻ മുന്നിട്ടിറങ്ങുന്നതോടെ കുളപ്പുള്ളി അപ്പന്റെ എതിർപ്പ് രൂക്ഷമാകുന്നു എന്നാൽ നാട്ടുകാരുടെ സഹായത്തോടെ അതെല്ലാം മറികടന്ന് ജഗൻ ഉത്സവം നടത്തി അപ്പനെ പരാജയപ്പെടുത്തുന്നിടത്ത് സിനിമ അവസാനിക്കുന്നു.

തികഞ്ഞ സവർണ്ണ - മാടമ്പി ജീവിതത്തിന്റെ മകുടോദാഹരണമാണ് ആറാം തമ്പുരാൻ. പുരുഷകേന്ദ്രീകൃതവും ഏകാധിപത്യപരവും അരാജകത്വവും നിറഞ്ഞ നായക ജീവിതത്തിന്റെ ആടിത്തിമിർക്കലും അടിച്ചമർത്തലുമായി പരിണമിക്കുന്ന സിനിമ ഒരിടത്തും ചുറ്റിലുമുള്ള സമകാലീന ഇതരസമൂഹത്തെ അഭിസംബോധന ചെയ്യുന്നില്ല. മാത്രമല്ല നായകൻ അഭിരമിക്കുന്ന ജീവിതപരിസരത്തമല്ലാതെ മറ്റൊന്നും സിനിമയിൽ കാണാനാവുന്നില്ല. രണ്ടു സവർണ്ണ കുടുംബങ്ങൾ തമ്മിലുള്ള അധികാര വടംവലിയുടേയും കുടിപ്പകയുടേയും കഥപറയുന്ന ഈ സിനിമയിൽ ഇതര സമൂഹം കടന്നുവരണമെന്ന് ശാഠ്യം പിടിക്കുന്നതിൽ അർത്ഥവുമില്ല. എന്നാൽ സിനിമയുടെ അവസാനമുള്ള കലാപഭാഗത്ത് കീഴാള സമൂഹം പരാമർശം കാണാം. അത് അവതരിപ്പിക്കപ്പെടുന്നത് ഇങ്ങനെയാണ്.

ഉത്സവനടത്തിപ്പിനായി ഒരുഭാഗത്ത് ജഗനും നാട്ടുകാരും അണിനിരക്കുമ്പോൾ മറുഭാഗത്ത് അപ്പൻ തമ്പുരാന്റെ നേതൃത്വത്തിൽ എതിരാളികൾ എത്തുന്നു. ഉത്സവം സമാധാനപരമായി നടത്താൻ ഉത്തരവാദിത്വപ്പെട്ട പോലീസ് സംഘം എത്തുന്നത് കാണുന്ന അപ്പൻ തമ്പുരാൻ തന്റെ ഗുണ്ടയായ മാധവനോട്(കീരിക്കാടൻ ജോസ്)

> അപ്പൻ തമ്പുരാൻ - *മാധവാ പോലീസ്.*
>
> മാധവൻ - *അവരിപ്പോ പോകും തമ്പുരാൻ. ചാലിക്കര കോളനിയിലെ അമ്പത് കുടിലുകൾക്ക് ഇപ്പോൾ തീപിടിച്ചു കാണും. ആ വിവരം ഇവിടെയെത്തിയാൽ പോലീസ് ഇവിടം വിട്ടു പറക്കും*

ഉടൻ വിവരം പോലീസ് മേധാവി (ഗണേഷ് കുമാർ) അറിയുകയും പോലീസ് സംഘം മടങ്ങുകയും ചെയ്യുന്നു. പരിപൂർണമായും ഗുണ്ടായിസം നിറഞ്ഞുനിൽക്കുന്ന ഒരിടത്തേക്ക്, തങ്ങളുടെ വൈരാഗ്യയുദ്ധത്തിന്റെ പരിസരത്തേക്ക് കടന്നുവരുന്ന നിയമവ്യവസ്ഥയെ ഇല്ലായ്മ ചെയ്യാൻ സിനിമ കണ്ടെത്തുന്ന യുക്തി കോളനിക്ക് തീയിടുക എന്നതാണ്. കോളനി, കുടിലുകൾ എന്നിവയെല്ലാം കൊണ്ടുവരുന്ന

ദൃശ്യബോധം കീഴാള സമൂഹത്തിന്റേതാണ് ആർക്കും എപ്പോഴും കടന്നുകയറാവുന്ന, നശിപ്പിക്കാവുന്ന, കൊള്ളയോ, കൊള്ളിവയ്പോ നടത്താവുന്ന ഒരിടമാണ് കോളനിയിലെ പൗരസമൂഹം എന്ന മേലാള പൊതുബോധത്തെ ഊട്ടിയുറപ്പിക്കുകയാണ് സിനിമ ചെയ്യുന്നത്.

ഈ ഫ്യൂഡൽ ജീവിത സംഘർഷ ഭൂമികയുടെ അധികാരാവകാശ തർക്കങ്ങളിൽ ഇരയാക്കപ്പെടുന്ന കോളനിയും അതിലെ നിസ്സഹായരായ മനുഷ്യരും സിനിമാ ദൃശ്യങ്ങളിൽ ഒരിക്കൽ പോലും പ്രത്യക്ഷപ്പെടുന്നില്ല എന്നും കാണാവുന്നതാണ്. കൊന്നും വെന്നും നേടിയ വരേണ്യതയുടെ ഉത്തുംഗസിംഹാസനങ്ങളുടെ ചരിത്രത്തിന്റെ ആധുനിക രൂപമായി ആറാം തമ്പുരാനിലെ ഈ രംഗം മാറുകയാണ്. ആറാം തമ്പുരാനെ വാഴിക്കുന്നിടത്ത് അവസാനിക്കുന്ന സിനിമ, കോളനിയുടെ തുടർന്നുള്ള കാര്യങ്ങളിൽ നിശബ്ദത പാലിക്കുന്നു. അതായത് സ്വന്തം നിലനിൽപ്പിനും വിജയങ്ങൾക്കും ഇരയാക്കപ്പെടാനുള്ളതാണ് കീഴാള ജീവിതങ്ങൾ എന്ന സന്ദേശമാണ് ഇവിടെ കൈമാറ്റം ചെയ്യപ്പെടുന്നതെന്ന് ചുരുക്കം.

●

ആട്ടക്കലാശങ്ങളിലേക്ക്
(2000-2009)

2000 മുതൽ 2009 വരെയുള്ള കാലഘട്ടത്തിൽ രണ്ട് രാഷ്ട്രീയ പാർട്ടികളുടെ നേതൃത്വത്തിലാണ് കേന്ദ്രഭരണം മുന്നോട്ടുപോയത്. 1999ലെ പൊതു തിരഞ്ഞെടുപ്പിൽ വിജയിച്ച ഏറ്റവും വലിയ രാഷ്ട്രീയ പാർട്ടി എന്ന നിലയിൽ ബി. ജെ. പി, ശ്രീ വാജ്പേയുടെ നേതൃത്വത്തിൽ മന്ത്രിസഭ രൂപികരിച്ചു. (വാജ്പേയുടെ മൂന്നാം ഊഴമായിരുന്നു ഇത്)

ദില്ലി-ലാഹോർ ബസ്സ് സർവ്വീസിലൂടെ 1947 ന് ശേഷം ആദ്യമായി പാക്കിസ്ഥാനും ഇന്ത്യയും തമ്മിലുള്ള റോഡ് ബന്ധം ഇതുവഴി പുനഃസ്ഥാപിക്കപ്പെടുകയായിരുന്നു. 2001 ഡിസംബർ 13 ന് ഇന്ത്യൻ പാർലമെന്റ് കെട്ടിടത്തിന് നേരെ നടന്ന ഭീകരാക്രമണം. 14 പേരുടെ മരണത്തിനു കാരണമായി. ഈ ആക്രമണം ജനാധിപത്യത്തിന്റെ ശ്രീകോവിൽ എന്നറിയപ്പെടുന്ന ഇന്ത്യൻ പാർലമെന്റിന്റെ ചരിത്രത്തിൽ ഒരു തീരാക്കളങ്കമായി. കാർഗിൽ യുദ്ധത്തിൽ കൊല്ലപ്പെട്ട ജവാന്മാരുടെ ശവശരീരങ്ങൾ അടക്കം ചെയ്യുന്നതിനായി വാങ്ങിയ ശവപ്പെട്ടി കച്ചവടത്തിൽ അഴിമതിയാരോപണം ചർച്ച ചെയ്യുന്ന പാർലമെന്റ് സമ്മേളനത്തിന് ശേഷമാണ് ഇതുണ്ടായത് എന്നത് ഒട്ടേറെ സംശയങ്ങൾക്കും വഴിവച്ചിരുന്നു.

2002 ഫെബ്രുവരി 27 ന് ഗോദ്റയിൽ ഒരു മാസത്തിലേറെ നീണ്ടുനിന്ന കലാപത്തിൽ(ഗുജറാത്ത് അക്രമം)ആയിരത്തിലധികം ആളുകൾ മരിച്ചു, കൂടുതലും മുസ്ലിംകൾ. പിൽക്കാലത്ത് ഇന്ത്യൻ പ്രധാനമന്ത്രിയായിത്തീർന്ന നരേന്ദ്രമോദിയുടെ നേതൃത്വത്തിലുള്ള അന്നത്തെ സംസ്ഥാന സർക്കാർ , അക്രമം തടയാൻ തയ്യാറായില്ല.

അക്രമത്തെയാദ്യം ഔദ്യോഗികമായി അപലപിച്ച പ്രധാനമന്ത്രി വാജ്പേയി പിന്നീട് "മുസ്ലിംകൾ എവിടെയാണെങ്കിലും സമാധാനപരമായി ജീവിക്കുന്നതിനുപകരം, മറ്റുള്ളവരുടെ മനസ്സിൽ ഭീകരത സൃഷ്ടിച്ച് തങ്ങളുടെ മതം പ്രചരിപ്പിക്കാൻ ആഗ്രഹിക്കുന്നു. " എന്ന നിലയിലുള്ള വിവാദപരമായ പരാമർശങ്ങൾ നടത്തുകയും ചെയ്തു. ഓഹരി വിറ്റഴിക്കൽ ദൗത്യമായി വാജ്പേയി ഏറ്റെടുത്തു. ഓഹരി വിറ്റഴിക്കലിനായി പ്രത്യേക മന്ത്രാലയം ഉള്ള ഏക സർക്കാർ ഇതായിരുന്നു.

ഇത്തരം പ്രശ്നങ്ങളിലൂടെ കടന്നുപോകുകയും ഹൈന്ദവ സംഘാടനത്തിനും അതിന്റെ തീവ്രനിലപാടുകൾക്കും ഇടം നൽകുകയും ചെയ്ത വാജ്പേയ് സർക്കാരിന് 2004ൽ നടന്ന തിരഞ്ഞെടുപ്പിൽ ഭരണാധികാരം നഷ്ടപ്പെട്ടു. 2004 ലെ പൊതു തെരഞ്ഞെടുപ്പിനുശേഷം രൂപംകൊണ്ട ഇന്ത്യയിലെ ഇടത് - വലത് രാഷ്ട്രീയ പാർട്ടികളുടെ കൂട്ടുകെട്ടാണ് യുണൈറ്റഡ് പ്രോഗ്രസീവ് അലയൻസ് (യുപിഎ). ഒരു പൊതു മിനിമം പരിപാടിയിലൂടെ ഡോ. മൻമോഹൻസിംഗിന്റെ നേതൃത്വത്തിൽ മന്ത്രിസഭ രൂപികരിച്ചു. കോൺഗ്രസുമായുള്ള പ്രത്യയശാസ്ത്രപരമായ അഭിപ്രായവ്യത്യാസങ്ങൾക്കിടയിലും ഇടതു പാർട്ടികൾ ഈ മതേതര സർക്കാരിനെ പിന്തുണച്ചു.

നരസിംഹറാവു പ്രധാനമന്ത്രിയായിരുന്നപ്പോൾ തുടങ്ങിവെച്ച സാമ്പത്തിക നയങ്ങൾ മൻമോഹൻ സിങ്ങും, ധനകാര്യമന്ത്രി പി. ചിദംബരവും ചേർന്ന് കൂടുതൽ കർശനമായി നടപ്പാക്കാൻ തുടങ്ങി. ബാങ്കിംഗ് സാമ്പത്തിക മേഖലയിലും കൂടുതൽ നവീകരണങ്ങൾ മൻമോഹൻ സിംഗ് സർക്കാർ നടപ്പിലാക്കിക്കൊണ്ടിരുന്നു. കർഷകരുടെ തിരിച്ചടക്കാൻ പറ്റാത്ത കടങ്ങൾ എഴുതിത്തള്ളാനുള്ള നടപടികൾ സ്വീകരിച്ചു. 2005 ൽ വില്പന നികുതിയെ പരിഷ്കരിച്ച് മൂല്യ വർദ്ധിത നികുതി പരിഷ്കാരം നടപ്പിലാക്കി.

വാജ്പേയി സർക്കാർ തുടങ്ങിവെച്ച, ഇന്ത്യയിലെ പ്രധാന നഗരങ്ങളെ തമ്മിൽ റോഡു മാർഗ്ഗം ബന്ധിപ്പിക്കുന്ന ഹൈവേ പദ്ധതി, മൻമോഹൻ സിംഗ് തുടർന്നു. ആരോഗ്യരംഗത്ത് മികച്ച സേവനങ്ങൾ സാധാരണ ജനങ്ങൾ ലഭ്യമാക്കാൻ നാഷണൽ റൂറൽ ഹെൽത്ത് മിഷൻ എന്നൊരു പദ്ധതിയും ഗ്രാമീണമേഖലകളിലുള്ള വിദ്യാലയങ്ങളിൽ ഉച്ചഭക്ഷണ പദ്ധതിയും ഈ സർക്കാർ ആരംഭിച്ചു,

2008 നവംബറിലുണ്ടായ മുംബൈ തീവ്രവാദി ആക്രമണത്തിനു ശേഷം ഇത്തരം കേസുകൾ കൈകാര്യം ചെയ്യാനായി നാഷണൽ ഇൻവസ്റ്റ്ഗേഷൻ ഏജൻസി എന്ന പ്രത്യേക അന്വേഷണ വിഭാഗത്തെ രൂപീകരിച്ചത് മൻമോഹൻ സർക്കാരാണ്.

ഇന്ത്യയിലെ പൗരന്മാർക്ക് ഒരു കേന്ദ്രീകൃത തിരിച്ചറിയൽ കാർഡുകൾ നൽകാനായി യൂണിക് ഐഡന്റിഫിക്കേഷൻ അഥോറിറ്റി ഓഫ് ഇന്ത്യ എന്ന സ്ഥാപനം രൂപവത്കരിച്ചു.

ഗ്രാമങ്ങളിലെ തൊഴിലില്ലായ്മയുടെ തോത് കുറക്കുവാൻ വേണ്ടി മൻമോഹൻ സിംഗ് സർക്കാരിന്റെ നേതൃത്വത്തിൽ നടപ്പിലാക്കിയ ഒരു നിയമമാണ് ദേശീയ ഗ്രാമീണ തൊഴിലുറപ്പ് പദ്ധതി. പദ്ധതിയിൽ രജിസ്റ്റർ ചെയ്തിട്ടുള്ള ഗ്രാമീണർക്ക് ഇത് പ്രകാരം വർഷത്തിൽ 100 ദിവസം ഉറപ്പായും തൊഴിൽ നൽകിയിരിക്കണമെന്ന നിയമം വന്നു. മൻമോഹൻ സിംഗ് സർക്കാരിന്റെ കാലത്ത് നടപ്പിലാക്കിയ മറ്റൊരു വിപ്ലവകരമായ നിയമനിർമ്മാണമായിരുന്നു വിവരാവകാശ നിയമം. ഇതുപ്രകാരം ഇന്ത്യയിലെ സർക്കാർ ഭരണനിർവ്വഹണം സംബന്ധിച്ച വിവരങ്ങൾ അറിയാൻ പൊതുജനങ്ങൾക്ക് അവകാശം നൽകപ്പെട്ടു.

തന്റെ മുൻഗാമികളായ പി. വി. നരസിംഹ റാവു, അടൽ ബിഹാരി വാജ്പേയി മുതലായവർ തുടങ്ങിവെച്ചതോ പിന്തുടർന്നു പോന്നതോ ആയ നയങ്ങൾ തന്നെയാണ് വിദേശ രാജ്യങ്ങളുമായി മൻമോഹൻ സിംഗും തുടർന്നത്. പാകിസ്താനുമായി ഉന്നതതല ചർച്ചകൾ പല വട്ടം നടത്തി. ഇരു രാജ്യത്തേയും മുതിർന്ന ഉദ്യോഗസ്ഥർ ഒരു സമവായത്തിനായി പല തവണ ചർച്ചകൾ നടത്തുകയുണ്ടായി. ഇന്ത്യാ ചൈനാ അതിർത്തിത്തർക്കങ്ങൾ ഒത്തു തീർപ്പിലെത്തിക്കാൻ സിംഗിന്റെ ഭരണകാലത്ത് പലവട്ടം ശ്രമങ്ങൾ നടന്നു. 2006 ൽ ചൈനീസ് പ്രസിഡന്റ് ഹു ജിന്റാവോ ഇന്ത്യ സന്ദർശിക്കുകയും, പിന്നീട് 2008 ജനുവരിയിൽ മൻമോഹൻ സിംഗ് ചൈന സന്ദർശിക്കുകയും ചെയ്തിരുന്നു. ചർച്ചകളുടേയും സന്ദർശനങ്ങളുടേയും ഫലമെന്നോണം നാല്പത്തിനാലോളം വർഷങ്ങളായി അടച്ചിട്ടിരുന്ന നാഥുല പാത വീണ്ടും വ്യാപാര ആവശ്യങ്ങൾക്കായി തുറന്നു.

അഫ്ഗാനിസ്ഥാനുമായി വളരെ നല്ല ബന്ധമാണ് മൻമോഹൻ സിങ് സർക്കാർ തുടർന്നുകൊണ്ടുപോയിരുന്നത്. അഫ്ഗാന് സഹായങ്ങൾ നല്കിയ രാജ്യങ്ങളുടെ പട്ടികയിൽ വളരെ മുമ്പിലാണ് ഇന്ത്യയുടെ സ്ഥാനം. 2008 ൽ അഫ്ഗാനിസ്ഥാൻ പ്രസിഡന്റ് ഹമീദ് കർസായി ഇന്ത്യ സന്ദർശിച്ച വേളയിൽ, മൻമോഹൻ സിങ് അഫ്ഗാനിസ്ഥാനു നൽകി വരുന്ന സഹായങ്ങളുടെ അളവ് വർദ്ധിപ്പിക്കുകയുണ്ടായി. ആതുരാലയങ്ങളും, സ്കൂളുകളും, അടിസ്ഥാന സൗകര്യവികസനത്തിനും ഒക്കെയായിരുന്നു ഈ സഹായധനങ്ങൾ മുഴുവൻ ചിലവിട്ടിരുന്നത്.

അമേരിക്കയും ഇന്ത്യയും തമ്മിലുള്ള നയതന്ത്രബന്ധം ഊഷ്മള മായി കൊണ്ടുപോകാൻ മൻമോഹൻ സിങ് സർക്കാർ ശ്രദ്ധിച്ചിട്ടുണ്ട്. 2005 ൽ ആണവകരാറുമായുള്ള ചർച്ചകൾക്കായി മൻമോഹൻ സിങ് അമേരിക്ക സന്ദർശിക്കുകയുണ്ടായി. ഇന്ത്യയിലെ ആണവ റിയാക്ടറുകൾ പരിശോധിക്കാൻ അന്താരാഷ്ട്ര ഏജൻസിയായ ഇന്റർനാഷണൽ ആറ്റോമിക് എനർജി ഏജൻസിയെ അനുവദിക്കാമെന്നുള്ള ഉറപ്പിൽ ഇന്ത്യക്ക് ആണവ ഇന്ധനവും, സാങ്കേതിക വിദ്യയും നൽകാമെന്ന് അമേരിക്ക സമ്മതിക്കുകയുണ്ടായി. രണ്ടുകൊല്ലത്തോളമെടുത്ത ചർച്ചകൾക്കും, പരിശോധനകൾക്കും ശേഷം 2008 ഒക്ടോബർ 10 ന് ഇന്ത്യയും അമേരിക്കയും തമ്മിൽ ഒരു ആണവകരാറിൽ ഒപ്പു വെച്ചു. ഈ സിവിൽ ന്യൂക്ലിയർ കരാറിൽ പ്രതിഷേധിച്ച് ഇടതുമുന്നണി പിന്തുണ പിൻവലിച്ചു.

2002 ലെ ഗുജറാത്ത് വംശീയ കലാപം സിനിമയേയും പലരീതിയിൽ സ്വാധീനിച്ചു. കൈ പോ ചെ (അഭിഷേക് കപൂർ 2001) ഗുജറാത്ത് ഭൂകമ്പത്തെയും ഗുജറാത്ത് കൂട്ടക്കൊലയേയും ഇതിവൃത്തമാക്കിയ ചിത്രമാണ്. മൂന്ന് വ്യത്യസ്തമതക്കാരായ ക്രിക്കറ്റ് കളിക്കാരുടെ കഥയിലൂടെയാണ് സിനിമ വർഗീയ കലാപത്തിന്റെ ഭീകരത പുറത്തുകൊണ്ടുവരുന്നത്.

ചന്ദ് ബുജ് ഗയ (ഷാറിക് മിന്‌ഡഹ/2005) എന്ന സിനിമയുടെ ഇതിവൃത്തത്തിൽ ഗുജറാത്ത് കലാപത്തിന്റെ ഭാഗമായി ഗോദ്റയിൽ വച്ച് സബർമതി എക്സ്പ്രസ് തീയിട്ട സംഭവം പരാമർശ വിധേയമാകുന്നുണ്ട്. എന്നാൽ ഇസ്‌ലാമിക തീവ്രവാദികളുടെ മുൻകയ്യിലാണ് ഇത് നടന്നതെന്ന സൂചനയാണ് സിനിമ നൽകുന്നത്.

രാഹുൽ ധോളാകിയ സംവിധാനം ചെയ്ത പാർസാനിയ (2007) 2002 ൽ ഗുജറാത്തിൽ നടന്ന വർഗീയ കലാപത്തിലെ പല സംഭവങ്ങളിലൊന്നായ ഗുൽബർഗ് സൊസൈറ്റി കൂട്ടക്കൊലയ്ക്ക് ശേഷം കാണാതായ പത്ത് വയസുള്ള പാർസി ആൺകുട്ടിയായ അസർ മോഡിയുടെ യഥാർത്ഥ കഥയാണ് (2002 ഫെബ്രുവരി 28നുണ്ടായ സംഭവത്തിൽ 69 പേർ കൊല്ലപ്പെട്ടു) ഫിറാക് എന്ന ചിത്രം (നന്ദിതാ ദാസ് / 2008) ഗുജറാത്ത് കലാപം ദൈനംദിന ജനങ്ങളുടെ ജീവിതത്തെ എങ്ങനെ ബാധിക്കുന്നുവെന്ന പരിശോധനയാണ്. ആ കലാപത്തിലെ യഥാർത്ഥ സംഭവങ്ങളെ അടിസ്ഥാനമാക്കിയുള്ളതാണീ സിനിമ.

വിലാപങ്ങൾക്കപ്പുറം (ടി. വി. ചന്ദ്രൻ/2009) ഗുജറാത്ത് കലാപത്തെ ആസ്പദമാക്കിയ മലയാള ചിത്രമാണ്. സാധാരണക്കാരായ സാഹിറയും (പ്രിയങ്ക നായർ) സഹോദരിയും പിതാവായ

യൂസഫ് അലിയോടൊപ്പം (എം. ആർ. ഗോപകുമാർ) ഗുജറാത്തിലെ നഗരമായ അഹമ്മദാബാദിൽ കഴിഞ്ഞുവരികെ പൊട്ടിപ്പുറപ്പെടുന്ന കലാപത്തിൽ സാഹിറ അക്രമികളാൽ ബലാത്സംഘത്തിനിരയാകുകയും കുടുംബാഗങ്ങൾ കൊല്ലപ്പെടുകയും ചെയ്യുന്നു. അവിടെ നിന്നും ഒരു ലോറിയുടെ പുറകിൽ കയറിരക്ഷപ്പെടുന്ന സാഹിറ പിതാവിന്റെ നഗരമായ കോഴിക്കോട് എത്തിപ്പെടുന്നതിലൂടെ ഗുജറാത്ത് കലാപം വിചാരണ ചെയ്യപ്പെടുകയാണ് ചിത്രത്തിൽ.

ഇക്കാലയളവിലും ഇന്ത്യൻ സിനിമകളിൽ കീഴാള ആവിഷ്കാരങ്ങൾ വളരെക്കുറവായിരുന്നെന്നു കാണാം. 2001 ൽ പുറത്തിറങ്ങിയ 'ലഗാൻ സിനിമയിൽ ഗ്രാമത്തിനു വെളിയിൽ താമസിക്കുന്ന കച്ചട എന്ന കീഴാളൻ ക്രിക്കറ്റ് ടീമിൽ ഉൾപ്പെടുത്തപ്പെടുന്നതും അതിന്റെ ഭവിഷത്തുകളും അവതരിപ്പിക്കുന്നു. അദ്ദേഹത്തിന്റെ തന്നെ സ്വദേശ് '(2004) ആകട്ടെ', നാസ' യിലെ ഗവേഷകനായ മോഹൻ ഭാർഗവിന്റെ ഗ്രാമത്തിലേക്കുള്ള വരവും ജാതീയതയുടെ പ്രശ്നങ്ങളും ചിത്രീകരിക്കുന്നു. ഈശ്വർ നിവാസിന്റെ 2003 ലെ 'ദം' എന്ന ഹിന്ദി സിനിമ ആവിഷ്കരിക്കുന്നത് പോലീസ് ഓഫീസറാകാൻ ശ്രമിക്കുന്ന ഒരു കീഴാള യുവാവിന്റെ കഥയാണ്.

തമിഴിലും ചില ശ്രമങ്ങളുണ്ടായി. എന്നാൽ സുബ്രഹ്മണ്യപുരം, പരുത്തിവീരൻ, വെയിൽ, കാതൽ, വെണ്ണിലാ, കബഡിക്കുഴു പോലുള്ള ഗ്രാമീണ ഓഫ് ബീറ്റ് സിനിമകൾ ചർച്ച ചെയ്തത് പഴയ പ്രമേയം തന്നെയാണ്. നൂറ്റാണ്ടുകളായി നിലനിൽക്കുന്ന ജാതീയ വൈജാത്യങ്ങളെ രാഷ്ട്രീയ വിവക്ഷകളാക്കുന്നതിന് പകരം കൊല്ലലും കൊല്ലപ്പെടലുമാണ് ആവിഷ്കരിക്കപ്പെട്ടത്. ഇത് മുൻകാലങ്ങളിൽ ഫ്യൂഡൽ ജന്മികളാൽ കൊല്ലപ്പെട്ട കീഴാളരുടെ പുനരാവിഷ്കാരമാണെന്നും ആ പഴയ കൊലകളെ പുതിയ സൈക്കോളജിക്കൽ രീതിയിൽ അവതരിപ്പിക്കുകയാണെന്നും എന്ന തരത്തിലുള്ള വിശകലനങ്ങൾ ഈ സിനിമകളെ സംബന്ധിച്ചുണ്ടായിട്ടുണ്ട്.

മലയാളത്തിൽ, തൊണ്ണൂറുകളുടെ തുടർച്ചയെന്നവണ്ണം ആണധികാര, മാടമ്പി, നാട്ടുവാഴിത്ത സിനിമകൾ കുറച്ചുകാലംകൂടി അടക്കിവാണു. ഈ കാലഘട്ടത്തിൽ മലയാള സിനിമയുടെ വിജയം തീരുമാനിച്ചത് കുറച്ച് മുൻനിര അഭിനേതാക്കളും ആരാധകരുമാണെന്ന് പറയാം. ലോക സിനിമകളുടെ ചരിത്രത്തിൽ നടന്റെ വിപണിമൂല്യത്തെ കാസ്റ്റിംഗ് ആശ്രയിക്കാറുണ്ട്. പക്ഷേ, ഇവിടെയുള്ള വ്യത്യാസം സിനിമയുടെ മുഴുവൻ കാര്യങ്ങളും പ്രധാന നായകരെ ആശ്രയിച്ചാണെന്നതാണ്. (ന്യൂ ജനറേഷൻ സിനിമയുടെ വരവ് ഈ സ്റ്റീരിയോടൈപ്പിക്കൽ കാസ്റ്റിംഗ് സംവിധാനം അവസാനിപ്പിച്ചു.)

പ്രത്യക്ഷപരമായും പ്രമേയപരമായും ആവിഷ്കരിക്കപ്പെട്ട ഇത്തരം പുരുഷാവതാരങ്ങൾ സംവരണവിരുദ്ധതയും സവർണ്ണ തത്വശാസ്ത്രവും ആവോളം പ്രചരിപ്പിച്ചു. നരസിംഹം(2000) വല്യേട്ടൻ(2000) രാവണപ്രഭു(2001) താണ്ഡവം(2002) നാട്ടുരാജാവ്(2004) തുടങ്ങിയവയെല്ലാംതന്നെ ഇത്തരത്തിൽ മെനഞ്ഞെടുക്കപ്പെട്ടവയാണ്. ഇത്തരം വല്യേട്ടത്തമ്പുരാക്കന്മാരുടെ നേരിട്ടുള്ള വിളയാട്ട സിനിമകളിൽ മാത്രമല്ല, അല്ലാതുള്ളവയിലും ഇത്തരം ജാതീയവിചാരങ്ങൾ കടന്നുവന്നതായി കാണാം.

രഞ്ജൻ പ്രമോദിന്റെ ഫോട്ടോഗ്രാഫർ (2006) കേരളത്തിലെ ആദിവാസി ഭൂസമരത്തിന്റെ രാഷ്ട്രീയനീതിയോട് അനുഭാവം പുലർത്തുമ്പോൾ തന്നെ വരേണ്യതയുടെ പ്രതിലോമ രാഷ്ട്രീയ ത്തെ ഉള്ളടക്കത്തിൽ വഹിക്കുന്നത് കാണാം. ഹരിഹരൻ സംവിധാനം ചെയ്ത മയൂഖം(2006) മറ്റൊരുദാഹരണമാണ്. സംവരണ വിരുദ്ധതയും ബ്രാഹ്മണ്യ പുനരുദ്ധാനവുമായിരുന്ന അതിലെ അടിസ്ഥാന പ്രമേയം. ഋതു(/2009) നാഗരിക – ഹൈടെക്പശ്ചാത്തലത്തിൽ പ്രതിലോമകരമാം വണ്ണം ജാതിബോധത്തെ പുനരായനിക്കുന്ന സിനിമയായിരുന്നു. സവർണ്ണ പുരുഷനെ സമ്പദ് കേന്ദ്രിത സാമൂഹിക വ്യവസ്ഥിതിയുടെ കേന്ദ്രത്തിൽ നിർത്തുന്ന മാടമ്പി (ബി. ഉണ്ണികൃഷ്ണൻ/2008) ജാതിമേൽക്കോയ്മയെ പ്രാദേശിക ബാങ്കിംഗുമായി ബന്ധിപ്പിക്കുകയാണ്.

മലയാളസിനിമ ഇങ്ങനെ സവർണ്ണ/പുരുഷകേന്ദ്രീകൃത പ്രമേയങ്ങളിലൂടെ കടന്നുപോയ ഈ കാലഘട്ടത്തിൽ മറുഭാഗത്ത് തീയറ്ററുകളിൽ ആളെ നിറച്ചത് ലൈംഗിക (പ്രത്യേകിച്ച് ഷക്കീല) സിനിമകളായിരുന്നു. 2000ത്തിൽ റിലീസ് ചെയ്ത കിന്നാരത്തുമ്പികൾ (ആർ. ജെ പ്രസാദ്) എന്ന സിനിമയോടെയാണ് ഇതാരംഭിക്കുന്നത്. കൗമാരക്കാരനും, യുവതിയും തമ്മിലുള്ള പ്രണയ – ലൈംഗികത വിജയക്കൊടിപാറിച്ചു. കിന്നാരത്തുമ്പി നൂറു ദിവസത്തിലേറെ തകർത്തോടി. ഈ സിനിമയുടെ അഭൂതപൂർവ്വമായവിജയം ഇതേ മട്ടിലുള്ള അനേകം സിനിമകൾക്ക് ജന്മമേകി. (ഡ്രൈവിംഗ് സ്കൂൾ, എണ്ണത്തോണി, ലേഡീസ് ഹോസ്റ്റൽ, കല്ലുവാതിക്കൽ കത്രീന, രാസലീല എന്നിങ്ങനെ ആ പട്ടിക നീളുന്നു.) യഥാർത്ഥത്തിൽ മലയാളത്തിലെ ആദ്യ ലേഡിസൂപ്പർസ്റ്റാർ ഷക്കീലയാണ്. കേരളീയ പൊതുസമൂഹത്തിന്റെ ലൈംഗിക സദാചാരകാപട്യത്തെ തുറന്നു കാട്ടുകയായിരുന്നു ഇത്തരം സിനിമകൾ. രണ്ടായിരത്തി മൂന്ന് വരെ നിലനിന്ന ഈ ചലച്ചിത്ര തരംഗം പതിയെ കെട്ടടങ്ങുകയായിരുന്നു.

ചിതറി പോകുന്ന സംവേദനങ്ങൾ: ചിതറിയവർ, ലാൽജി ജോർജ് (2004)

കീഴാള യുവജനങ്ങളുടെ ജീവിതത്തെക്കുറിച്ചും സംവരണ സംവിധാന വിതരണത്തെക്കുറിച്ചും പറയുന്ന സിനിമയാണ് ചിതറിയവർ. പറയസമുദായത്തിലെ മാപതിയായ കുമാരന്റെ (മുണ്ടൂർ കൃഷ്ണൻകുട്ടി) മകൻ വിശ്വനാഥനിലൂടെയാണ്(ശ്രീനിവാസൻ) സിനിമ മുന്നേറുന്നത്. വിശ്വനാഥന് രണ്ട് സഹോദരിമാരുമുണ്ട്. ഉയർന്ന വിദ്യാഭ്യാസമുള്ള വിശ്വനാഥൻ പാരലൽ കോളേജ് അധ്യാപകനാണ്. സർക്കാർ ഉദ്യോഗത്തിന് സംവരണം ഉണ്ടായിട്ടും അത് ഉപയോഗിക്കാൻ തയ്യാറാവാതെ ജനറൽ സീറ്റിൽ ജോലി കിട്ടുമോ എന്ന് അന്വേഷിക്കുകയാണ് വിശ്വനാഥൻ. എന്നാൽ അത് അയാൾക്ക് ഒരിക്കലും സാധ്യമാകുന്നില്ല.

ഒടുവിൽ കോളേജുകളിലെ ലാബിലേക്ക് തവളയേയും പാറ്റയേയുമൊക്കെ പിടിച്ച് കൊടുക്കുന്ന തൊഴിൽ അയാൾ സ്വയം സ്വീകരിക്കുന്നു. പകൽ പാരലൽ കോളേജും രാത്രി തവള പിടുത്തവു മായി, സഹപ്രവർത്തകരാൽ പരിഹാസ്യനായി അയാൾ ജീവിക്കുന്നു. സഹപ്രവർത്തകനായ ഒരധ്യാപകൻ തവളകളേയും മറ്റും മുറിക്കാതെതന്നെ ആന്തരിക അവയവങ്ങളെ കുറിച്ച് കമ്പ്യൂട്ടർ വഴി പഠനം നടത്താം എന്ന് കണ്ടെത്തുന്നതോടെ വിശ്വനാഥന്റെ ആ ജോലിയും നിലക്കുന്നു.

നാട്ടിൻപുറത്തെ ഉത്സവ വേദിയിൽ തന്റേതായ കാഴ്ചപ്പാടിലൂടെ ഏകലവ്യൻ നാടകം അവതരിപ്പിക്കുവാൻ ശ്രമിക്കുന്ന വിശ്വനാഥൻ മർദ്ദനത്തിന് ഇരയാക്കപ്പെടുന്നുണ്ട്. അച്ഛന്റെ തൊഴിൽ അംഗീകരിക്കാൻ തയ്യാറാകാത്ത വിശ്വനാഥൻ അദ്ദേഹത്തെ തള്ളിപ്പറയുന്ന ഘട്ടത്തിൽ അച്ഛൻ കുടുംബം വിട്ട് പോവുകയും വിശ്വനാഥൻ ഒറ്റപ്പെടുകയും ചെയ്യുന്നു. ഒടുവിൽ അച്ഛന്റെ മാപതി സ്ഥാനം സ്വയം ഏറ്റെടുക്കുന്ന വിശ്വനാഥനിൽ സിനിമ അവസാനിക്കുകയാണ്.

കീഴാള സ്വത്വബോധത്തിനായുള്ള സിനിമ, സത്യത്തിൽ കീഴാള വിരുദ്ധമാവുകയാണ് ചെയ്യുന്നത്. കീഴാളത സാധ്യതകളെ ഉപയോഗപ്പെടുത്തുന്നില്ല എന്നു മാത്രമല്ല തനിമയാണ് നിലനിർത്തേണ്ടത് എന്നുള്ള മേലാളതയുടെ കീഴാള കാഴ്ചപ്പാടിനെ അവതരിപ്പിക്കുക കൂടിയാണ് ഈ സിനിമ. നായകനായ വിശ്വനാഥന്റെ വിദ്യാഭ്യാസത്തെ ഉയർത്തിക്കാട്ടുന്ന സിനിമ, അയാളുടെ സഹോദരിമാരുടെ വിദ്യാഭ്യാസത്തെയും ജീവിത പരിസരത്തെയും കുറിച്ച് നിശബ്ദത പാലിക്കുന്നു. വിശ്വനാഥന്റെ കാമുകി ഒടുവിൽ അയാളെ തിരസ്കരിച്ച്

മറ്റൊരാളെ സ്വീകരിക്കുന്നതിനും സിനിമ കണ്ടെത്തുന്ന ന്യായം ഉയർന്ന സാമ്പത്തിക ശേഷിയാണ് സാമൂഹിക സ്ഥാനം നിർണ്ണയിക്കുന്നത് എന്ന തികച്ചും ദുർബലമായ വാദമാണ്. എം. കെ ഹരികുമാറിന്റെ കഥക്ക് പ്രസിദ്ധ എഴുത്തുകാരൻ ഇന്ദുഗോപൻ തിരക്കഥയാക്കിയിട്ടും കെ. ജി ജയൻ ചായാഗ്രഹണവും കെ. രാജഗോപാൽ എഡിറ്റിങ്ങും ജോൺസൺ സംഗീതവും കുരീപ്പുഴ ശ്രീകുമാർ കവിത രചിച്ചിട്ടുംഅവതരണത്തിലോ, സാങ്കേതികതയിലോ, ദൃശ്യസൗന്ദര്യത്തിലോ യാതൊരു മികവും പുലർത്താത്ത ഈ സിനിമ ഒരു വികൃത സ്വരൂപമായിട്ടാണ് അനുഭവപ്പെടുന്നത്.

●

നവധാരയുടെ വിസ്ഫോടനങ്ങൾ (2010-19)

ഇടതുപക്ഷത്തിന്റെ പിന്തുണയോടെ ജനകീയനയങ്ങൾ ആവിഷ്കരിച്ച് നിലനിന്ന ഒന്നാം യു. പി. എ. സർക്കാരിന്റെ പ്രവർത്തനങ്ങൾ2009 ൽ നടന്ന തിരഞ്ഞെടുപ്പിൽ കോൺഗ്രസ്സിന് വലിയ ഭൂരിപക്ഷം നേടിക്കൊടുത്തുകൊണ്ട് അധികാരത്തിൽ വരാൻ അവസരം നൽകി. മൻമോഹൻ സിംഗ് രണ്ടാമതും പ്രധാനമന്ത്രിയായി. എന്നാൽ ഈ രണ്ടാമത്തെ സർക്കാർ നിരവധി അഴിമതി ആരോപണങ്ങൾ നേരിട്ടു. 2010 കോമൺവെൽത്ത് ഗെയിംസ്, 2 ജി സ്പെക്ട്രം അലോക്കേഷൻ കേസ്, കൽക്കരി ബ്ലോക്കുകൾ അനുവദിക്കൽ എന്നിവയിൽ വൻ അഴിമതി ആരോപണങ്ങളാണുണ്ടായത്. എന്നാൽ ഇതിനെതിരെ പ്രവർത്തിക്കാനോ ആരോപണങ്ങൾ അടിസ്ഥാന രഹിതമെന്ന് തെളിയിക്കാനോ അദ്ദേഹത്തിനായില്ല. ഒരു നിസ്സഹായനായ പ്രധാനമന്ത്രി എന്ന ഇമേജാണ് അദ്ദേഹം സൃഷ്ട്ടിച്ചത്. അതുകൊണ്ടു തന്നെ അടുത്ത പൊതുതിരഞ്ഞെടുപ്പിൽ കോൺഗ്രസ്സിന് ഭരിക്കാനായില്ല. ഒന്നാം യു. പി. എ കാലത്ത് അതിശക്തമായ സ്വാധീനം ചെലുത്താനായിരുന്ന ഇടതുപക്ഷ കക്ഷികളും ഏറെ വൈകാതെ ദുർബ്ബലപ്പെടുന്നതാണ് കണ്ടത്. ഇത് ഹൈന്ദവ രാഷ്ട്രീയത്തിന് മുന്നേറാൻ അവസരമുണ്ടാക്കി.

2009 ൽ സാമ്പത്തിക മാന്ദ്യമുണ്ടായിട്ടും ഇന്ത്യ 3000 ൽ അധികം ചിത്രങ്ങൾ നിർമ്മിച്ചു (1315 ലധികം ഫീച്ചർ ഫിലിമുകൾ). ഇന്ത്യൻ സിനിമകൾ ആഭ്യന്തരമായി മാത്രമല്ല, ലോകമെമ്പാടുമുള്ള നൂറിലധികം രാജ്യങ്ങളിൽ ഒരു വിപണി കണ്ടെത്തി.

ഇക്കാലയളവിൽ ഹിന്ദി സിനിമയും മറാത്തി, തമിഴ് അടക്കമുള്ള ഇതര ഇന്ത്യൻ പ്രാദേശിക ഭാഷാ സിനിമകളും വമ്പിച്ച മാറ്റങ്ങൾക്ക് വിധേയമായിട്ടുണ്ട്. മുൻ കാലങ്ങളിൽ ഇല്ലാത്തവിധം സിനിമാരംഗ ത്തുണ്ടായ മാറ്റങ്ങൾ അതിന്റെ പ്രമേയ സ്വീകരണത്തിലും മാറ്റങ്ങൾ വരുത്തി. അതുവരെ സവർണ്ണ/നഗര/ മധ്യവർഗ ജീവിതം ആവി ഷ്ക്കരിച്ചിരുന്ന സിനിമകൾ ഇന്ത്യൻ സാമൂഹിക സാഹചര്യങ്ങളെ പ്രമേയവൽക്കരിക്കാൻ ശ്രമിച്ചു. അതിന്റെ ഭാഗമായി കീഴാള സമൂഹ ത്തിന്റെ പരിച്ഛേദങ്ങൾ സിനിമയിലേക്ക് കടന്നു വന്നു.

സോൾ ഓഫ് സാൻഡ് (ഹിന്ദി -2010സിദ്ധാർത്ഥ് ശ്രീനിവാസൻ) ജാതിവ്യവസ്ഥ, ഭ്രരാഷ്ട്രീയം, ഫ്യൂഡലിസം, നഗരവൽക്കരണം തുടങ്ങിയ വിഷയങ്ങൾ കൈകാര്യം ചെയ്യുന്നു. അരക്ഷൻ (2011/ സംവിധാനം പ്രകാശ്) എന്ന ഹിന്ദി സിനിമ ഇന്ത്യൻ സർക്കാർ ജോലികളിലും വിദ്യാഭ്യാസ സ്ഥാപനങ്ങളിലും ജാതി അടിസ്ഥാന മാക്കിയുള്ള സംവരണത്തിന്റെ സാമൂഹിക-രാഷ്ട്രീയം കെകൊര്യം ചെയ്യുന്നു. സംവരണം ഇല്ലാത്ത മേൽജാതിക്കാർ നേരിടുന്ന പ്രശ്ന ങ്ങൾ ആവിഷ്കരിക്കുന്ന സിനിമ ഇന്ത്യൻ കീഴാള പ്രശ്നങ്ങളെ തെറ്റായി വ്യാഖ്യാനിക്കുകയാണുണ്ടായത്.

നാഗരാജ് മഞ്ജുലെ സംവിധാനം ചെയ്ത മറാത്തി ചിത്രമാ/ ഫാൻഡ്രി (2013) ജാതി വിവേചനത്തിനിടയിൽ പൊലിഞ്ഞുപോ കുന്ന 13 വയസുള്ള ആൺകുട്ടിയുടെ ജീവിതം ചിത്രീകരിക്കുന്നു. 2016 ലെ ഹിന്ദി ചിത്രമായ ചൗരംഗ (ബിക്കാസ് രഞ്ജൻ മിശ്ര) പീഡനം മൂലം സ്വന്തം ഗ്രാമം തന്നെ വിട്ടുപോകേണ്ടിവരുന്ന ഒരു കിഴാള കുടുംബത്തെ അവതരിപ്പിക്കുകയാണ്.

ശശാങ്ക് ഖൈതാൻ തിരക്കഥയെഴുതി സംവിധാനം ചെയ്ത ധഡക് (2018) ഒരു മധ്യവർഗ കുടുംബത്തിൽ നിന്നുള്ള കോളേജ് വിദ്യാർ ത്ഥിനിയും കീഴാളനായ കാമുകനും തമ്മിലുള്ള ബന്ധത്തിലൂടെ ജാതീയതയെ പ്രശ്നവൽക്കരിക്കുന്നുണ്ട്.

ഇന്ത്യയിലെ സംവരണ വിഷയം കൈകാര്യം ചെയ്യുകയാണ് പ്രേം രാജ് സംവിധാനം ചെയ്ത തെലുങ്ക് ചിത്രമായ ശരണം ഗച്ചാമി (2017) 2എന്നാൽ ഇന്ത്യൻ സെൻട്രൽ ബോർഡ് ഓഫ് ഫിലിം സർട്ടിഫിക്കേഷൻ സിനിമയ്ക്ക് സർട്ടിഫിക്കേഷൻ നിഷേധിച്ചു, തമിഴ് ചിത്രമായ മനസംഗട (2017/അംഷൻ കുമാർ) സമകാലീന ഇന്ത്യ യിൽ മനുഷ്യാവകാശ ലംഘനങ്ങൾക്കെതിരെ ഉയർന്ന കീഴാള പോരാട്ടങ്ങളുടെ യഥാർത്ഥ സംഭവത്തെ അടിസ്ഥാനമാക്കിയുള്ള ചിത്രമാണ്. ' കൊളപ്പന്റെ പിതാവ് മരിക്കുമ്പോൾ, പിതാവിന്റെ മൃതദേഹം പൊതുവഴിയിലൂടെ കൊണ്ടുപോകാൻ അനുവദിക്കുന്നില്ല,

കൊളപ്പൻ പ്രതിഷേധിക്കുകയും ആ ഗ്രാമം അയാൾക്കൊപ്പം നിൽക്കുകയും ചെയ്ത യഥാർത്ഥ സംഭവമാണീ സിനിമ.

മാരി സെൽവരാജ് സംവിധാനം ചെയ്ത പരിയേരും പെരുമാൾ (2018) തമിഴകത്തെ ജാതീയ അസമത്വത്തെ വിഷയമാക്കി ഇന്ത്യയിൽ നിലവിൽ ഉള്ള ജാതീയതക്കുറിച്ച് പറയുന്നു. കാലങ്ങൾക്കിപ്പുറം സകലതിനും മാറ്റം വന്നിട്ടും മാറാത്ത ജാതി വിവേചനത്തേയും അത് എത്രത്തോളം ശക്തമാണെന്നതിന്റേയും പ്രതിഫലനമാണീ സിനിമ. ആർട്ടിക്കിൾ 15 (2019/അനുഭവ് സിൻഹ) എന്ന ഹിന്ദി സിനിമ, മതം, വംശം, ജാതി, ലിംഗഭേദം, ജനനസ്ഥലം എന്നിവയുടെ അടിസ്ഥാനത്തിൽ വിവേചനം തടയുന്ന ഇന്ത്യൻ ഭരണഘടനയുടെ ആർട്ടിക്കിൾ 15 ആണ് കൈകാര്യം ചെയ്യുന്നത്. ഒരു നിർദ്ദിഷ്ട സംഭവത്തെ അടിസ്ഥാനമാക്കിയിട്ടില്ലെങ്കിലും, ഇന്ത്യൻ കീഴാള ജീവിതത്തിന്റെ യഥാർത്ഥ സംഭവങ്ങൾ ഈ സിനിമ അവതരിപ്പിക്കുന്നുണ്ട്.

ജാതിയുടെ പ്രശ്നങ്ങൾ അല്ലെങ്കിൽ പോലും ഒരു രാഷ്ട്രീയപോരാട്ട സിനിമ എന്ന നിലയിൽ ഇതിനിടയിൽ പുറത്തിറങ്ങിയ പ്രധാനമന്ത്രി മൻമോഹൻ സിങ്ങിനെക്കുറിച്ചുള്ള ദി ആക്സിഡന്റൽ പ്രൈംമിനിസ്റ്റർ (2019) എന്ന സിനിമയെയും പരാമർശിക്കേണ്ടതുണ്ട്. മന്മോഹൻ സിങ്ങിന്റെ മാധ്യമ ഉപദേഷ്ടകനായ സഞ്ജയ് ബാരു എഴുതിയ ദി ആക്സിഡന്റൽ പ്രൈംമിനിസ്റ്റർ, ദി മേക്കിങ് ആന്റ് അൺമേക്കിങ് ഓഫ് മന്മോഹൻ സിങ്' എന്ന പുസ്തകത്തെ അടിസ്ഥാനമാക്കിയാണ് സിനിമയൊരുങ്ങിയത്. കോൺഗ്രസിന് നേരെ ബി. ജെ. പിക്ക് പ്രയോഗിക്കാൻ പറ്റിയ ഒളിയമ്പായിരുന്നു ഈ ചിത്രം. ചിത്രത്തെ എതിർക്കാൻ പോലും കോൺഗ്രസിന് കഴിയുമായിരുന്നില്ല. എന്നാലും ചിത്രത്തെ കനത്ത ഭാഷയിൽ വിമർശിച്ച് മുൻ ദേശീയ സുരക്ഷാ ഉപദേഷ്ടാവ് എം. കെ. നാരായണൻ രംഗത്തെത്തിയിരുന്നു. പക്ഷേ ബോക്സോഫീസില് വലിയ ചലനമുണ്ടാക്കാൻ ചിത്രത്തിനായി.

2010-ന്റെ തുടക്കത്തിൽ മലയാള സിനിമയിൽ വികസിച്ചുവന്ന പുതിയ ഭാവുകത്വപരിണാമങ്ങളേയും അവതരണങ്ങളേയുമാണ് ന്യൂ ജനറേഷൻ സിനിമ എന്നു വ്യവഹരിക്കുന്നത്. നവീനവും അസാധാരണവുമായ തീമുകളും പുതിയ ആഖ്യാന രീതികളും. പരമ്പരാഗത സിനിമകളിൽ നിന്ന് പുതിയ തരംഗചിത്രങ്ങളെ വ്യത്യാസപ്പെടുത്തി. സൂപ്പർസ്റ്റാറുകളുടെ അഭാവം, നഗരകേന്ദ്രീകൃത സ്വഭാവം, വ്യത്യസ്ത പ്രമേയങ്ങൾ തുടങ്ങിയവയെല്ലാം ന്യൂ ജനറേഷൻ സിനിമയുടെ പ്രത്യേകതകളായി. സുന്ദരനും സൽഗുണനും, അജയ്യനുമായ നായകർ

അപ്രത്യക്ഷരായി. മലയാളസിനിമയുടെ നാളിതുവരെയുള്ള ചരിത്ര ത്തിലെ ഏറ്റവും വലിയ വിപ്ലവമെന്ന് വേണമെങ്കിൽ ന്യൂ ജനറേഷൻ സിനിമകളെപ്പറ്റി പറയാം.

പുതിയ തരംഗസിനിമകൾ യുവാക്കൾക്ക് മാത്രം ആസ്വാദ്യമാകു ന്ന ഒന്നാണെന്ന ഒരു വിമർശനവും ഉണ്ടായിട്ടുണ്ട്, മൾട്ടിപ്ലക്സ് വിപ്ലവം എന്ന് അവരതിനെ വിശേഷിപ്പിക്കുകയും ചെയ്തു. സാംസ്കാരിക മേഖലയിലെ ഒരുല്പന്നമെന്ന നിലയിൽ കൂടുതൽ മതനിരപേക്ഷവും ജനാധിപത്യവുമായ ഉള്ളടക്കമാണ് ഈ സിനിമകൾക്കുള്ളതെന്നു പറയാം. സാഹിത്യത്തിലെ ആധുനികതയും അത്യന്താധുനികത യുമൊക്കെ യുവത്വം എങ്ങനെയാണോ സ്വീകരിച്ചത് അതുപോലെ ന്യൂജൻ സിനിമകളും സ്വാഗതം ചെയ്യപ്പെട്ടു.

ഈ മാറ്റത്തിന് കളമൊരുക്കാൻ നിരവധി ഘടകങ്ങൾ സഹായിച്ചു. പരമ്പരാഗത നായികാനായകന്മാരെവച്ച് ഒരുക്കുന്ന കഥകളുടെ ആവർത്തനത്തിന്റെ മടുപ്പായിരുന്നു ഏറ്റവും പ്രധാനം. സൂപ്പർതാരങ്ങളുടെ സ്ഥാനത്ത് സാധാരണക്കാർ വന്നത് പ്രേക്ഷ കനെ വല്ലാതെ ആശ്വാസംകൊള്ളിച്ചു. ന്യൂജനറേഷൻ സിനിമകൾ, വിഷയങ്ങളിൽ പുതിയ പാതകൾ തേടി. കോമഡി പറയാൻ മാത്രമായി വരുന്ന കൊമേഡിയൻസിന്റെ പ്രാധാന്യം കുറഞ്ഞ് നർമ്മം കഥയുടെ ഭാഗമായി മാറി.

വിവര സാങ്കേതിക വിപ്ലവവും മെട്രോനഗരവത്ക്കരണവും മലയാളീ സമൂഹത്തെ കൂടുതൽ നവീകരിക്കുന്നതിൽ ഏറെ പങ്കു വഹിച്ചു. 1990 കളുടെ മധ്യത്തോടെ വിവരസാങ്കേതിക രംഗത്ത് വലിയ വികാസമുണ്ടായി. ഈ രംഗത്ത് പരിജ്ഞാനമുള്ള വിദഗ്ധ രുടെ ആവശ്യകതയേറിവന്നെങ്കിലും അവരെ വാർത്തെടുക്കാനുള്ള സാങ്കേതിക വിദ്യാഭ്യാസ സ്ഥാപനങ്ങൾ കേരളത്തിൽകുറവായിരു ന്നു. സാങ്കേതിക വിദ്യാഭ്യാസ മേഖലയിലെ സ്വകാര്യവത്ക്കരണവും ആഗോളവത്ക്കരണം വഴിയുണ്ടായ വിദേശ മൂലധനത്തിന്റെ കുത്തൊ ഴുക്കും ഐ. ടി. മേഖലയെ ദ്രുതഗതിയിലുള്ള മാറ്റത്തിന് വിധേയമാ ക്കി. ഇത് മികച്ച ഒരു തൊഴിൽ വിഭാഗത്തെ രൂപീകരിക്കുന്നതിൽ ഗണ്യമായ പങ്കു വഹിച്ചു. കൂടാതെ സ്കൂളുകളിൽ നടപ്പിലാക്കിയ ഐ. ടി. പദ്ധതികളും ഏറെ സഹായകമായി. ഇതെല്ലാംചേർന്ന് മുൻതല മുറയുടെ ചിന്താമണ്ഡലങ്ങളിൽ നിന്ന് തികച്ചും ഭിന്നമായ തലമുറയെ സൃഷ്ടിച്ചു. ഇവരാണ് ഫിലിം സൊസൈറ്റികൾക്കും ചലച്ചിത്ര മേളക ൾക്കും സാധ്യമാകാതിരുന്ന ഡിജിറ്റൽ വിപ്ലവത്തിലൂടെ നവ സിനിമ സാധ്യമാക്കിയത്.

നരഗങ്ങളും അർദ്ധനഗരങ്ങളും കേന്ദ്രീകരിച്ച് വളർന്നുവന്ന നവസിനിമ ആ പരിസരം വിട്ട് കൂടുതൽ ജീവിതഗന്ധിയായി. മലയാളിയുടെ ആസ്വാദനത്തെ പരിഹസിക്കുന്ന വാണിജ്യചിത്രങ്ങളും ആസ്വാദനത്തെ അപനിർമ്മിക്കുന്ന സമാന്തരസിനിമകളും ഒരേപോലെ മാറ്റിനിർത്തിക്കൊണ്ടാണ് നവസിനിമ കടന്നുവന്നത്. പുറംകാഴ്ചകളുടേയും വൈകാരികതകളുടേയും വിരസതയിൽ നിന്ന് ആസ്വാദകരെ മോചിപ്പിക്കാൻ നവ സിനിമയ്ക്കായി. പിന്തിരിപ്പനും സ്ത്രീവിരുദ്ധവും വംശീയ വിരുദ്ധവുമായ ഉള്ളടക്കവുമായി മലയാള സിനിമ അരങ്ങുവാണിടത്താണ് അവയെല്ലാം തിരുത്തിക്കൊണ്ട് നവസിനിമകൾ ഉണ്ടായത്. പ്രസംഗവും സൈദ്ധാന്തിക വിശകലനങ്ങളും മുദ്രാവാക്യവുമില്ലാതെ കനപ്പെട്ട രാഷ്ട്രീയം ഈ സിനിമകൾ സംസാരിച്ചു. ട്രാഫിക്, സോൾട്ട് ആൻഡ് പെപ്പർ, ചാപ്പാക്കുരിശ്, അന്നയും റസൂലും, ഈ അടുത്ത കാലത്ത്, ആമേൻ തുടങ്ങി മലയാളിയുടെ ആസ്വാദനത്തെ മാറ്റങ്ങളിലേക്ക് നയിക്കുകയായിരുന്നു ഒരു പറ്റം സംവിധായകർ. വരിക്കാശേരി മനയിൽ നിന്നും വള്ളുവനാടൻ പേച്ചിൽ നിന്നും സാധാരണ ജീവിതത്തിലേക്ക് നവസിനിമ കടന്നുചെന്നു. അയഥാർത്ഥ ജീവിത പരിസരങ്ങളിൽ നിന്ന് യാഥാർത്ഥ്യങ്ങളിലേക്കുള്ള പരിവർത്തനമായിരുന്നു അത്.

2011 ൽ പുറത്തിറങ്ങിയ മാധവ് രാംദാസിന്റെ മേൽവിലാസം 1970 കളിൽ ഇന്ത്യൻ സേനാ വിഭാഗത്തിൽ നടന്ന ഒരു കോർട്ട് മാർഷൽ കഥയെ ആധാരമാക്കി സ്വദേശ് ദീപക് എഴുതിയ കോർട്ട് മാർഷൽ എന്ന നാടകത്തെ ആസ്പദമാക്കിയുള്ളതാണ്. ജാതീയത ഉയർന്ന ഉദ്യോഗസ്ഥതലങ്ങളിൽ പോലും എങ്ങിനെയെന്ന് ചിത്രം വ്യക്തമാക്കുന്നു. ഒരൊറ്റ കോർട്ട് മാർഷൽ രംഗത്തിൽ പ്രേക്ഷകരെ രണ്ടു മണിക്കൂർ സമയം പിടിച്ചിരുത്തുന്ന സിനിമ, മുഖ്യധാരാ സിനിമയിലും സമൂഹത്തിലും ഒരു പ്രശ്നം എന്ന നിലയിൽ പലപ്പോഴും നിസ്സാരവൽക്കരിക്കപ്പെടുന്ന ജാതീയതയെ ആവിഷ്കരിക്കുന്നു.

ആയുധസംഭരണിയായി പ്രാദേശിക ഇടങ്ങളെ മാറ്റുന്നതിനെതിരെയുള്ള ചെറുത്തു നിൽപ്പാണ് സുദേവന്റെ ക്രൈം നമ്പർ 89 (2013) എന്ന ചിത്രം കാഴ്ച വച്ചത്. മത-സാമുദായായിക ധ്രുവീകരണത്തിന്റെ ഈ കാലത്താണ് തൊണ്ടിമുതലും ദൃക്സാക്ഷിയും (2017) പുരോഗമന ജീവിതവും മിശ്രവിവാഹവും എത്രമാത്രം സാഹസികമാണെന്ന് വരച്ചിട്ടത്. വർണ്ണ-വർഗ്ഗ-ലിംഗാതീതമായി വിശ്വമാനവികത ഉയർത്തിപ്പിടിക്കുന്ന സുഡാനി ഫ്രം നൈജീരിയ(2018), കുമ്പളങ്ങി നൈറ്റ്സ്(2019) ആൻഡ്രോയിഡ് കുഞ്ഞപ്പൻ(2019) തുടങ്ങിയ സിനിമകൾ പിറന്നതും ഈ കാലത്താണ്. മാറ്റം എന്ന

സാംസ്കാരികമായ ആവശ്യത്തെ പ്രാവർത്തികമാക്കുമ്പോൾ ഉള്ളടക്കത്തെയും പ്രതിനിധാനങ്ങളെയും മാറ്റേണ്ടിവരും. ഇത് ന്യൂ ജനറേഷൻ സിനിമകൾക്ക് കഴിയുന്നു. ഇതുകൊണ്ട് തന്നെ ഇത് ആശാവഹവുമാണ്.

പാപ്പിലിയോ ബുദ്ധ, ജയൻ കെ. ചെറിയാൻ (2013)

ജയൻ കെ. ചെറിയാൻ തിരക്കഥയെഴുതി സംവിധാനം ചെയ്ത ചലച്ചിത്രമാണ് പാപ്പിലിയോ ബുദ്ധ. കീഴാളർക്കും സ്ത്രീകൾക്കും പരിസ്ഥിതിക്കും എതിരായ അതിക്രമങ്ങളെ കേന്ദ്രീകരിക്കുന്ന ചിത്രം, കീഴാളവിവേചനവും അവരുടെ പോരാട്ടവും ചിത്രീകരിക്കുന്നു.

മേപ്പാറ ദലിത് സെറ്റിൽമെന്റ് എന്ന സാങ്കൽപ്പിക സ്ഥലമാണ് സിനിമയുടെ പ്രമേയ പരിസരം. നാടുകടത്തപ്പെട്ട ഒരു കൂട്ടം ദലിതരുടെ ജീവിതം അംബേദ്കറിസത്തെ അടിസ്ഥാനമാക്കിയുള്ള സ്വത്വരാഷ്ട്രീയാന്വേഷണമായിട്ടാണ് സിനിമ നടത്തുന്നത്. വയനാട്ടിലെ ആദിവാസി ഭൂമിപ്രശ്നവും അതിനെ തുടർന്ന് ദളിതർ ബുദ്ധമതത്തിലേക്ക് പരിവർത്തനം ചെയ്യുന്നതുമാണ് ചിത്രത്തിന്റെ ഇതിവൃത്തത്തിൽ വരുന്നുണ്ട്. ഒപ്പം ചെങ്ങറ ഭൂസമരം, ഡി. എച്ച്. ആർ. എം പ്രവർത്തകർക്കുനേരെയുണ്ടായ പോലീസ് അതിക്രമം കണ്ണൂരിലെ ദളിത് ഓട്ടോ ഡ്രൈവർക്കുണ്ടായ അനുഭവം എന്നിവയും കടന്നു വരുന്നുണ്ട്. പാപ്പിലിയോ ബുദ്ധ എന്ന ചിത്ര ശലഭത്തെക്കുറിച്ച് പഠിക്കാൻ കേരളത്തിലെത്തുന്ന അമേരിക്കൻ സംഘം ആദിവാസികളും ദളിതരും അനുഭവിക്കുന്ന പീഡനങ്ങളെക്കുറിച്ചും നേരിട്ടു മനസ്സിലാക്കുന്നു. ശങ്കരൻ (ശ്രീകുമാർ) മഞ്ജുശ്രീ (സരിത) എന്നീ കഥാപാത്രങ്ങളെ കേന്ദ്രീകരിച്ചാണ് സിനിമ മുന്നേറുന്നത്.

കീഴാള സമൂഹത്തോടും അവരുടെ ജീവിതാവസ്ഥകളോടും നിയതമല്ലാത്ത ഒരു രാഷ്ട്രീയ സംവാദമാണ് സിനിമ നടത്തുന്നത് എന്ന് പറയാം. ഭൂരഹിത-തൊഴിൽ രഹിത കീഴാള സമൂഹം ഈ വർത്തമാനകാലത്തിലും നിലനിന്നു പോരുന്നതിന്റെ സാമൂഹിക വായന സിനിമ നടത്തുന്നില്ല. മറിച്ച് സ്വവർഗാനുരാഗ ജീവിതത്തിന്റെ നൈതീകരണവും കാമത്തിന്റെയും ലൈംഗികതയുടെയും പ്രകടനാത്മകതയും പങ്കുവയ്ക്കാൻ ശ്രമിക്കുകയാണ് .

ബിംബാത്മകതകളെ ഇല്ലാതാക്കാൻ ശ്രമിക്കുന്ന സിനിമയിൽ പ്രധാനമായും ആക്രമിക്കപ്പെടുന്നതും വിമർശിക്കപ്പെടുന്നതും ഗാന്ധിജിയാണ്. ഗാന്ധിക്ക് പകരം ബുദ്ധനെ സൃഷ്ട്ടിക്കാൻ സിനിമ ശ്രമിക്കുന്നുണ്ടെങ്കിലും രണ്ടുപേരുടെയും അഹിംസാ തത്വത്തെ പ്രശ്നവൽക്കരിക്കാൻ സിനിമയ്ക്ക് കഴിയാതെ പോകുന്നുണ്ട്. മാത്രമല്ല

സാമൂഹിക/ പ്രത്യയശാസ്ത്ര വിമർശത്തിലൂന്നതിനു പകരം ഗാന്ധിയെ വ്യക്തിപരമായി തേജോവധം ചെയ്യാൻ സിനിമ ശ്രമിക്കുകയും ചെയ്യുന്നു. ഹൈന്ദവത വിട്ട് ബുദ്ധമത ദർശനങ്ങളിലേക്കു നീങ്ങുന്ന കീഴാള കൂട്ടായ്മ, എന്നാൽ ഹൈന്ദവതയെപ്പറ്റി അധികമൊന്നും പറയുന്നുമില്ല. ജാതി വിവേചനത്തെ പറ്റി സംസാരിക്കുന്നതും കീഴാളനെ പരിഹസിക്കുന്നതും ക്രിസ്ത്യാനിയിലൂടെയാണ് താനും.

കീഴാളന്റെ അടിസ്ഥാന പ്രശ്നങ്ങളെ അഭിസംബോധന ചെയ്യാനോ അവരുടെ ജീവിത ഗുണതകളിലൂടെ സഞ്ചരിക്കാനോ സിനിമയ്ക്കാവുന്നില്ല. സങ്കൽപ്പവും വസ്തുതകളും യാതൊരു കൈയ്യൊതുക്കവുമില്ലാതെ തികച്ചും അലസമായി കൈകാര്യം ചെയ്യുന്ന രീതിയാണ് സിനിമ കൈവരിച്ചിരിക്കുന്നത്. എന്തൊക്കെയോ പറയാൻ ശ്രമിക്കുകയും എന്നാൽ അതെല്ലാം അവ്യക്തമായിരിക്കുകയും ചെയ്യുന്ന അസംഘടിത ഉള്ളടക്കമാണ് ഈ സിനിമയ്ക്കുള്ളത്. സിനിമയെ 'കല'യായി നിലനിർത്തുവാൻ വേണമെന്ന് ഇപ്പോഴും കരുതിവരുന്ന സമീപന രീതി തന്നെയാണ് ഈ ചിത്രവും കൈവരിക്കുന്നത്. മടുപ്പിക്കുന്ന, ദൈർഘ്യമേറിയ ഷോട്ടുകൾ, നിശബ്ദത, ചലനാത്മകമല്ലാത്ത സംഭാഷണങ്ങൾ തുടങ്ങിയവയെല്ലാം ഇതിന്റെ ഭാഗമായിട്ടുണ്ട്. എന്നാൽ അന്താരാഷ്ട്ര കലാസിനിമാ 'വിപണി' ആവശ്യപ്പെടുന്ന നഗ്നശരീരങ്ങൾ, ലൈംഗികതയുടെ ചിത്രീകരണം, അതിവിപ്ലവാത്മകത, സ്വവർഗാനുരാഗത്തിന്റെ കാമനകൾ തുടങ്ങിയവയൊക്കെ യഥേഷ്ടം ഉൾക്കൊള്ളിക്കുകയും ചെയ്തിരിക്കുന്നു. ചുരുക്കത്തിൽ 'സായിപ്പിന്' മുന്നിൽ പ്രദർശിപ്പിക്കാൻ പരുവത്തിൽ നിർമ്മിച്ചെടുത്ത കാഴ്ച എന്നതിനപ്പുറം സിനിമ അനുഭവ വേദ്യമാകുന്നില്ല. കീഴാളതയെ ഉപരിസ്പർശമായി മാത്രം സമീപിക്കുന്ന ഒരു ഉപരിപ്ലവ സിനിമ എന്നതിനപ്പുറം പാപ്പിലിയോ ബുദ്ധ മറ്റൊന്നും സൃഷ്ടിക്കുന്നില്ല എന്നു പറയാം.

അലിഖിത നിയമങ്ങൾ-കളിയുടെ അലിഖിത നിയമങ്ങൾ: ഒഴിവുദിവസത്തെ കളി, സനൽകുമാർ ശശിധരൻ (2015)

ആർ. ഉണ്ണിയുടെ ഇതേ പേരിലുള്ള ചെറുകഥയുടെ ചലച്ചിത്രാവിഷ്കാരമാണ് ഒഴിവു ദിവസത്തെ കളി. അരുവിക്കര ഉപതിരഞ്ഞെടുപ്പ് ദിവസം, നഗരത്തിലെ മധ്യവയസ്കരായ ദാസൻ (ബൈജു) തിരുമേനി (ഗിരീഷ് നായർ) വിനയൻ (പ്രദീപ് കുമാർ) നാരായണൻ (രഞ്ജു പിള്ള) ധർമ്മൻ (നിസാർ സെയ്ത്) എന്നീ അഞ്ചു സുഹൃത്തുക്കൾ തിരക്കുകളിൽ നിന്നും മാറി ഉല്ലാസത്തിനായി വനത്തിലേക്ക് യാത്രയാകുന്നു. തങ്ങളുടെ സൗഹൃദ നിമിഷങ്ങളെ ആഘോഷമാക്കി മാറ്റുന്ന അവർ മദ്യലഹരിയിലാവുകയും പലപ്രശ്നങ്ങൾ അവരിൽ

ഉടലെടുക്കുകയും ചെയ്യുന്നു. മദ്യപസംഘം സമയം കളയാനായി കള്ളനും പോലീസും കളിക്കുകയും കൂട്ടത്തിൽ കള്ളനായി തിരഞ്ഞെടുക്കപ്പെടുന്ന ദാസൻ എന്ന കീഴാള യുവാവിനെ, കളിയുടെ ഭാഗമായി തൂക്കിലേറ്റി , ശിക്ഷ നടപ്പാക്കുന്നതും ആണ് ചിത്രം

സിനിമയുടെ പ്രമേയത്തെ വളരെ ലളിതമായി ഇങ്ങനെ ചുരുക്കി പ്പറയാമെങ്കിലും സൂക്ഷ്മവും സങ്കീർണവുമായ നിരവധി സാംസ്കാരിക ധാരണകളെ സിനിമ അഭിസംബോധന ചെയ്യുന്നുണ്ട്. ബുദ്ധിജീവി വർത്തമാനം പറയുന്നവരുടെ മനസ്സിലും പൊതുവ്യവഹാരതയുടെ സ്വകാര്യ ഇടങ്ങളിലും എത്രത്തോളം സ്ത്രീവിരുദ്ധതയും കീഴാളവിരുദ്ധതയും ഉണ്ടെന്ന് സിനിമ വ്യക്തമാക്കുന്നു. ദൃശ്യത്തേക്കാൾ സംഭാഷണങ്ങൾക്ക് പ്രാമുഖ്യം കൊടുക്കുന്ന സിനിമ മദ്യപാന സംഘത്തിന്റെ വർത്തമാനങ്ങൾക്കിടയിൽ കേരളത്തിന്റെ സാമൂഹിക വിചാരങ്ങളെ വിചാരണ ചെയ്യുന്നുണ്ട്.

ജനാധിപത്യം, അടിയന്തരാവസ്ഥ, , ലൈംഗികത, , ദേശീയത, കീഴാളത, മധ്യവർത്തി സമൂഹം എന്നിങ്ങനെ പലവിധ സംവാദങ്ങളിലൂടെയാണ് സിനിമ മുന്നേറുന്നത്. ഇവയിലെല്ലാം തന്നെ പുരോഗമനപരവും വിപ്ലവകരവുമായ ആശയങ്ങൾ പങ്കുവെക്കുന്നവർ യഥാർത്ഥ ജീവിതത്തിൽ ഇവയെ എങ്ങിനെ സമീപിക്കുന്നു എന്നതാണ് ഈ ചിത്രം വെളിവാക്കുന്നത്. അതാകട്ടെ തികച്ചും വൈരുദ്ധ്യാത്മകവും വിപരീതാത്മകവുമായ പ്രവർത്തനങ്ങളായി അവതരിപ്പിക്കപ്പെടുകയും ചെയ്യുന്നു. പൊതുസമൂഹത്തിൽ ആന്തരികമായി ഇന്നും ഇഴചേർന്നു നിൽക്കുന്ന മേധാവിത്വത്തിന്റേയും മേലാളത്വത്തിന്റേയും വെളിപ്പെടുത്തലായി സിനിമ മാറുകയും ചെയ്യുന്നു.

കഥാപാത്രങ്ങളുടെ പേരുകൾ, കുടുംബപശ്ചാത്തല സൂചനകൾ, ശരീരഭാഷ എന്നിവയിൽ നിന്നെല്ലാം അഞ്ച് പേരുടെയും സാമൂഹിക പദവി വെളിവാക്കപ്പെടുന്നുണ്ട്. കൂട്ടത്തിൽ കുറിയവനും കറുത്തവനുമായ, പ്രായംകൊണ്ട് മറ്റുള്ളവരെക്കാൾ ചെറുപ്പവുമായ ദാസൻ, സുഹൃത്തുക്കളുടെ പരാമർശത്തിൽ നിന്ന് സ്വയം വെളിവാക്കുന്നത് കീഴാളതയെയാണ്. അയാളുടെ നിറവും സംസ്കാരവും പല സന്ദർഭങ്ങളിലും പരിഹാസത്തിന് വിധേയമാകുന്നുണ്ട് എന്നാൽ കൂട്ടത്തിൽ എല്ലാകാര്യത്തിലും മുൻകൈ എടുക്കുന്നതും ദാസനാണ് (ചക്കയിട്ട് കൊടുക്കുന്നതും മുറിക്കുന്നതും മുതൽ കോഴിയെ കൊല്ലൽ വരെ) ശാരീരിക അധ്വാനത്തിൽ മുൻപിൽ നിൽക്കുന്ന ദാസനെ ഈ വിധം മാറ്റിനിർത്തുന്നിടത്ത് നിന്നുമാണ് കളിയിലെ കള്ളനായി 'പിടിക്കപ്പെടുന്ന' അയാളെ കൊലക്ക് എളുപ്പം ഇരയാക്കാൻ കഴിയുന്നതും. മേലാളത്തത്തിന്റെ ഉന്മാദോത്സവജീവിതങ്ങളിൽ, കീഴാളത

എങ്ങിനെയാണ് ആക്രമിക്കപ്പെടുകയും അവമതിക്കപ്പെടുകയും ചെയ്യുന്നത് എന്നതിന്റെ നേർസൂചനയാണ് ഈ ആഖ്യാനം.

മദ്യപാനസംഘത്തിന് ഇഷ്ടമായതെല്ലാം ഒരുക്കി കൊടുക്കാൻ എത്തുന്ന ഗീത (അഭിജ ശിവകല) എന്ന പാചകക്കാരി മറ്റൊരു പ്രതീകമാണ്. ദാരിദ്ര്യത്തിന്റേയും കീഴാളതയുടേയും ഭാഗമായിരിക്കെത്തന്നെ സ്ത്രീ സമൂഹത്തിന്റെ അടയാളമായും അവർ കടന്നുവരുന്നു. പുരുഷ സംഘത്തിന്റെ ഒറ്റ തിരിഞ്ഞുള്ള ലൈംഗിക അഭിലാഷങ്ങളെ അവർ സ്വജീവിതത്തിൽ നിന്നും ആർജ്ജിച്ച അനുഭവങ്ങളുടെ കരുത്തിൽ തോൽപ്പിക്കുന്നത് കാണാം. പൗരത്വത്തിന് മുൻപിൽ ഒറ്റ നിമിഷം കൊണ്ട് കീഴടങ്ങുന്ന കുലസ്ത്രീ കഥാപാത്രങ്ങളിൽ നിന്നും ഏറെ വിഭിന്നമാണ് ഈ കഥാപാത്രം. ചുരുക്കത്തിൽ ആണധികാരത്തിന്റേയും മേലാളകാഴ്ചപ്പുറങ്ങളുടേയും കൃത്യമായ അടയാളപ്പെടുത്തലാണ് ഈ സിനിമ. അതുകൊണ്ടുതന്നെ കീഴാളതയുടെ സാമൂഹിക സാംസ്കാരികാനുഭവങ്ങളെ ദൃശ്യവത്കരിക്കുന്ന ഈ ചിത്രം കേരളീയ കീഴാള ജീവിതത്തിന്റെ പരിച്ഛേദമായി മാറുന്നുണ്ട്.

ഒളി പ്രയോഗങ്ങൾ:
ആക്ഷൻ ഹീറോ ബിജു, എബ്രിഡ് ഷൈൻ (2016)

കൊച്ചി സിറ്റിപൊലീസിലെ സബ് ഇൻസ്പെക്ടറായ ബിജു പൗലോസിന്റെ (നിവിൻ പോളി) ഔദ്യോഗിക ജീവിതത്തിന്റെ വിവരണമാണീ ചിത്രം. വിവിധ തരത്തിലുള്ള കേസുകൾ അദ്ദേഹം കൈകാര്യം ചെയ്യുന്നു. നഗരത്തോട് ചേർന്ന ഒരു പോലീസ് സ്റ്റേഷനകത്തു നടക്കുന്ന അനേകം സംഭവങ്ങളിലൂടെ കേരളത്തിൽ നടന്നതും അല്ലാത്തതുമായ പലതരം സംഭവങ്ങളിലൂടെ കടന്നു പോകുന്നുണ്ട് സിനിമ.

നീതിയുടെ, പ്രത്യേകിച്ച് ചൂഷിതരുടെ ഭാഗത്തു നിലയുറപ്പിക്കുന്ന ഉദ്യോഗസ്ഥനാണ് ബിജു പൗലോസ്. ഭൂരിപക്ഷം കേസുകളും അയാൾക്ക് മുന്നിലേക്ക് വന്നുപെടുന്നു. അതിന്റെ യെല്ലാം വിധികർത്താവും പ്രയോജകനുമായി അയാൾ മാറുകയും ചെയ്യുന്നു. എല്ലാത്തരം കേസുകളുടെയും കർതൃത്വം അയാൾക്കാണ്. നിയമങ്ങൾ കരതലാമലകംപോലെ അയാളിൽ ഭദ്രവുമാണ്. മർദ്ദനം വേണ്ടിടത്ത് അതും അനുനയം ആവശ്യമുള്ളിടത്ത് അതും തരാതരം പോലെ പ്രയോഗിക്കാനും അയാൾ മിടുക്കനാണ്.

നീതി ലഭ്യമാക്കുക അയാളുടെ വഴിയായിരിക്കുമ്പോൾ തന്നെ കുറ്റവിമുക്തമായ ഒരു സമൂഹം അയാൾ സ്വപ്നം കാണുകയും ചെയ്യുന്നു. എന്നാൽ അയാളിലെ ഈ പൊതു സാമൂഹിക ബോധമാകട്ടെ

പൊതുസമൂഹത്തിന്റെ ഉപരിപ്ലവ വിചാരങ്ങളുമായി കെട്ടുപിണഞ്ഞു കിടക്കുന്നവയുമാണ്. കീഴാള സമൂഹത്തിനു മേൽ എപ്പോഴും പൊതു സമൂഹം കൽപ്പിച്ചു കൊടുക്കുന്ന പരിഹാസ്യത, 'നീതിയുക്തനായ" ബിജു പാലോസിനെയും ഭരിക്കുന്നതായി കാണാം. പോലീസ് സ്റ്റേഷനിൽ എത്തുന്ന രണ്ടുമൂന്ന് കേസുകളുമായി ബന്ധപ്പെട്ടുള്ള കക്ഷികളോടുള്ള ബിജു പൗലോസിന്റെ സമീപനത്തിൽ നിന്നും ഇത് വ്യക്തമാണ്.

മേരി, ബേബി എന്നിങ്ങനെ രണ്ടു സ്ത്രീകൾ പരാതിയുമായി ഇൻസ്പെക്ടറുടെ മുന്നിലേക്കെത്തുന്നു. അവരുടെ ശരീരഭാഷയും സംഭാഷണവും അവരിലെ നിഷ്കളങ്കതയും സാധാരണത്വവും പ്രകട മാക്കുന്നുണ്ട്. ബേബിയുടെ അയൽപക്കക്കാരനായ കനകാംബരൻ എന്നൊരാൾ അവരെ കാണിക്കാൻ എന്നവണ്ണം പരസ്യമായി കുളി ക്കുന്നു എന്നതാണ് അവരുടെ പരാതി. പരാതി പരിഹരിക്കാം എന്ന ഉറപ്പിന്മേൽ ഇൻസ്പെക്ടർ പ്രതിയെപ്പറ്റി ചോദിക്കുമ്പോൾ സ്ത്രീകൾ പറയുന്നത് കറുത്ത്, കാണാൻ കൊള്ളില്ലാത്ത ഒരാൾ എന്നാണ് 'കാണാൻ കൊള്ളാമായിരുന്നെങ്കിൽ' കുഴപ്പമില്ലായിരുന്നു അല്ലെ എന്ന് തമാശ രൂപേണ ബിജു പൗലോസ് ചോദിക്കുമ്പോൾ സ്ത്രീകൾ നാണം പൂണ്ടു ചിരിക്കുകയാണ്.

ഈ സീനിൽ രണ്ടു കാര്യങ്ങൾ വ്യക്തമാണ്. ഒന്ന് കറുപ്പിനെ അധമമായി കാണുന്ന മേലാളതയുടെ അതെ മനോഭാവം തന്നെയാണ് ഈ സ്ത്രീകൾക്കും എന്നതാണ്. ഈ സ്ത്രീകളാകട്ടെ ആ നിറത്തിൽ നിന്ന് വിമുക്തരല്ലാതാനും. രണ്ടാമത്തേത് തങ്ങൾ ഇരുണ്ടവരാണെന്നും വെളുപ്പിനെ ആരാധിക്കുന്നവരും അതിനെ അംഗീകരിക്കുന്നവും ആണ് ആ സ്ത്രീകൾ എന്നും സ്ഥാപിക്കലാണ്. അതായത് വെളുപ്പിന്റെ ഏതധികാരത്തേയും അതിക്രമത്തേയും അപ്പാടെ അംഗീകരിക്കുന്നതിൽ വിമുഖതയില്ലാത്തവരാണ് ഈ കറുത്ത കൂട്ടങ്ങൾ എന്നർത്ഥം.

ഇതിനു സമാനമായ മറ്റൊരു രംഗവും കാണാം ഈ സിനിമയിൽ. ഷേർളി (മഞ്ജു വാണി) കുമാർ (സാജൻ പള്ളുരുത്തി) എന്നിവർ സ്റ്റേഷനിലെത്തുന്നത് തുടരുന്ന ഒരു പ്രണയ പ്രശ്നവു മായാണ്. അനുവാദമില്ലാതെ ഓട്ടോ റിക്ഷാ ഡ്രൈവറായ കുമാർ ഷേർളിയെ പ്രണയിക്കുകയും പുറകെ നടക്കുകയുമാണ്. മറ്റൊരാളുടെ ഓട്ടോയിൽ കയറിയതിന് അയാൾ ഷേർളിയെ പ്രഹരിച്ചതിന്റെ പരാതിയുമായി എത്തുമ്പോഴാണ് അവരുടെ പ്രണയം വെളിപ്പെടുന്നത്. അതിനെ പരിഹസിച്ചുകൊണ്ട് ബിജു പൗലോസ് അയാളോട് പറയുന്നു.

"നിനക്ക് രണ്ടു കാര്യത്തിനാണ് തല്ല് തരേണ്ടത്. ഒന്ന് ആ സ്ത്രീയെ

പരസ്യമായി നീ കരണത്തടിച്ചു. രണ്ട് ഇതേപോലെ ഒരു സാധന ത്തിനെ നീ പ്രേമിച്ചു. "

കാഴ്ച്ചയിൽ തന്നെ, കറുത്ത് തടിച്ച ഷേർളിയെ ചൂണ്ടിയാണ് ഇൻസ്പെക്ടർ ഇത് പറയുന്നത്. സാധനം എന്ന വ്യവഹാരത്തിലൂടെ ഒരു നികൃഷ്ടജീവി എന്ന ധ്വനിയാണ് സിനിമ ഉത്പാദിപ്പിക്കുന്നത്. ഒപ്പം നേരത്തെ ചൂണ്ടിക്കാണിച്ചതുപോലെ കറുപ്പിന്റെ അന്യവൽക്ക രണവും നിർമ്മിച്ചെടുക്കുന്നു.

ഈ പരാതിയുടെ വിശദീകരണത്തിനിടക്ക് ഷേർളി തന്റെ മകളെക്കുറിച്ച് ഇങ്ങനെ പറയുന്നുണ്ട്.

കെട്ടിക്കാറായൊരു മോളുള്ളതാ എനിക്ക്. അവള് പറയുന്നതെന്താന്നോ മമ്മി കാരണം എന്റെ ജീവിതം തുലയരുതെന്നാണ്.

അപ്പോൾ മിനിമോൻ എന്ന പോലീസുകാരൻ (ജോജു ജോർജ്) അവരോടു ചോദിക്കുന്നത് ഇങ്ങനെയാണ്

മമ്മിയെന്നാണോ മോള് വിളിക്കുന്നത്?

തുടർന്ന് ഒരു പരിഹാസച്ചിരിയും കാണാം. അതായത് കീഴാ ളർക്ക് പ്രത്യേക വ്യവഹാര ഭാഷ യുണ്ടെന്നും മേലാളതയുടെ ഭാഷ ഇന്നും അന്യമാണെന്നും അതുപയോഗിക്കുന്നത് പരിഹാസ്യമാണെ ന്നുമാണ് ധ്വനിപ്പിക്കുന്നത്.

റ്റൂ വിലറിൽ നമ്പർ പ്ളേറ്റില്ലാത്തതിനാൽ പിടിക്കപ്പെടുന്ന 'ഫ്രീക്കൻമാരായ' പയ്യന്മാരുടെ രൂപ ഭാവത്തേയും തൊഴിലിനേയും വിദ്യാഭ്യാസത്തെയും ഇതുപോലെ സിനിമ പരിഹസിക്കുന്നുണ്ട്.

വികാസയിടങ്ങളിലെ ബലിത്തറകൾ: കമ്മട്ടിപ്പാടം, രാജീവ് രവി (2016)

കൊച്ചിയിലെ പഴയ ചേരി പ്രദേശമായ കമ്മട്ടിപ്പാടത്തെ കീഴാള ജീവിതങ്ങളെ കേന്ദ്രീകരിക്കുന്ന സിനിമയാണ് കമ്മട്ടിപ്പാടം. റിയൽ എസ്റ്റേറ്റ് മാഫിയകൾക്ക് കീഴാള സമൂഹം അവരുടെ ഭൂമി എങ്ങനെ വിട്ടുകൊടുക്കുന്നുവെന്നും അവരുടെ ദുരവസ്ഥയിൽ കൊച്ചി മെട്രോ-നഗരത്തിന്റെ ആധുനിക നഗരവൽക്കരണം എങ്ങനെ നടന്നു വെന്നുമുള്ള ചരിത്രാന്വേഷണം കൂടിയാവുന്നുണ്ട് സിനിമ.

മുംബൈയിലെ ഒരു സുരക്ഷാ സ്ഥാപനത്തിൽ ജോലി ചെയ്യുന്ന കൃഷ്ണന് (ദുൽക്കർ സൽമാൻ) ബാല്യകാല സുഹൃത്തായ ഗംഗയിൽ (വിനായകൻ) നിന്ന് ഒരു കോൾവരുന്നു. ഗംഗ അപകടത്തിലാണെ ന്നും തന്റെ സഹായം ആവശ്യമാണെന്നും മനസ്സിലാക്കുന്ന കൃഷ്ണൻ

ഗംഗയെ കണ്ടെത്താൻ കേരളത്തിലേക്ക് പോകുന്നു. ആ യാത്രയിലെ കൃഷ്ണന്റെ ഓർമ്മകളിലൂടെയാണ് സിനിമ വികസിക്കുന്നത്.

1970കളുടെ തുടക്കത്തിൽ, ഒരു പ്രൈമറിസ്കൂൾ വിദ്യാർത്ഥിയായ കൃഷ്ണൻ കമ്മട്ടിപ്പാടത്ത് എത്തിച്ചേരുന്നു. അവിടത്തെ കുട്ടികളുമായി അയാൾ ചങ്ങാത്തത്തിലാവുന്നു. അയാൾ ഏറ്റവും അടുപ്പം കാണിക്കുന്നത് ഗംഗയോടാണ്. ഒപ്പം ഗംഗയുടെ ബന്ധുവായ അനിതയുമായി(ഷോൺ റോമി) കൃഷ്ണൻ പ്രണയത്തിലാവുകയും ചെയ്യുന്നു.

ചെറുപ്പം മുതൽ തന്നെ അനീതിക്കെതിരെ ശാരീരികമായി പോരാടുന്ന, ഗംഗയുടെ സഹോദരൻ ബാലൻ(മണികണ്ഠൻ ആചാരി) പതിയെ കമ്മട്ടിപ്പാടത്തിലെ യുവാക്കളുടെ നേതാവാകുന്നു. വാറ്റുചാരായം കടത്തിയും തീയ്യേറ്ററിൽ കള്ളടിക്കറ്റുകൾ വിറ്റും ഭൂമാഫിയക്കായി കോളനികളൊഴിപ്പിച്ചും അയാൾ സ്വന്തം മുതലാളിയായ സുരേന്ദ്രന് (അനിൽ നെടുമങ്ങാട്) എല്ലാവിധ പിന്തുണയും കൃഷ്ണനും ഗംഗയും അടക്കമുള്ളവരുടെ സഹായത്തോടെ ചെയ്തു കൊടുക്കുന്നു.

സ്വന്തം ബന്ധുക്കളെ ഭൂമാഫിയയ്ക്കു വേണ്ടി ബാലന് ബലമായി ഒഴിപ്പിക്കേണ്ടി വന്നതും അത് ചോദ്യം ചെയ്ത മുത്തച്ഛനോടു നിഷേധിയായി പെരുമാറിയത് മുത്തച്ഛന്റെ ആകസ്മിക മരണത്തിന് കാരണമാകുന്നതും. ബാലനിൽ മാറ്റം വരുത്തുന്നു. തന്റെ ക്രിമിനൽ പ്രവർത്തനം അവസാനിപ്പിച്ച് ഒരു ട്രാവൽ ഏജൻസി ആരംഭിച്ച് കമ്മട്ടിപ്പാടത്തിൽ കുടുംബത്തോടൊപ്പം സന്തോഷത്തോടെ ജീവിക്കാൻ അയാൾ ആഗ്രഹിക്കുന്നു.

ഒരു രാത്രി ബാലൻ ചില സാധനങ്ങൾ വാങ്ങാൻ ഭാര്യ റോസമ്മയും(അമൽഡ ലിസ്) ഗംഗയും കൃഷ്ണനുമായി മെഡിക്കൽ ഷോപ്പിൽ പോകുന്നു. യാത്രയിൽ അനിതയെക്കുറിച്ചുള്ള അവരുടെ സംഭാഷണത്തിനിടയിൽ, കൃഷ്ണൻ അവളെ വിവാഹം കഴിക്കണമെന്ന ആഗ്രഹം ബാലൻ പ്രകടിപ്പിക്കുന്നു. ഇത് ഗംഗയും ബാലനും തമ്മിൽ വഴക്കിനു കാരണമാവുന്നു. ഗംഗ കാറിൽ നിന്നിറങ്ങുന്നു. പിന്നീട് ബാലനും ഭാര്യയും കൃഷ്ണനും അടുത്തുള്ള മെഡിക്കൽ ഷോപ്പിലെത്തുന്നു. റോസമ്മയും കൃഷ്ണനും കാറിൽ നിന്നിറങ്ങി മെഡിക്കൽ ഷോപ്പിലേക്ക് നടക്കുമ്പോൾ ബലേട്ടൻ, മദ്യലഹരിയിൽ കാറിൽ തങ്ങുന്ന സമയത്ത് ഒരു ട്രക്ക് കാറിൽ പാഞ്ഞുകയറുകയും കാറ് പൊട്ടിത്തെറിക്കുകയും ബാലൻ മരിക്കുകയും ചെയ്യുന്നു. സഹോദരന്റെ മരണത്തിന് കൃഷ്ണനെ, ഗംഗ കുറ്റപ്പെടുത്തുന്നതോടെ അവരുടെ സുഹൃദ്ബന്ധം വേർപിരിയുന്നു.

കൃഷ്ണൻ ഒരു ട്രാവൽ ഏജൻസി ആരംഭിക്കുന്നു, ബാലന്റെ കൊലപാതകം ആസൂത്രണം ചെയ്തത് ജോണിയാണെന്ന്(ഷൈൻ

ടോം ചാക്കോ) സംഘം പിന്നീട് സുഹൃത്തായ സുമേഷിൽ (സുരാജ് വെഞ്ഞാറമൂട്) നിന്ന് മനസ്സിലാക്കുന്നു. പ്രകോപിതനായ കൃഷ്ണനും ഗംഗയും ജോണിയെ കുത്തുകയും ഗംഗയെ രക്ഷിക്കാൻ കൃഷ്ണൻ അറസ്റ്റു വരിക്കുകയും ചെയ്യുന്നു. ഗംഗ പിന്നീട് അനിതയെ വിവാഹം കഴിക്കുകയും കൃഷ്ണൻ മുംബൈയിലേക്ക് താമസം മാറ്റുകയും ചെയ്യുന്നു.

ഗംഗ അപകടത്തിൽ പെട്ടതറിഞ്ഞ് മുംബൈയിൽ നിന്നും എത്തുന്ന കൃഷ്ണൻ റോസമ്മയുടെയും മറ്റ് സുഹൃത്തുക്കളുടേയും സഹായത്തോടെ അവനെ കണ്ടെത്താൻ ശ്രമിക്കുകയും ചെയ്യുന്നു. ഇതിനു പിന്നിൽ ജോണിയാകാമെന്നു വിചാരിക്കുന്ന കൃഷ്ണൻ, ജോണിയെ നേരിടുന്നു. എന്നാൽ കൃഷ്ണനെ ജോണിയുടെ സഹോദരനായ സണ്ണി (ഷെയ്ൻ നിഗം) കുത്തി പരിക്കേൽപ്പിക്കുന്നു.

എല്ലാത്തിനും പിന്നിൽ പ്രവർത്തിക്കുന്നത് മുതലാളിയായ സുരേന്ദ്രൻ ആണെന്ന് തിരിച്ചറിയുന്ന കൃഷ്ണൻ, സുരേന്ദ്രന്റെ അപ്പാർട്ട്മെന്റിന്റെ ഉയർന്ന നിലയിൽ നിന്നും ജനാലവഴി അയാളെ തള്ളിയിട്ട് കൊലപ്പെടുത്തുന്നു.

യഥാർഥ ചരിത്രത്തിന്റെ ഇരുൾ മുഖങ്ങളിലൂടെ കലാപരമായി യാത്ര ചെയ്യുന്ന സിനിമയാണ് കമ്മട്ടിപ്പാടം. 1950 കളുടെ തുടക്കത്തിൽ എറണാകുളം ഒരു ചെറിയ പട്ടണമായിരുന്നു. 1957 ലെ ആദ്യ ഗവൺമെന്റിന്റെ സമയത്ത്, ഭൂമിയില്ലാത്ത എല്ലാ സമുദായങ്ങൾക്കും, പ്രധാനമായും ദലിത് സമൂഹത്തിന്, ഭൂപരിഷ്കരണ ഓർഡിനൻസ് നിയമപ്രകാരം ചെറിയ കൃഷിസ്ഥലങ്ങൾ നൽകി. 1991ലെ സാമ്പത്തികഉദാരവൽക്കരണത്തെത്തുടർന്ന് കൊച്ചി, ഒരു മെട്രോനഗരത്തിന്റെ സാധ്യതയിലേക്ക് കുതിച്ചുയർന്നു. സർക്കാർ രൂപീകരിച്ച ഗ്രേറ്റർ കൊച്ചിൻ ഡവലപ്മെന്റ് അതോറിറ്റി, റിയൽ എസ്റ്റേറ്റ് കുതിച്ചുചാട്ടത്തിന് കാരണമായി. നെൽവയലുകളെല്ലാം ഹൌസിങ്ങ് കോളനികളും ആഢംബര വില്ലകളും അപ്പാർട്ടുമെന്റുകളുമായി. അതിന്റെ ഭാഗമായിട്ടാണ് കമ്മട്ടിപ്പാടവും റിയൽ എസ്റ്റേറ്റ് മാഫിയയ്ക്ക്, പ്രധാനമായും സിറിയൻ ക്രിസ്ത്യാനികൾക്ക് കിഴ്പ്പെട്ടതെന്ന ചരിത്രമാണ് സിനിമയുടെ അടിസ്ഥാന ധാര.

കീഴാള ജീവിത ചിത്രീകരണത്തിലൂടെ കറുത്ത തൊലിയുടെ കളങ്കമില്ലാത്ത സൗന്ദര്യം പകർത്തിക്കൊണ്ട് രാജീവ് രവി മലയാള സിനിമാ സൗന്ദര്യശാസ്ത്രത്തിന്റെ എല്ലാ പരമ്പരാഗത രീതികളെയും മറികടന്നു. ചതുപ്പുനിലമായ കാർഷികഭൂമി മഹാനഗരത്തിന് വഴിയൊരുക്കി. ചെളിയിൽ അധ്വാനിക്കുകയും നിസ്വാർത്ഥമായി സ്നേഹിക്കുകയും ചെയ്ത അതിലെ ആളുകൾ, അവസാനം എല്ലാം നഷ്ടപ്പെടാൻ വേണ്ടി മാത്രമുള്ളവരായി. പൊതുസമൂഹം സഹതാപമില്ലാത്ത ഒരു

തണ്ണത്ത ക്കൂട്ടമായി മാറുന്നത് കാണാം. അത്യാഗ്രഹികളും ചൂഷകരും എന്നുമെന്നപോലെ ഇവിടെയും കളികളിൽ ജയിക്കുന്നു.

എത്ര കഴുകിയിട്ടും പോകാതെ...: കിസ്മത്ത്, ഷാനവാസ് കെ. ബാവക്കുട്ടി (2018)

കിസ്മത്ത് എന്നാൽ വിധി എന്നാണ്. വിവിധ മതപശ്ചാത്തലങ്ങളിൽ (ഇസ്ലാം, ഹിന്ദുമതം)നിന്നുള്ള രണ്ടുപേരുടെ പ്രണയമാണ് പ്രമേയം. 2011 ൽ മലപ്പുറത്ത് (പൊന്നാനി) നടന്ന യഥാർത്ഥസംഭവമാണ് ഈ സിനിമയുടെ പ്രേരണ. 28കാരിയും പട്ടികജാതിക്കാരിയുമായ പെൺകുട്ടിയും(അനിത-ശ്രുതി മേനോൻ)23വയസുള്ള മുസ്ലീം ആൺകുട്ടിയുമാണ്(ഇർഫാൻ ഷെയ്ൻ നിഗം) നായികാ നായകർ.

തങ്ങൾ വിവാഹം കഴിച്ച് ഒരുമിച്ച ജീവിക്കുവാൻ ആഗ്രഹിക്കുന്നുവെന്നും ഇരു കുടുംബക്കാരും എതിർക്കുന്നതിനാൽ സംരക്ഷണം നൽകണമെന്നും ആവശ്യപ്പെട്ടുകൊണ്ട് അവർ അടുത്തുള്ള പോലീസ് സ്റ്റേഷനിൽ എത്തുന്നിടത്താണ് സിനിമ ആരംഭിക്കുന്നത്. എന്നാൽ പോലീസ് ഇൻസ്പെറിൽ (അജയ് സി മേനോൻ - വിനയ് ഫോർട്ട്) നിന്നു മുതൽ അവർ പ്രതിരോധം നേരിടുകയാണ്. ഒരു സവർണ്ണ മാടമ്പിയുടെ എല്ലാ ശരീര ഭാഷയും മാനറിസങ്ങളും ഒപ്പം ഒരധികാരിയുടെയും അധികാര ദല്ലാളിന്റെയും ഭാവപ്പകർച്ചയും വഹിക്കുന്ന ആളാണ് ഇൻസ്പെക്ടർ. സ്റേഷനിലെത്തുന്നപാടെ അയാൾ തിരക്കുന്നത് അവരുടെ ജാതിയാണ്. "പട്ടിക ജാതിക്കാരെ പ്രേമിച്ച കെട്ടുന്നത് സംവരണത്തിനും അനുകല്യങ്ങൾക്കുമല്ലേ" എന്നും ചോദിക്കാൻ അയാൾ മടിക്കുന്നില്ല. ഇതിലൂടെ കേരളീയ പൊതുബോധ മനസ്സിനെ തുറന്നു കാണിക്കുകയാണ് സിനിമ.

സ്വസമുദായത്തിൽ ആഭിജാത്യം പുലർത്തുന്ന തങ്ങൾ (സെയ്ത്തുബാവ തങ്ങൾ - അലൻസിയർ ലോപ്പസ്) കുടുംബത്തിലെ അംഗമായതിനാൽ സ്വാഭാവികമായും നായകന്റെ കുടുംബം ഈ ബന്ധത്തെ എതിർക്കുന്നു. നിയമപരമായി ഒന്നും ചെയ്യാനില്ലാത്തിടത്ത് ഇൻസ്പെക്ടർ ആ കുടുംബത്തിന്റെ ഇച്ഛക്കൊത്ത് നീങ്ങുകയാണ്.

സ്റ്റേഷനിൽ നിന്നും പറഞ്ഞു പറ്റിക്കപ്പെട്ട് മോചിതനാവുന്ന നായകനെ സഹോദരൻ കൊല്ലുകയാണ്. (ദുരഭിമാനക്കൊല) അതോടെ വീട്ടിൽ നിന്നും പ്രണയത്തിൽ നിന്നും ഒറ്റപ്പെട്ടുപോകുന്ന നായിക ഏകമായി ജീവിക്കാൻ തീരുമാനിക്കുകയും ഉയർന്ന ജോലിയും പദവികളും സമ്പാദിച്ച് അന്യദേശത്തു വാഴുന്നു എന്ന സൂചനയിലാണ് സിനിമ അവസാനിക്കുന്നത്.

അനിത ഗവേഷണ വിദ്യാർഥിനിയാണ്. എന്നാൽ അവൾ കൈവരിച്ചിരിക്കുന്ന ഉന്നത വിദ്യാഭ്യാസവും അത് സമൂഹത്തിൽ നേടിക്കൊടുക്കേണ്ടുന്ന ബഹുമതിയും കീഴ് ജാതിക്കാരി എന്ന ഒറ്റക്കാരണത്താൽ അവഗണിക്കപ്പെടുകയും അവമതിക്കപ്പെടുകയും ചെയ്യുന്നത് കാണാം. അനിതയുടെ സഹോദരനാകട്ടെ മദ്യപാനിയും ഒപ്പം ഹൈന്ദവ രാഷ്ട്രീയത്തിന്റെ വക്താവുമാണ്. ഒരു 'ഹിന്ദു' പെൺകുട്ടി ഒരു 'മുസ്ലി'മിനെ ഇഷ്ടപ്പെടുന്നതാണ് അയാളുടെ പ്രശ്നം! കീഴാളത കൈവരിച്ചുകൊണ്ടിരിക്കുന്ന ഹൈന്ദവമായാവാദത്തെ പരിഹസിക്കാനും സ്വയം പരിശോധിക്കാനും ഈ കഥാപാത്ര സൃഷ്ട്ടി ഏറെ സഹായകമായിട്ടുണ്ട്.

അനിതയുടെ മാതൃ സഹോദരി മാത്രമാണ് അവളുടെ തുണക്കെത്തുന്നത്. അവിവാഹിതയായി കഴിയുന്ന അവരിൽ നിന്നാണ് തനതുജീവിതത്തിന്റെ കരുത്തുറ്റ പാഠങ്ങൾ അവൾക്കു പകർന്നു കിട്ടുന്നത്. അവളുടെ പിൽക്കാല ജീവിതത്തിന് അത് പ്രചോദനമാവുകയും ചെയ്യുന്നു.

നവോത്ഥാനവും തുടർന്നുണ്ടായ നവചിന്തകളും പ്രത്യക്ഷമായി നിലനിന്നിരുന്ന ജാതി വ്യവസ്ഥകളെ ഇല്ലാതാക്കിയെങ്കിലും കേരളീയ മനസ്സിൽ നിന്നും ജാതിയ വിചാരങ്ങളെ അത് ഉൻമൂലനം ചെയ്തില്ല എന്നാണ് ഈ സിനിമയും തെളിയിക്കുന്നത്. ഇതിലെ നായകന്റെ കൊലപാതകം യഥാർഥത്തിൽ പിൽക്കാലത്തുണ്ടായ കേരളത്തിലെ ആദ്യ ദുരഭിമാന കൊലയായ കെവിൻ വധത്തിനു സമാനമാണെന്ന് പറയാം.

പൊതു സമൂഹവും അധികാര കേന്ദ്രങ്ങളും കീഴാളതയോട് (ജാതിയമായല്ല) എങ്ങിനെ ഇടപെടുന്നു എന്നതിന്റെ മറ്റനുഭവങ്ങളും ഈ ചിത്രം പങ്കുവയ്ക്കുന്നുണ്ട്. ബൈക്കാക്സിഡന്റിൽ പെട്ട് സ്റ്റേഷനിലെത്തുന്ന അന്യസംസ്ഥാന തൊഴിലാളിയെ കുറ്റക്കാരനാക്കി മാറ്റി പണം പിടുങ്ങുന്നതും പോലീസുകാരന്റെ മോഷണം ഒരു സാധുയുവാവിൽ ആരോപിച്ച് അയാളെ ജയിലിൽ ആക്കുന്നതുമെല്ലാം ഇതിനുദാഹരണമാണ്.

സിനിമയുടെ ഭൂരിഭാഗവും പോലീസ് സ്റ്റേഷന്റെ പശ്ചാത്തലത്തിലാണ്. യഥാർത്ഥ സംഭവത്തെ ആസ്പദമാക്കിയാണെങ്കിലും പേര് സൂചിപ്പിക്കുംപോലെ, എല്ലാം വിധിയാണെന്ന നിസംഗതയിലൂടെയാണ് സിനിമ കടന്നുപോകുന്നത്. പ്രണയപരാജയാനന്തര ജീവിതങ്ങൾക്ക് കേരളത്തിൽ അതിജീവനം അസാധ്യമാണെന്നതുപോലെ, ജാതി നിർമ്മിച്ചെടുക്കുന്ന പ്രതിബന്ധങ്ങളെ മറികടക്കാൻ മറ്റുദേശവാസങ്ങളാണ് ഉചിതം എന്നൊരു ധ്വനികൂടി സിനിമ

മുന്നോട്ട് വയ്ക്കുന്നുണ്ട്. അത് പോരാട്ടജീവിതങ്ങളുടെ ആത്മവിശ്വാസം കെടുത്താനേ ഉപകരിക്കൂ എന്നതാണ് ഈ സിനിമയുടെ രാഷ്ട്രീയ വായന ബോധ്യപ്പെടുത്തുന്നത്.

തോക്കുകൾ കീഴാളതയുടെ കഥ പറയുമ്പോൾ: ഉണ്ട, ഖാലിദ് റഹ്മാൻ (2019)

പാർലമെന്റ് തിരഞ്ഞെടുപ്പിനായുള്ള വോട്ടെടുപ്പിന്റെ സുഗമമായ നടത്തിപ്പിന് വേണ്ടി കേരളത്തിൽ നിന്നും ഛത്തീസ്ഗഢിലെ മാവോയിസ്റ്റ് മേഖലയിലേക്ക് അയക്കപ്പെടുന്ന സി. പി. മണികണ്ഠൻ/മണിയുടെ(മമ്മൂട്ടി)നേതൃത്വത്തിലുള്ള ഒൻപതംഗ കേരള പൊലീസ് സംഘത്തിന്റെ അനുഭവങ്ങളാണ് ഈ സിനിമയുടെ പ്രമേയം.

ഇടുക്കിയിലെ കേരള പോലീസ് ക്യാമ്പിൽ നിന്നുള്ള പോലീസ് യൂണിറ്റുകൾ തങ്ങളുടെ മറ്റ് സംസ്ഥാന തിരഞ്ഞെടുപ്പ് ചുമതലയ്ക്കായി പോകാൻ ഒരുങ്ങുകയാണ്. ഛത്തീസ്ഗഢ് മധ്യപ്രദേശ്, ഝാർഖണ്ഡ് എന്നിവിടങ്ങളിലായിരിക്കും ഡ്യൂട്ടി എന്നും 40 ദിവസം നീണ്ടുനിൽക്കുമെന്നും അവരുടെ സീനിയർ ഓഫീസർ സാം. ജെ. മാത്തൻ (കലാഭവൻ ഷാജോൺ) അവരെ അറിയിക്കുന്നു. മാവോയിസ്റ്റ് റെഡ്ബെൽറ്റുകളിലൊന്നായ ഛത്തീസ്ഗഢിലെ ബസ്തറിലേക്ക് സി. ഐ മാത്യൂസ് ആന്റണി(രഞ്ജിത്ത്)യുടെ കീഴിലുള്ള ഒരു യൂണിറ്റ് എത്തിച്ചേരുന്നു. ഐടിബിപി ക്യാമ്പിൽ എല്ലാ പോലീസ് ടീമുകളെയും ഉൾക്കൊള്ളാൻ കഴിയാത്തതിനാൽ, തിരഞ്ഞെടുപ്പ് ദിവസം വരെ അവർക്ക് നൽകിയിട്ടുള്ള അതത് പോളിംഗ് ബൂത്തുകളിൽ അഭയം കണ്ടെത്താൻ അവർ നിർബന്ധിതരാകുന്നു. ബൂത്തുകളിലേക്കുള്ള യാത്രയിൽ അവർ മൂന്ന് ടീമുകളായി പിരിയുന്നു.

പിന്നീട് എസ്. ഐ സി. പി. മണികണ്ഠൻ/മണിയുടെ (മമ്മൂട്ടി) നേതൃത്വത്തിലുള്ള സംഘത്തിന്റെ പ്രവർത്തനങ്ങളിലൂടെയാണ് സിനിമ മുന്നോട്ട് പോകുന്നത്. അന്നു രാത്രി തന്നെ, ഒരു മാവോയിസ്റ്റ് ആക്രമണത്തെക്കുറിച്ച് വിവരിക്കുന്ന വയർലെസ് സന്ദേശം അവർക്ക് ലഭിക്കുന്നു. ഭാരംനിറച്ച തോക്കുകളുമായി അവർ ജാഗ്രത പുലർത്തിയെങ്കിലും രാത്രിയിൽ അത്തരം ആക്രമണങ്ങളൊന്നും നടന്നില്ല. പിറ്റേന്ന് രാവിലെ, ഐടിബിപി കമാൻഡന്റ് ഡക്കോട്ട അകാനിറ്റോ(ചിയാൻ ഹോ ലിയാവോ) ടീമിനെ വളരെ നിരുത്തരവാദപരമായി വിലയിരുത്തുകയും മാവോയിസ്റ്റ് ആക്രമണത്തിനിടെ കൊല്ലപ്പെട്ട ആളുകളുടെ ഫൂട്ടേജ് കാണിക്കുകയും ചെയ്തു കൊണ്ട് ചുമതലയുടെ ഗൗരവം മനസ്സിലാക്കിക്കുകയും ചെയ്യുന്നു. എന്നാൽ

ടീമിന് ആവശ്യമായ വെടിയുണ്ടകളും വെടിക്കോപ്പുകളും തങ്ങൾക്ക് സംസ്ഥാന സർക്കാർ നൽകിയിട്ടില്ലെന്ന് അറിയുമ്പോൾ അദ്ദേഹം അത്ഭുതപ്പെടുകയും ചെയ്യുന്നു.

അപകടം തിരിച്ചറിഞ്ഞ മണി, സി. ഐ മാത്യൂസിനോട് ഫോണിൽ സംസാരിക്കുകയും ഐ. ടി. ബി. പി. കമാൻഡന്റ് പറഞ്ഞ കാര്യങ്ങൾ അറിയിക്കുകയും ചെയ്യുന്നു. വെടിമരുന്ന് നൽകേണ്ടത് ഏത് സംസ്ഥാന സർക്കാരിന്റെ ഉത്തരവാദിത്തമാണെന്ന കാര്യത്തിൽ വ്യക്തതയില്ലാതാവുന്നു. പിറ്റേന്ന് രാത്രി, ടീം മാവോയിസ്റ്റുകളുടെ നേരിയ ഷൂട്ടൗട്ടിനെ നേരിടുകയും തിരികെ വെടിയുതിർക്കുകയും ചെയ്യുന്നു. ചില മാവോയിസ്റ്റുകൾ അവരെ പിന്തുടർന്നുവെന്ന് ഐ. ടി. ബി. പി. ഉദ്യോഗസ്ഥർ അറിയിക്കുന്നത് കൂടുതൽ ഭയം അവരിലുണ്ടാക്കുന്നു. എട്ട് വെടിയുണ്ടകൾ മാത്രം അവശേഷിക്കുമ്പോൾ അവർക്ക് വലിയ ആക്രമണത്തെ നേരിടേണ്ടിവരുന്ന സാഹചര്യം സംജാതമാവുന്നു.

തലേന്നത്തെ വെടിവയ്പ്പിൽ മണി ഒന്നും ചെയ്തിട്ടില്ലെന്ന് തോന്നിയതിനാൽ ടീമിലെ ചിലർ അസ്വസ്ഥരാവുന്നു. അടുത്ത ദിവസം മണി മാത്യൂസിനെ കാണാൻ പോയി മതിയായ വെടിയുണ്ടകളില്ലാതുള്ള അവരുടെ സ്ഥിതി അപകടത്തിലാണെന്ന് അറിയിക്കുന്നു. ജീവനോടെയിരിക്കാൻ എന്തെങ്കിലും ചെയ്യേണ്ടതുണ്ടെന്ന് മനസിലാക്കിയ മണി, കേരളത്തിലെ തന്റെ സുഹൃത്തുക്കൾക്ക് ചില ചിത്രങ്ങളും അവരുടെ നിലവിലെ അവസ്ഥയെക്കുറിച്ച് ഒരു കുറിപ്പും തയ്യാറാക്കി അയയ്ക്കുന്നു. കേരളത്തിലെ ഒരു പത്രത്തിൽ വാർത്തകൾ പ്രത്യക്ഷപ്പെട്ടപ്പോൾ സാം ജെ. മാത്തൻ നടപടിയെടുക്കാൻ നിർബന്ധിതനാകുകയും ടീമിനായി കൂടുതൽ വെടിയുണ്ടകളും വെടിക്കോപ്പുകളും അയയ്ക്കാനുള്ള ക്രമീകരണം നടത്തുകയും ചെയ്യുന്നു. രാജൻ (ആസിഫ് അലി), ബാലൻ (വിനയ് ഫോർട്ട്) എന്നീ രണ്ട് പോലീസുകാർ ട്രെയിനിൽ ആവശ്യമായ ബുള്ളറ്റുകളും വെടിക്കോപ്പുകളുമായി യാത്ര തുടരുന്നു.

ഇതിനിടയിൽ, ഉണ്ണികൃഷ്ണൻ (അഭിരാം രാധാകൃഷ്ണൻ) ബിജു കുമാറിനൊപ്പം (ലുക്മാൻ), മണി അറിയിക്കാതെ തന്നെ ഗ്രാമത്തിലെ ഒരു സ്ഥലത്ത് മദ്യം വാങ്ങുന്നു. തിരിച്ചു പോകുമ്പോൾ ആദിവാസി സമുദായത്തിൽപ്പെട്ട ബിജു കുമാറിനെ ഉണ്ണികൃഷ്ണൻ കളിയാക്കാൻ തുടങ്ങുന്നു. ബിജു കുമാറിന് നിയന്ത്രണം നഷ്ടപ്പെടുകയും ഉണ്ണികൃഷ്ണനെ അടിക്കുകയും ചെയ്യുന്നു. ഒരു ട്രക്ക് അകലെ നിന്ന് അടുത്തെത്തുമ്പോൾ അവർ പോരാട്ടം അവസാനിപ്പിക്കുന്നു. ട്രക്ക് പെട്ടെന്ന് ഒരു ലാൻഡ് മൈനിലൂടെ കടന്നുപോകുകയും പൊട്ടിത്തെറിക്കുകയും

ചെയ്യുന്നു. ചെറിയ പരിക്കുകളോടെയാണ് ഇരുവരും രക്ഷപ്പെടുന്നത്.

ആ രാത്രിയിൽ, ബിജു കുമാർ മണിയുടെ സാന്നിധ്യത്തിൽ ജാതീയമായ വിമർശനങ്ങളെ ഇനി നേരിടാൻ കഴിയാത്തതിനാൽ ജോലി ഉപേക്ഷിക്കാൻ ആഗ്രഹിക്കുന്നതായി മറ്റുള്ളവരെ അറിയിക്കുന്നു. അന്നു രാത്രി, ട്രെയിനിൽ വച്ച് വെടിയുണ്ടകൾ കാണാതാവുന്നു. തിരഞ്ഞെടുപ്പ് ദിവസം, വെടിയുണ്ടകളും അതിന് നിയോഗിക്കപ്പെട്ടവരും കാണാതായെന്ന് മാത്യൂസ് സംഘത്തെ അറിയിക്കുന്നു. ഒരു സ്ഥാനാർത്ഥി തന്റെ ഗുണ്ടകൾക്കൊപ്പം ബൂത്തിലേക്ക് കുതിച്ചുകയറുകയും കള്ള വോട്ട് ചെയ്യുകയും ചെയ്യുന്നു. അവരെ തോക്കിനുപകരം ലാത്തിചാർജിലൂടെ ബലം പ്രയോഗിച്ച് സംഘം പുറത്താക്കുന്നു.

വംശീയ വിവേചനത്തെ സിനിമ പ്രശ്നവൽക്കരിക്കുന്നുണ്ട്. സിനിമയുടെ ആദ്യഭാഗത്തുതന്നെ പോലീസ് സേനയിലെ ബിജുകുമാർ(ലുക്മാൻ), ആദിവാസി വിഭാഗത്തിൽ പെട്ട ആളാണെന്നു സൂചിപ്പിക്കപ്പെടുന്നു. കാട്ടിൽ വെളിക്കിറങ്ങേണ്ടി വരുന്ന സന്ദർഭത്തിലാണ് ഈ പരാമർശം ആദ്യം ഉണ്ടാവുന്നത്. തുടർന്ന് പലപ്പോഴും അയാളുടെ ജാതിയും സംസ്കാരവും പരിഹസിക്കപ്പെടുന്നുണ്ട് സിനിമയിൽ. സവിശേഷമായും ഇത്തരം അധിക്ഷേപങ്ങൾ അയാൾക്ക് കേൾക്കേണ്ടി വരുന്നത് സഹപ്രവർത്തകനായ ഉണ്ണികൃഷ്ണനിൽ(അഭിരാം രാധാകൃഷ്ണൻ) നിന്നാണ്. ഭാഷ അറിയില്ലെങ്കിലും അവിടത്തെ ആദിവാസികളോട് സ്നേഹത്തിന്റെ ഭാഷയിൽ സംവേദിക്കാൻ ശ്രമിക്കുന്നുണ്ട് ബിജുകുമാർ. എന്നാൽ അതെല്ലാം വിമർശിക്കപ്പെടുകയും ചെയ്യുന്നു.

'നക്സലൈറ്റുകൾ വന്നാൽ നീ ആദിവാസിയായതുകൊണ്ടു നിന്നെ ഒന്നും ചെയ്യില്ലെന്ന' ഉണ്ണികൃഷ്ണന്റെ അഭിപ്രായത്തിലൂടെ ഇന്ത്യയിൽ കലാപം സൃഷ്ടിക്കുന്നവർ കീഴാളരാണെന്ന ഒരു ധ്വനി കടന്നു വരുന്നുണ്ട്. അതുപോലെ തന്നെ ആദിവാസിക്കുട്ടികൾക്ക് ബിസ്കറ്റ് കൊടുക്കുന്ന ബിജുകുമാർ ചോദ്യം ചെയ്യപ്പെടുന്നിടത്ത് അവർ ഒരു കാരുണ്യത്തിനും അർഹരല്ല എന്നൊരു കാഴ്ചപ്പാടും അവതരിക്കപ്പെടുന്നു. വംശീയ അധിക്ഷേപങ്ങൾ അതിരു വിടുമ്പോഴാണ് ബിജു കുമാർ ഉണ്ണികൃഷ്ണനെ ആക്രമിക്കുന്നത്. എന്നാൽ അതിന്റെ കുറ്റബോധത്തിൽ തന്റെ ജോലി ഉപേക്ഷിച്ചുകൊണ്ടു "ത്യാഗം" ചെയ്യാനും അധിക്ഷേപങ്ങൾ കേൾക്കാത്ത സ്വന്തം ഇടത്തിലേക്ക് പിൻവലിയാനുമാണ് ബിജുകുമാർ ശ്രമിക്കുന്നത്. യഥാർത്ഥത്തിൽ ഇന്ത്യയിലെ ഏതിടത്തും കീഴാള ജനതയുടെ സാമൂഹിക സ്ഥാനം സമാനമാണ് എന്ന് സ്ഥാപിക്കാൻ സിനിമ മുന്നോട്ടു വരുന്നുണ്ട്.

ജാർഖണ്ഡിലെ ആദിവാസികൾ ഒരേസമയം ഭരണകൂടത്താലും രാഷ്ട്രീയ സംഘങ്ങളാലും ചൂഷണം ചെയ്യപ്പെടുന്നതിന്റെ

നേർദൃശ്യങ്ങളും സിനിമയിൽ കാണാം. തിരഞ്ഞെടുപ്പ് സമയത്ത് അവർക്ക് വാസസ്ഥലവും കുടിവെള്ളവും സഞ്ചാര സ്വാതന്ത്ര്യവുമെല്ലാം നിഷേധിക്കപ്പെടുന്നതായി സിനിമ വ്യക്തമാക്കുന്നുണ്ട്.

മനുഷ്യാവകാശ ലംഘനങ്ങൾ, ധാർമ്മിക പ്രതിസന്ധി, , സ്വന്തം ജനതയോടുള്ള ഗവൺമെന്റിന്റെ നിസ്സംഗത എന്നിവ പോലുള്ള നിരവധി പ്രശ്നങ്ങൾ ഉണ്ട കൈകാര്യം ചെയ്യുന്നു. ബസ്തറിലെ ആദിവാസികളുടെ പ്രാഥമിക അവകാശങ്ങൾ ചൂഷണം ചെയ്യപ്പെടുകയും കവർച്ച ചെയ്യപ്പെടുകയും സ്വന്തം നാട്ടിൽ നിന്ന് തുരത്തപ്പെടുകയും ചെയ്യുന്നുവെന്ന് സിനിമ പറയുന്നുണ്ട്. വടക്കും തെക്കും തമ്മിലുള്ള വ്യത്യാസങ്ങൾ, രാഷ്ട്രീയം, സംസ്കാരം തുടങ്ങിയവ രേഖപ്പെടുത്താൻ സിനിമ ശ്രദ്ധിക്കുന്നുണ്ട്. അഡ്മിനിസ്ട്രേഷൻ, ബ്യൂറോക്രസി, തൊഴിലാളികളും ഭരണകൂടവും തമ്മിലുള്ള അന്തരം എന്നിവയെല്ലാം സിനിമയിൽ കാണാം. പക്ഷെ വളരെ ലഘുവായ രീതിയിലാണ് ഇവ കൈകാര്യം ചെയ്യപ്പെടുന്നത്. എങ്കിലും ഇത്തരം ഒരു കൊമേഴ്സ്യൽ സിനിമയിൽ കീഴാളതയുടെ പ്രശ്നങ്ങൾ യാഥാർഥ്യബോധത്തോടെ അവതരിപ്പിക്കാൻ ശ്രമിച്ചു എന്നത് അഭിനന്ദനാർഹമാണ്.

പതിഞ്ഞ താളത്തിൽ പറഞ്ഞു പോകുന്നത്: കെഞ്ചിര, മനോജ് കാന (2019)

ആദിമവർഗ്ഗ ഗോത്രത്തിന്റെ വർത്തമാനകാല ജീവിതാവസ്ഥകൾ തീക്ഷ്ണമായി രേഖപ്പെടുത്തുന്ന ചിത്രമാണ് കെഞ്ചിര. നേരും നെറിയുമുള്ള ഒരു ജനതയെ പൊതു സമൂഹവും അതിന്റെ വ്യവഹാര രൂപങ്ങളും എങ്ങിനെ കൈകാര്യം ചെയ്യുന്നു എന്ന് സിനിമ ചൂണ്ടിക്കാണിക്കുന്നു

കെഞ്ചിര ഒരു ചെറിയ വാദ്യോപകരണമാണ്. ഇതിലെ നായികയും കെഞ്ചിര എന്ന പെൺകുട്ടിയാണ്. പഠനത്തിൽ മിടുക്കിയായ ആ പതിമൂന്നുകാരിയുടെ ജീവിതത്തിലൂടെ ആദിവാസി വിഭാഗം നേരിടുന്ന അവഗണനയും ദാരിദ്ര്യവും ചൂഷണവുമെല്ലാം ഹൃദയസ്പർശിയായി അവരുടെ ഭാഷയിൽ തന്നെ രേഖപ്പെടുത്തുകയാണ് സിനിമ.

മധ്യവേനലവധിക്ക് കെഞ്ചിരക്ക് പത്രോസ് മുതലാളിക്ക് (ജോയി മാത്യു) കിഴിൽ കുടകിൽ പണിയെടുക്കാൻ പോകേണ്ടി വരുന്നത് ദാരിദ്ര്യവും കടവും വീട്ടിൽ പെരുകുന്നത് മൂലമാണ്. അവൾ അവിടെ വച്ച് അയാളാൽ ബലാൽസംഗം ചെയ്യപ്പെടുകയും തന്റെ പതിമൂന്നാം വയസ്സിൽഗർഭിണി ആവുകയും ചെയ്യേണ്ടി വന്നപ്പോഴാണ് അവൾക്കു പഠനം അവസാനിപ്പിക്കേണ്ടി വരുന്നത്. അതോടെ അവളുടെ സ്വപ്നങ്ങളും ഭാവി ജീവിതവും അസ്തമിക്കുകയും ചെയ്യുന്നു.

പൊതു സമൂഹത്തിന്റെ കിഴാള കാഴ്ചകളെ വൈകാരികതയില്ലാതെ തന്നെ സിനിമ അവതരിപ്പിക്കുന്നുണ്ട്. ആദിവാസികൾക്ക് എന്ത് കൊടുത്താലും 'അവർ നന്നാവില്ല' എന്ന, പറഞ്ഞു പഴകിയ അനുമാനങ്ങൾ പോലെ പലതും സിനിമയിൽ സംഭവിക്കുന്നുണ്ട്. വണ്ടിക്കൂലി തരില്ലെന്ന് പേടിച്ച അസുഖം വന്ന കുട്ടിയെ ആശുപത്രിയിൽ കൊണ്ടുപോകാൻ മടിക്കുന്ന ഓട്ടോറിക്ഷ തൊഴിലാളികളിലൂടെ പൊതു സമൂഹത്തിന്റെ വിവിധ ജീവിത തുറകളിലുള്ളവരുടെ പൊതുവായ കാഴ്ചപ്പാട് കിഴാളർക്കുമേൽ എങ്ങിനെയെന്ന് സിനിമ വ്യക്തമാക്കുന്നു.

നിലനിൽക്കുന്ന നിയമവാഴ്ചകളും സമ്പത് വ്യവസ്ഥയും ഈ സമൂഹത്തെ എങ്ങിനെയെല്ലാം ദുരുപയോഗം ചെയ്യുന്നുവെന്നും സിനിമ ബോധ്യപ്പെടുത്തുന്നുണ്ട്. എത്രമേൽ അധ്വാനിച്ചിട്ടും ദാരിദ്ര്യം കൂടപ്പിറപ്പാവുന്നതും വിശപ്പടക്കാൻ മണ്ണ് തിന്നേണ്ടി വരുന്നതും പെൺ ശരീരങ്ങൾ മേലാളരുടെ ലൈംഗികാക്രമണങ്ങൾക്കു വിധേയമാകുന്നതും ഒരതിഭാവുകത്വമില്ലാതെ സൂക്ഷ്മമായി അവതരിപ്പിക്കുന്നുണ്ട് സിനിമ.

പതിമൂന്നാം വയസ്സിൽ ഗർഭിണിയാക്കപ്പെട്ട കെഞ്ചിരയെ മറ്റൊരു യുവാവ് വിവാഹം ചെയ്യുന്നു. എന്നാൽ പത്രോസു മുതലാളിയെ രക്ഷിക്കാൻ ശ്രമിക്കുന്ന പോലീസ് പ്രായപൂർത്തിയാവും മുൻപ് വിവാഹം കഴിച്ചതിന് കെഞ്ചിറയുടെ ഭർത്താവിനെ അറസ്റ്റു ചെയ്യുന്ന സംഭവത്തിലൂടെ നിയമ വ്യവസ്ഥ കീഴാള സമൂഹത്തെ എങ്ങിനെ വ്യവഹരിക്കുന്നു എന്ന് പരിഹാസ്യാത്മകമായിത്തന്നെ സിനിമ വിശദമാക്കുകയാണ്.

മദ്യവും പണവും നൽകി മൂപ്പനെ വശീകരിച്ച്, അടിമ വർഗ്ഗത്തിന്റെ അന്ധവിശ്വാസങ്ങളെ ചൂഷണം ചെയ്ത് , തങ്ങളുടെ പ്രതിഷേധങ്ങളെല്ലാം പാപമാണെന്ന് വരുത്തിത്തീർത്ത് അതിന് പ്രായശ്ചിത്തമായി തങ്ങളുടെ ഊര് ഇട്ടെറിഞ്ഞു പോകേണ്ടിവരുന്ന, തലചായ്ക്കാൻ സ്വന്തമായി ഒരുപിടി മണ്ണില്ലാതാവുന്ന തികച്ചും നിസ്സഹായരായ അടിമവർഗ ജനതയിലാണ് സിനിമ അവസാനിക്കുന്നത്.

●

നവീന സിനിമയുടെ നടപ്പു സഞ്ചാരങ്ങൾ

മലയാളത്തിൽ മറ്റു കലാസാഹിത്യ മേഖലയോടൊപ്പം തന്നെ വളർന്നു വികാസം പ്രാപിച്ച ഒന്നാണ് സിനിമയും. എന്നാൽ പുതുനൂറ്റാണ്ടിനെ ആവിഷ്കരിക്കാനും കലാപരമായി നവീകരിക്കാനും സാഹിത്യത്തേക്കാൾ ഇന്ന് കഴിയുന്നത് സിനിമയ്ക്കാണ്. വാക്കുകൾ കൊണ്ട് വിശദീകരിക്കാനാവാത്തവയാണ് ദൃശ്യങ്ങളിലൂടെ നവസിനിമ കാട്ടിത്തരുന്നത്. ന്യൂജനറേഷൻ എന്നു വിളിക്കപ്പെടുന്ന നവസിനിമക്ക് ഏകമായ ഒരു നേതൃത്വമോ ആശയമണ്ഡലമോ ഇല്ല. എന്നാൽ ഇവയെല്ലാം ഒത്തുചേരുന്ന പല ഘടകങ്ങളുമുണ്ട്.

സമീപകാലം കൊണ്ട് മലയാള സിനിമ ഏറെ മാറിക്കഴിഞ്ഞു. ഡിജിറ്റൽ മേഖലയിലെ സങ്കേതിക വികാസം സിനിമക്ക് പുതിയൊരുമുഖം സൃഷ്ടിക്കുകയാണ്. പഴയ സൈദ്ധാന്തിക ചട്ടക്കൂടുകൾ വച്ച് പുതിയ സിനിമയെ വിശകലനം ചെയ്യാൻ കഴിയാതെയായി. റിയലിസം / ഫോർമലിസം തുടങ്ങിയ വിഭജനം ഇന്ന് അപ്രസക്തമാണ്. ഫോട്ടോഗ്രഫിയും കംപ്യൂട്ടർ ഉപയോഗിച്ചുള്ള വിഷ്വൽ ഇഫക്റ്റ്സും വസ്തുവിനെ പകർത്തിയെടുക്കുക എന്ന പരമ്പരാഗത സങ്കൽപങ്ങളെ നിരാകരിക്കുകയും പുതിയൊരു കാഴ്ചാ സംസ്കൃതിയെ രൂപപ്പെടുത്തുകയും ചെയ്യുന്നു.

കാലത്തിന്റെ വളർച്ച ചിന്തയിലും ജീവിതരീതികളിലും മാറ്റംവരുത്തുന്നത് സ്വാഭാവികമാണ്. സാമൂഹിക മാധ്യമങ്ങൾ ജനകീയമായതോടെ രാഷ്ട്രീയം, ജാതി, മതം, സദാചാരം, എന്നിവയെക്കുറിച്ചൊക്കെയുള്ള അവരവരുടെ നിലപാട് തെളിയിക്കേണ്ട ബാധ്യത വന്നു ചേർന്നു. ഇതാകട്ടെ പുരോഗമന ദർശനവ്യാപാരങ്ങളിലേക്ക്

എല്ലാവരേയും നയിക്കുന്നു. കേരളത്തെ സംബന്ധിച്ചിടത്തോളം ഇത് ഇടതുധാരയുമായി കൂടുതൽ കൈകോർക്കുന്നു. സാമൂഹിക മാധ്യമങ്ങളിലുള്ള ഇത്തരം സംവാദങ്ങൾ സിനിമകളിലെ മാറ്റങ്ങൾക്കും കാരണമാവുന്നുണ്ട്.

ചരിത്രം അതിന്റെ വിഷമസന്ധികളിൽ സ്വയം നവീകരിക്കാൻ ചില ശ്രമങ്ങൾ നടത്താറുണ്ട്. അതിലെ സമാനത ഒരു കൂട്ടം വ്യക്തികളെ കൂട്ടിയോജിപ്പിക്കുന്നു. വ്യത്യസ്തമായ ധാരകൾ ഒന്നു ചേർന്നൊരുക്കുന്ന രൂപഘടനയിൽ നിന്ന് അത് പലനിലയിൽ പരിവർത്തിപ്പിക്കപ്പെടുന്നു. പുതിയൊരു വ്യവസ്ഥയുടെ ഉണർവിലേക്കത് വരികയും സ്വയം പുതുക്കിപ്പണിയുകയും ചെയ്യുന്നു. മലയാള സിനിമയിലും ഇപ്പോൾ ഇത്തരമൊരു മാറ്റം സംഭവിക്കുന്നുണ്ട്. വളരെ പ്രകടമായ മാറ്റം തന്നെയാണത്.

ഒന്നാമതായി കഥപറയുന്ന രീതിയിലെ പോളിച്ചെടുക്കലാണ്. വലിയ കഥകൾ നിർമ്മിക്കുകയും പറഞ്ഞ് ഫലിപ്പിക്കുകയും അങ്ങനെ സാഹിത്യത്തെ പുനരവതരിപ്പിക്കുകയും ചെയ്യുകയെന്നതല്ല സിനിമയുടെ കർത്തവ്യമെന്ന തിരിച്ചറിവിലേക്ക് നവീന സിനിമ എത്തിക്കഴിഞ്ഞു. താരങ്ങൾക്കു വേണ്ടിയുള്ള കഥയൊരുക്കലുമല്ല സിനിമയെന്നും അത് തിരിച്ചറിഞ്ഞു കഴിഞ്ഞു.

ദൃശ്യഭാഷയിലെ മാറ്റങ്ങളോടൊപ്പം അവതരണത്തിലും ഘടനയിലും സംഭവിച്ചു കൊണ്ടിരിക്കുന്ന മാറ്റങ്ങളും കാണാതിരുന്നുകൂടാ. കണ്ടുമടുത്ത രംഗങ്ങളിൽ നിന്നുള്ള വിടുതലും കേട്ടുമടുത്ത സംഗീതം ഒഴിവാക്കലും, കേന്ദ്രകഥാപാത്രങ്ങളുടെ തിരസ്കരണവും, അഭിനയത്തിലെ പുതിയ ശൈലിയുമെല്ലാം പുതിയൊരു ഭാവുകത്വ രൂപീകരണത്തിലാണ്.

തൊണ്ണൂറുകളോടെ ആരംഭിച്ച താരാധിപത്യവും, മിമിക്രി പ്രമേയങ്ങളും സൃഷ്ടിച്ച ആവർത്തന വിരസതയിൽ നിന്നുള്ള വിടുതി വലിയൊരു മാറ്റം തന്നെയാണ്. ഫ്യൂഡൽ കഥകളെ തിരസ്കരിച്ചും ഗ്രാമീണനന്മയെന്ന അന്ധവിശ്വാസത്തെ മറികടന്നും ജീവിതാകുലതകളിലേക്കും വൈയക്തികാനന്ദങ്ങളിലേക്കും മലയാള സിനിമ സഞ്ചരിക്കുന്ന കാഴ്ചയാണ് 2010 മുതൽ സംഭവിച്ചുകൊണ്ടിരിക്കുന്നത്. സമൂലമായ ഒരു സാംസ്കാരിക പരിഷ്കരണത്തിന് ഈ സിനിമകൾ മുതിരുന്നുണ്ട്.

പഴയകാല മലയാള സിനിമകൾ മാത്രം മൂലധനമായിരുന്ന തലമുറയിൽ നിന്നും വ്യത്യസ്തമായി ഫിലിം ഫെസ്റ്റിവെല്ലുകളിലൂടെയോ അല്ലാതെയോയുള്ള സിനിമാനുഭവങ്ങളിലൂടെ കടന്നു വരുന്ന

തലമുറയെ അത്തരം കാഴ്ച്ചകൾ സ്വാധീനിക്കുക സ്വാഭാവികമാണ്. സാമ്പ്രദായിക കഥപറച്ചിൽ രീതിയെ കൈയ്യൊഴിയുന്നതും വള്ളുവനാടൻ ശൈലിവിട്ട് അതാത് ദേശ/നാട്ടുഭാഷകളിലേക്ക് സംക്രമണം ചെയ്യപ്പെടുന്നതും നവീനാനുഭവം തന്നെയാണ്.

സെന്റിമെന്റ്സ്, സീരിയലുകൾക്കും കോമാളിത്തം, കോമഡി സ്കിറ്റുകൾക്കും പങ്കുവച്ച് സിനിമ നവീകരണപാതയിലാണ്. ഏതൊരു പുതുമയുടെ കടന്നു വരവിനേയും പരിഹസിക്കുകയും വിമർശിക്കുകയും ചെയ്യുന്നവരാണേറെയും. അത് സ്വഭാവശീലം കൊണ്ടാണ്. ക്രമേണയാണ് അതിന് മാറ്റമുണ്ടാവുക. കരുത്തുറ്റ പ്രമേയ പരിസരങ്ങളിലാണിപ്പോൾ നവീന സിനിമ.

●

പ്രധാന സഹായക ഗ്രന്ഥങ്ങൾ

1. അവൾ സിനിമയെ നോക്കുന്നു, ഇന്ത്യൻ സ്ത്രീ സംവിധായകർ-വിനോദ് പായം -ചിന്ത പബ്ലി, 2013
2. ആധുനിക മലയാള സിനിമ - രാമൻകുട്ടി കെ. വി - കേ. ഭാഷാ ഇൻസ്റ്റിറ്റ്യൂട്ട്, 2006
3. ഇന്ത്യൻ സിനിമയുടെ ചരിത്രം- ചേലങ്ങാട്ട് ഗോപാലകൃഷ്ണൻ - എൻ. ബി. എസ്. 2013
4. ഇടതുപക്ഷമില്ലാത്ത കാലം - കെ. കെ കൊച്ച് - ഡി. സി. ബുക്സ്, 2015
5. ഉടലിന്റെ താര സഞ്ചാരങ്ങൾ - സി എസ് വെങ്കിടേശ്വരൻ -ഡി. സി. ബുക്സ്, 2011
6. കറുപ്പിന്റെ രാഷ്ട്രീയം - കെ. ഇ. എൻ - പ്രഭാത് ബുക്സ്, 2011
7. കാഴ്ചയിലെ കലാപം-ഇ. എം. അഷറഫ് - എൻ. ബി. എസ്. 1999
8. കാഴ്ചയുടെ കോയ്മ – ടി. കെ. രാമചന്ദ്രൻ - മാതൃഭൂമി ബുക്സ്, 2006
9. കേരള വിജ്ഞാന കോശം - എഡി. ടി. കെ കൊച്ചുനാരായണൻ-ദേശബന്ധു പബ്ലി, 1987
10. ചരിത്രവും ചലച്ചിത്രവും ദേശഭാവനയുടെ ഹർഷമൂല്യങ്ങൾ – പി. എസ്. രാധാകൃഷ്ണൻ –കേ. ഭാഷാ ഇൻസ്റ്റിറ്റ്യൂട്ട്, 2010
11. ചലച്ചിത്ര ദർശനം - ഗോവിന്ദനുണ്ണി. വി. ആർ. - മാതൃഭൂമി ബുക്സ്, 2006
12. ചലച്ചിത്രത്തിന്റെ പൊരുൾ - വിജയകൃഷ്ണൻ - മാതൃഭൂമി ബുക്സ്, 1996
13. ജനപ്രിയ സംസ്കാരം ചരിത്രവും സിദ്ധാന്തവും - ഷാജി ജേക്കബ് - മാതൃഭൂമി ബുക്സ് 2009
14. ജനപ്രിയ സിനിമകൾ പാഠവും പൊരുളും - തോമസ് സ്കറിയ - അസന്റ് പബ്ലി, 2012
15. ജനപ്രിയ സിനിമയുടെ രാജശിൽപികൾ - കാവിൽ രാജ്- എച്ച് ആൻഡ് സി പബ്ലി, 2005
16. ജാതിവ്യവസ്ഥയും മലയാള സിനിമയും - കെ. പി ജയകുമാർ - ഒലീവ് ബുക്സ്, 2014
17. ഡോക്യുമെന്ററി സിനിമ-എം. എം. വർക്കി -എൻ. ബി. എസ്. 1998
18. തി ര മ ല യാ ള ത്തി ന്റെ അവസ്ഥാന്തരങ്ങൾ - എൻ. പി സജീഷ് - കേ. ഭാഷാ ഇൻസ്റ്റിറ്റ്യൂട്ട്, 2007
19. തിരശ്ശീലയിലെ പച്ചിലകൾ - കളിയത്ത് ഷാജഹാൻ - ലിപി പബ്ലി, 2010

20. ദളിത് ജനതയുടെ സ്വാതന്ത്ര്യ സമരം - കെ. കെ. എസ് ദാസ് - എൻ. ബി. എസ്, 2017

21. ദളിത് സമരങ്ങൾ ഇന്നലെ, ഇന്ന്, നാളെ - കെ. പി. വിജയൻ - കറന്റ് ബുക്സ്, 2004

22. ദേശം, പൗരത്വം, സിനിമ - വി. കെ ജോസഫ് - ചിന്ത പബ്ലി, 2010

23. ദേശീയത നായാട്ടിനിറങ്ങുമ്പോൾ - കെ. അരവിന്ദാക്ഷൻ – ഡി. സി. ബുക്സ്, 2017

24. ദൃശ്യ ഹർഷത്തിന്റെ സമയ രേഖകൾ - പി. എസ്. രാധാകൃഷ്ണൻ – എൻ. ബി. എസ്, 2013

25. നവോത്ഥാന മൂല്യങ്ങളും മലയാള സിനിമയും - ഡോ. ജിനേഷ്കുമാർ എരമം - ഡി. സി. ബുക്സ്, 2018

26. ന്യൂ ജനറേഷൻ സിനിമ - ജോസ്. കെ. മാനുവൽ-ഡി. സി. ബുക്സ്, 2012

27. പുല്ലിംഗത്തിന്റെ നോട്ടങ്ങൾ - യാക്കോബ് തോമസ് - വിദ്യാർഥി പബ്ലി, 2011

28. ഫാസിസത്തിന്റെ രാക്ഷ്ട്രീയ മനഃശാസ്ത്രം - പി. പി. സത്യൻ - ചിന്ത പബ്ലി 2017

29. ബാൽക്കണി മലയാള സിനിമയും ഇതര ലിഖിത രൂപങ്ങളും - സുനിൽ സി. ഇ – ഐ ബുക്സ്, 2019

30. ബഹു ആഖ്യാനങ്ങൾ ബഹുസ്വര വായനകൾ- എഡിറ്റേഴ്സ് -ഡോ. ഷംസീർ പി. എസ്, അനീഷ് കുമാർ വി. കെ. -വിദ്യാർഥി പബ്ലി. 2018

31. മലയാള സാഹിത്യത്തിലെ കീഴാള പരിപ്രേക്ഷ്യം - ടി. കെ. അനിൽകുമാർ - കേരള സാഹിത്യ അക്കാദമി, 2004

32. മലയാള തിരക്കഥ വളർച്ചയും വർത്തമാനവും - ഡോ. ആർ. വി. എം. ദിവാകരൻ -കേരള ഭാഷാ ഇൻസ്റ്റിട്യൂട്ട് 2008

33. മലയാള സിനിമ അകവും പൊരുളും എന്റെ യാത്രയിൽ - എൻ. ഗോവിന്ദൻകുട്ടി - ജി. കെ. റീഡേഴ്സ് മീഡിയ, 2018

34. മലയാള സിനിമയുടെ കഥ - വിജയകൃഷ്ണൻ - മാതൃഭൂമി ബുക്സ്, 2004

35. മലയാളസിനിമ ചരിത്രം വിചിത്രം - ചേലങ്ങാട് ഗോപാലകൃഷ്ണൻ - ചിന്ത പബ്ലി, 2013

36. മലയാള സിനിമ ദേശം, ഭാഷ, സംസ്കാരം - ജി. പി. രാമചന്ദ്രൻ - കേ. ഭാഷാ ഇൻസ്റ്റിറ്റ്യൂട്ട്, 2017

37. മലയാള സിനിമ പിന്നിട്ട വഴികൾ – എം. ജയരാജ് - മാതൃഭൂമി ബുക്സ്, 2018

38. മലയാള സിനിമയും സാഹിത്യവും - മധു ഇറവങ്കര – ഡി. സി. ബുക്സ്, 1999

39. മാറുന്ന മലയാള സിനിമ - എഡി. ജോസ്. കെ മാനുവൽ – എൻ. ബി. എസ്, 2015

40. ലോകസിനിമയുടെ ചരിത്രം-ചേലങ്ങാട്ട് ഗോപാലകൃഷ്ണൻ-എൻ. ബി. എസ്. 1989

41. വർഗ്ഗീയത-റാം പുനിയാനി (വിവ. അജിത് നരിക്കുനി) ചിന്ത പബ്ലി 2012

42. വീണ്ടെടുപ്പുകൾ മാർക്സിസവും ആധുനികതാവിമർശനവും - സുനിൽ. പി. ഇളയിടം - കേരള ശാസ്ത്ര സാഹിത്യ പരിഷദ്, 2014

43. വെള്ളിത്തിരയുടെ രാഷ്ട്രീയം - ഡോ. രശ്മി. ജി, അനിൽ കുമാർ കെ. എസ് - ചിന്ത പബ്ലി, 2016

44. സിനിമയുടെ കയ്യേറ്റങ്ങൾ - ഗീത - ചിന്ത പബ്ലി, 1999

45. സിനിമ കറുത്ത യാഥാർത്ഥ്യങ്ങളുടെ ദൃശ്യകാമനകൾ - എ. ചന്ദ്രശേഖരൻ - ഡോൺ ബുക്സ്, 2013

46. സിനിമയും മലയാളിയുടെ ജീവിതവും - ജി. പി. രാമചന്ദ്രൻ - എൻ. ബി. എസ്, 2010

47. സിനിമയുടെ രാഷ്ട്രീയം - രവീന്ദ്രൻ - ബോധി ബുക്സ്, 1990

48. സിനിമയുടെ വർത്തമാനം - ഒ. കെ. ജോണി - ഒലീവ് ബുക്സ്, 2005

49. സിനിമയുടെ വ്യാകരണം - ജിതേഷ് ടി. - ഒലീവ് ബുക്സ്, 2009

50. സിനിമ സമൂഹം പ്രത്യയശാസ്ത്രം - രവീന്ദ്രൻ - മാതൃഭൂമി ബുക്സ്, 2007

51. സിനിമയുടെ നോട്ടങ്ങൾ - കെ. ഗോപിനാഥൻ - മാതൃഭൂമി ബുക്സ്, 2012

52. സിനിമയും മനസ്സും, മലയാള സിനിമയുടെ ചരിത്രവും വർത്തമാനവും - കുഞ്ഞിക്കണ്ണൻ വാണിമേൽ - കേ. ഭാ. ഇൻസ്റ്റിറ്റ്യൂട്ട്, 2010

53. സിനിമയും സംസ്കാരവും - കെ. ഗോപിനാഥൻ - കറന്റ് ബുക്സ്, 2005

54. സിനിമാ ടോക്കീസ്സ് - സി. എസ് വെങ്കിടേശ്വരൻ - ഡി. സി. ബുക്സ്, 2011

55. സംസ്കാരം പ്രതിനിധാനം പ്രതിരോധം-ഡോ. അജയ് ശേഖർ ഫേബിയൻ ബുക്സ്, 2009

56. സ്വത്വരാഷ്ട്രീയം - പി. കെ. പോക്കർ - പ്രോഗ്രസ്സ് പബ്ളി, 2005

57. സ്ത്രീ, പ്രതിഫലനം അതിജീവനം മലയാള സിനിമയിൽ - ഡോ. എം. എസ്. ബിജു-ഡോൺ ബുക്സ്, 2018

58. History of Indian Cinema - Renu Saran- Diamond Books, New Delhi 2012

59. Indian cinema in the time of celluloid from bollywood to the emergency – Rajadhyayaksha Anhish-Thulika Books New Delhi 2009

60. Indian cinema through the century – S. Manjula-Publication division govt. of india 2015

61. Sex and Film - Forshaw Barry - Palgrave Macmillan 2001

62. Women in Malayalam Cinema-Meena T. Pillai - ORIENT BLACKSWAN PVT LTD 2017

ലേഖനങ്ങൾ

1. അടർത്തി മാറ്റിയ ചുണ്ടുകൾ മുറിവേറ്റ സിനിമകൾ - എൻ. പി. രാജേഷ് - മാതൃഭൂമി ആഴ്ച പ്പതിപ്പ് - ഫെബ്രുവരി 2016

2. അഭ്രപാളിയിലെ അവർണ്ണ ജീവിതം - ഡോ. അജയ് ശേഖർ - മലയാളം വരിക മെയ്, 2013

3. ആദ്യകാല മലയാള സിനിമ, ദളിത് പ്രതിനിധാനത്തിന്റെ രാഷ്ട്രീയം - രാജേഷ്. എം. ആർ - മലയാളം വാരിക , ഏപ്രിൽ, 2016

4. ഒറ്റമരത്തിൽ പൂക്കുന്ന വസന്ത മല്ല ബഹുസ്വരത - ഗണേശൻ പി. കെ. -പച്ചക്കുതിര മാസിക ഒക്ടോബർ, 2008

5. കലാസിനിമകൾ ജനകീയ മായ കാലം - പി. എസ് രാധാ കൃഷ്ണൻ - ചലച്ചിത്ര സമീക്ഷ മാസിക സെപ്റ്റംബർ 2018

6. ജനപ്രിയ നായകന്റെ വിപണി രസതന്ത്രങ്ങൾ - ഷിബു. ബി - മാധ്യമം ആഴ്ചപ്പതിപ്പ് -മാർച്ച്, 2018

7. ജാതി, ഥോളനി, ജീവിതം മായാ പ്രമോദ് - മാധ്യമം ആഴ്ച പ്പതിപ്പ് - ജൂലൈ 2018

8. ജാരനും ദാമ്പത്യവും പി. കെ. ഗണേശൻ - പച്ചക്കു തിര-ജൂൺ2008

9. ജീവിച്ചിരിക്കൽ ഒരു മനുഷ്യാവ കാശമാണ് - ശ്യാം - മാതൃഭൂമി ആഴ്ചപ്പതിപ്പ് - ഏപ്രിൽ 2018

10. താര ശരീരവും ജനായത്തവും - ഡോ. അജയ് ശേഖർ - പച്ച ക്കുതിര മാസിക മെയ്, 2009

11. തുടരേണ്ട യാത്രകൾ : മാർക്സി സവും കീഴാളവിമർശനവും - സുനിൽ. പി. ഇളയിടം - ദേശാഭിമാനി സെപ്റ്റംബർ, 30 2013

12. തമ്പുരാന്റെ ജനപ്രിയ തന്ത്രം - ഡോ. ഷീബ എം. കുര്യൻ - ചലച്ചിത്ര സമീക്ഷ മാസിക - ഫെബ്രുവരി 2018

13. തിരക്കഥയുടെ തിരോധാനം - രാജേഷ്. കെ. നാരായൺ - വിജ്ഞാന കൈരളി മാസിക – ജനുവരി, 2008

14. തിരപ്പടത്തിലെ ജാതിശേഷി പ്പുകൾ - ബ്ലെസ് ജോണി - ചലച്ചിത്ര സമീക്ഷ മാസിക സെപ്റ്റംബർ 2019

15. ഉണ്ടു പടങ്ങൾ അതി ലൈം ഗികതയുടെ ദൃശ്യ പാഠങ്ങൾ - ഡോ. രശ്മി. ജി, അനിൽ കുമാർ കെ. എസ് - ദൃശ്യതാളം മാസിക - സെപ്റ്റംബർ 2019

16. ദേശീയ പൗരത്വം പൗരത്വ ദേശീയത ഇന്ത്യൻ സിനിമയുടെ പ്രതിസന്ധികൾ - പി. എസ്. രാധാകൃഷ്ണൻ - ചലച്ചിത്ര സമീക്ഷ മാസിക -ഫെബ്രുവരി 2020

17. ന്യൂജനറേഷൻ സിനിമ വാക്യത്തിൽ പ്രയോഗിച്ചാൽ - ലാസർ ഷൈൻ - മലയാളം വാരിക മെയ്, 2013

18. പൗരത്വത്തിന്റെയും ദേശീ യതയുടെയും ഇരകൾ - വി. കെ ജോസഫ് - ദൃശ്യ താളം മാസിക ഫെബ്രുവരി 2020

19. മലയാള സിനിമകൾ പാകം ചെയ്യുന്ന വിധം - രഞ്ജിത്ത്. കെ. ആർ ജനപഥം മാസിക – ഒക്ടോബർ2008.

20. വെറും വാക്കുകളല്ലാത്ത സംഭാഷണം - ഡോ. ടി. ജിതേഷ് - ദൃശ്യതാളം മാസിക, ആഗസ്റ്റ് 2019

21. സിനിമക്ക് വേണ്ടാത്തവർ - കെ. പി. ജയകുമാർ - മലയാളം വാരിക മെയ്, 2008

22. സിനിമയിലെ ചരിത്ര വിപണന സാദ്ധ്യതകൾ - പാർവതി ചന്ദ്രൻ - മലയാളം വാരിക ഡിസംബർ, 2011

23. സ്വപ്ന സദൃശം സിനിമ, സിനിമാ സദൃശം സ്വപ്നം - പി. കെ സുരേന്ദ്രൻ - ഗ്രന്ഥാലോകം മാസിക, നവംബർ, 2014

24. Mrinal sen's loners, rebels and malcontents- Vidhyarthy Chatterjee- ചലച്ചിത്ര സമീക്ഷ മാസിക, ഫെബ്രുവരി 2019

25. The masses as the ethical population revisiting neelakkuyil and left's cultural vision - jenson Joseph- ചലച്ചിത്ര സമീക്ഷ മാസിക, ഫെബ്രുവരി 2018

26. Wave of Feminism: New Mojo of Mollywood Film - Snitha K.R - Jul 25, young bharathiya 2019

27. When script trumps superstars: How Malayalam cinema has changed in the last decade-Omkar Poojari -The new minute - December 31, 2019

www.ingramcontent.com/pod-product-compliance
Lightning Source LLC
LaVergne TN
LVHW040759051026
849519LV00007BA/2570
* 9 7 8 9 3 9 0 4 0 4 0 6 3 *